தீண்டும் இன்பம்

# கிழக்கு பதிப்பக வெளியீடுகளாக சுஜாதாவின் புத்தகங்கள்

மீண்டும் ஜீனோ
நிறமற்ற வானவில்
நில்லுங்கள் ராஜாவே
தீண்டும் இன்பம்
ஆஸ்டின் இல்லம்
அனிதாவின் காதல்கள்
நைலான் கயிறு
24 ரூபாய் தீவு
அனிதா இளம் மனைவி
கொலை அரங்கம்
கமிஷனருக்கு கடிதம்
அப்ஸரா
பாரதி இருந்த வீடு
மெரீனா
ஆர்யபட்டா
என் இனிய இயந்திரா
காயத்ரி
ப்ரியா
தங்க முடிச்சு
எதையும் ஒருமுறை
ஊஞ்சல்
ஓரிரவில் ஒரு ரயிலில்
மீண்டும் ஒரு குற்றம்
விக்ரம்
நில், கவனி, தாக்கு!
வாய்மையே சில சமயம்
வெல்லும்
ஆ..!
வசந்த காலக் குற்றங்கள்
சிவந்த கைகள்
ஒரே ஒரு துரோகம்
இன்னும் ஒரு பெண்
6961
ஜோதி
மாயா
ரோஜா
ஓடாதே
மேற்கே ஒரு குற்றம்
விபரீதக் கோட்பாடு
ஐந்தாவது அத்தியாயம்
மலை மாளிகை
விடிவதற்குள் வா
மூன்று நாள் சொர்க்கம்
பத்து செகண்ட் முத்தம்
கம்ப்யூட்டர் கிராமம்
இளமையில் கொல்
மேகத்தை துரத்தியவன்
ஒரு நடுப்பகல் மரணம்
நகரம்
இதன் பெயரும் கொலை
மண்மகன்
தப்பித்தால் தப்பில்லை
விழுந்த நட்சத்திரம்
முதல் நாடகம்
ஆட்டக்காரன்
ஜன்னல் மலர்
என்றாவது ஒரு நாள்
வைரங்கள்
மேலும் ஒரு குற்றம்
சொர்க்கத் தீவு
கனவுத் தொழிற்சாலை
ஆயிரத்தில் இருவர்
பதினாலு நாட்கள்
உள்ளம் துறந்தவன்
பிரிவோம் சந்திப்போம்
கரையெல்லாம் செண்பகப்பூ
இரண்டாவது காதல் கதை
நிர்வாண நகரம்
குருபிரசாதின் கடைசி தினம்
இருள் வரும் நேரம்
திசை கண்டேன் வான் கண்டேன்
ஆழ்வார்கள் - ஓர் எளிய அறிமுகம்
தேடாதே
விருப்பமில்லாத் திருப்பங்கள்
விரும்பிச் சொன்ன பொய்கள்
கை
ஆதலினால் காதல் செய்வீர்
நூற்றாண்டின் இறுதியில் சில சிந்தனைகள்
அப்பா, அன்புள்ள அப்பா
மிஸ். தமிழ்த்தாயே, நமஸ்காரம்!
சிறு சிறுகதைகள்
வாரம் ஒரு பாசுரம்
வானத்தில் ஒரு மௌனத்தாரகை
கடவுள் வந்திருந்தார்
அனுமதி
ஓலைப் பட்டாசு
சேகர், சிங்கமய்யங்கார் பேரன்
கம்ப்யூட்டரே ஒரு கதை சொல்லு
டாக்டர் நரேந்திரனின் வினோத வழக்கு
நிஜத்தைத் தேடி
பாதி ராஜ்யம்
சில வித்தியாசங்கள்

# தீண்டும் இன்பம்

சுஜாதா

கிழக்கு

தீண்டும் இன்பம்
Theendum Inbam
by Sujatha
Sujatha Rangarajan ©

Kizhakku First Edition: December 2009
224 Pages
Printed in India.

ISBN 978-81-8493-372-7

Kizhakku - 448

Kizhakku Pathippagam
177/103, First Floor,
Ambal's Building, Lloyds Road
Royapettah, Chennai 600 014.
Ph: +91-44-4200-9603

Email : support@nhm.in
Website : www.nhm.in

Cover Image : Shutterstock
Backcover Image : Srihari

Kizhakku Pathippagam is an imprint of New Horizon Media Private Limited

This book is sold subject to the condition that it shall not, by way of trade or otherwise, be lent, resold, hired out, or otherwise circulated without the publisher's prior written consent in any form of binding or cover other than that in which it is published and without a similar condition including this the rights under copyright reserved above, no part of this publication may be reproduced, stored in or introduced into a retrieval system, or transmitted in any form or by any means (electronic, mechanical, photocopying, recording or otherwise), without the prior written permission of both the copyright owner and the above-mentioned publisher of this book.

ஆனந்த விகடனில்
தொடர்கதையாக
வெளிவந்த புகழ்பெற்ற
நாவல்

## முந்தைய பதிப்பில் வந்த
## முன்னுரை

'தீண்டும் இன்பம்' என்னும் இந்த நாவல் தொடர் கதையாக ஆனந்தவிகடன் பத்திரிகையில் வந்தது. என் தொடர் கதைகளில் பல விகடனில் சிறப்பாக வெளிவந்திருக்கின்றன. முதன்முதல் வந்தது 'ஜன்னல் மலர்' என்று ஞாபகம். இது ஒரு குறுநாவல். இதன் முடிவில் அப்போது விகடனில் ஆசிரியக் குழுவில் இருந்த பரணீதரன் ஸ்ரீதர் அவர்கள் ஒரு சிறிய திருத்தம் செய்து கதையின் மதிப்பை அதிகரித்தார். அடுத்து 'கரையெல்லாம் செண்பகப்பூ' வெளிவந்தது. மிகுந்த பாராட்டுகளைப் பெற்றது. அதை சினிமா எடுக்க பலபேர் முயன்று குட்டிச் சுவராக்கினர். இன்றும் செண்பகப்பூ வாசனை குறையாமல் இருப்பதற்குக் காரணம், அதில் விரவியிருக்கும் நாட்டுப்புறப் பாடல்கள்தாம்.

அடுத்து 'கனவுத் தொழிற்சாலை'. இதற்கு விகடன் ஆசிரியர் பாலசுப்பிரமணியன் அவர்கள் சினிமா பானர் போல மவுண்ட் ரோடில் வைத்தார். இந்தியாவிலேயே எழுத்தாளனுக்கு பானர் வைத்தது முதன்முறை என்று எண்ணுகிறேன். அதன்பின் விகடனில் தொடர்ந்து என் பல கதைகள் வெளியாயின. 'என் இனிய இயந்திரா' இரண்டு பாகங்கள். 'பிரிவோம் சந்திப்போம்' இரண்டு பாகங்கள். 'நிறமற்ற வானவில்', 'ஆ!'

'பிரிவோம் சந்திப்போம்' முதல் பாகத்தை அமெரிக்கா செல்லும் கதாநாயக நாயகியருடன் முடித்திருந்ததால் ஆசிரியர் பாலசுப்பிரமணியன் அவர்கள் என்னை அமெரிக்கா போய்

பார்த்துவிட்டு இரண்டாம் பாகத்தை எழுதுமாறு சொன்னார். அதற்கான டிக்கெட்டும் வாங்கிக் கொடுத்தார்.

பாலசுப்பிரமணியன் அவர்கள் போல ஒரு தாராள மனசுள்ள பத்திரிகையாசிரியரை நான் இதுவரை வாழ்நாளில் கண்டதில்லை. அவருடன் என் நட்புக்கு இருபத்தைந்து வயதாகிறது.

அவருக்கு இந்தப் புத்தகத்தை அர்ப்பணிப்பதில் பெருமை கொள்கிறேன்.

மத்திய அரசாங்கம் விழுந்த ஏப்ரல் தினம் 1999.

- சுஜாதா

# 1

If I can stop one heart from breaking,
I shall not live in vain;
If I can ease one life the aching,
Or cool one pain,
Or help one fainting robin
Unto his nest again,
I shall not live in vain.

- Emily Dickinson

'முயற்சி பண்ணிப்பார்க்கிறேன்...' என்றாள் அகல்யா. ப்ரமோத் அவளையே... அவளையே பார்த்து மென்றுகொண்டிருக்க, கூந்தலைத் தள்ளிவிட்டுக்கொண்டு, பென்சிலைப் பின்பக்கம் கடித்துக் கொஞ்சம் யோசித்துவிட்டு மெல்ல... அடிக்காமல், திருத்தாமல் எழுதினாள்.

'எத்தனை நேரம் நாலு வரிக்கு?'

அவள் அவனை முறைத்து, 'நீயே பண்ணிக்க, போ...' என்றாள். அவளைப் பார்த்தால் பன்னிரண்டு வயசுதான் என்று முதலில் தோன்றும். வீட்டில் இன்னமும் அவளை பேபி என்றுதான் கூப்பிடுகிறார்கள். ஆனால், முகத்தில் லேசாகத் தோன்றிய பருவும் திடமான மார்பும் பன்னிரண்டல்ல...

'ஸாரி, ஸாரி... அகல்யா தி க்ரேட்... ஐ'ல் கெட் யு அன் ஐஸ்க்ரீம் யார்...'

‘ஐஸ்க்ரீம் யாருக்கு வேணும்...?’ யாரோ நன்றாக இருக்கிறது என்று சொன்னதற்காகப் புருவத்தின் நடு செண்டரில் மைக்ரோ பொட்டு!

‘பின்ன என்ன வேணும் கண்ணம்மா... கடுகு மலர் நிறச் சுடிதார்?’

‘உன் தலை... சே, போ!’

அவன் காத்திருக்க,

ஒரு இதயம் உடையாமல் நிறுத்த முடிந்தால்
நான் வாழ்வது வீணல்ல
ஒரு உயிரின் தவிப்பையோ
ஒரு வலியையோ குறைக்க முடிந்தால்
ஏன் சோர்ந்து விழும் ராபின் பறவையை
கூட்டுக்கு மீட்க உதவினாலே
நான் வாழ்வது வீணல்ல...

அவள் எழுதிவிட்டு நிமிர்ந்தாள். கண்களில் சாஸ்திரத்துக்குக் கொஞ்சம் பச்சை. அவசர மூக்கு. ‘படி...’ என்று தோளில் இயல் பாகக் கைவைத்தான். ‘இதானே வேணாங்கிறது...’ என்று அந்தக் கையை அவசரமாக விலக்கிவிட்டுப் படித்துக்காட்டினாள். ‘எப்படி?’ என்றாள். ‘ப்ரில்லியண்ட்! ஃபண்டாஸ்டிக்! நீ எமிலி டிக்கின்சனோட மறுபிறவி. ரொம்ப தாங்க்ஸ். நான் வரேன் பார்ட்னர். இதுக்கு ம்யூஸிக் வேற செட் பண்ணணும். ஒரு பீட்லயும் அடங்காது போலிருக்கு...’

காகிதத்தை மடித்துப் பைக்குள் போட்டுக்கொண்டு மோட்டார் சைக்கிளை உதைத்துச் சீறிப்புறப்பட்டான்.

‘ஏய் ப்ரமோத்...’ என்று நதிரா அவனைப் பாதி வழியில் தடுத்து நிறுத்தி, பின் சீட்டில் ஏறிக்கொண்டு அகல்யாவைப் பார்த்து நாலு விரல் டாட்டா காட்டினாள்.

விட்டுச்சென்ற புகை வால், வளாகத்தில் சற்று நேரம் இருந்தது. அகல்யா புன்னகையுடன் அதையே பார்த்துக்கொண்டிருந்தாள். ‘என்னதான் நீங்க அவன் பின்னால அலைஞ்சாலும் அவன் என் பின்னாலதாண்டி அலையறான்’ என்று எண்ணி, ‘சே... அப்படி யெல்லாம் நினைப்பது தப்பு’ என்று உடனே ஏதோ ஒரு சாமிக்கு

மன்னிப்புக் கேட்டுக் கன்னத்தில் போட்டுக்கொண்டாள். வகுப்புக்கு ஓடினாள்.

'To the extent that a society is stable adaptation type one is the most common and widely diffused... டைப் ஒன் அடாப் டேஷன்னா என்ன?' சோஷியாலஜி மேடம் வகுப்பை ரேடார்த்தனமாக வருடிவிட்டு, அலமேலுமேல் பார்வையை நிறுத்தினாள். அலமேலு புத்தகத்தில் தன்னை மறைத்துக் கொள்ள, 'சொல்லு அலமேலு...'

'தெரியாது மேடம்'

'சொல்லு அகல்யா...'

'அகல்யா ஆ...' என்று கிளாஸே கதற, அவள் எழுந்து, 'கன்ஃபார்மிட்டி டு கல்ச்சுரல் கோல்ஸ் மேம்...'

'வெரிகுட்! அகல்யா ஐ.ஏ.எஸ். பாஸ் பண்ணுவா... அலமேலு என்ன பண்ணுவா...?'

'கல்யாணம் பண்ணிகிட்டு அமெரிக்கா போவா...'

'ஷடாப்!'

ஜன்னல் வழியாக ப்ரோமத்தும் சீனுவும் நின்றார்கள். ப்ரமோத், காது கேளாதவர்கள் செய்தி போல சைகைகள் செய்தான். அகல்யா திரும்பிக்கொள்ள... உள்ளே சுவாதீனமாக நுழைந்து, 'க்கும்...குட்மார்னிங் மேம்... குட்மார்னிங் கேர்ள்ஸ்... இந்த கிளாஸ்ல அகல்யானு ஒரு பொண்ணு இருக்காங்களா?'

'ஆராதனா, சங்கீதா, லதிகா, ரதிகா, அலமேலுன்னும் இருக்காங்க...'

'என்னப்பா வேணும்...?'

'எனக்கு அகல்யா வேணும். ரிகர்சலுக்கு அழைச்சிட்டுப் போகணும்...'

'ப்ரின்சிபல்கிட்டேருந்து ஆத்தரைசேஷன் இருக்கா...?'

'இதோ மேடம்...மை காட்! ஒரு கிளாஸ்ல இத்தனை அழகான பெண்களா...ஹூ இஸ் அகல்யா?' என்று அவன் சிரிக்க,

தீண்டும் இன்பம் 11

பெண்களிடையே ஒரே ஆராவாரம்... 'அய்... அய். பாசாங்கைப் பாரு...'

'அகல்யா நல்லா படிக்கிற பொண்ணுப்பா... எதுக்காக இப்படி ரிகர்சல், கிகர்சல்னு கவனம் கலைக்கிறீங்க? இப்ப, இந்த ஃபெஸ்டிவல்ல ஜெயிக்காட்டா என்ன... அதுவா முக்கியம்?'

'நோ ப்ராப்ளம் மேடம்! நாங்க ப்ரின்சிபல்ட்ட, நீங்க அனுப்ப மாட்டீங்கன்னு சொல்லிட்டு வேற ஆளைப் பார்த்துக்கறம்... இந்த பொசிஷனுக்கு எவ்வளோ போட்டி...'

'அய்யய்யோ! அப்புறம் நான் அனுப்பலைன்னா, என் வேலை போய்டும். அகல்யா போய்ட்டு வாம்மா... தாராளமா போய், கப்பு வாங்கிட்டு வாம்மா... அதான் முக்கியம். படிப்பு என்ன தட்டுக்கெட்டுப்போறது... பார்த்துக்கலாம்...'

'அப்புறம் நோட்ஸ் காப்பி பண்ணிப் படிச்சுர்றேன் மேம்...'

அவள் எழுந்து செல்ல, வகுப்பே ஆரவாரமாக வழியனுப்பியது.

'நேரண்டா உனக்கெல்லாம்...' என்றான் மக்ஃபூஸ்.

'ஷடாப்!'

அகல்யா அவனுடன் உற்சாகமாக நடந்தாள்.

'என்ன, மாமி இப்படி எதுக்கறாங்க? என்னவோ இவங்கதான் காலேஜைத் தாங்கற மாதிரி!'

'ப்ரமோத்... அவங்க நல்ல டீச்சர். என் நலத்தில நிஜமாவே அக்கறை உள்ளவங்க... ஏறக்குறைய கார்டியன் மாதிரி...'

'அதுக்காக... காம்பெடிஷனுக்கு அனுப்ப மாட்டேன்னா எப்டி? இந்த பாரு, பின்னால ப்ராப்ளம் வரும்னா சொல்லிரு... இப்பவே வேற ஆளைப் போட்டுர்றேன். பாடறதுக்குக் கோடி ஜனங்கள் இருக்கு...'

அகல்யா பாதியில் நின்றாள்.

'அதுகூட சரிதான் ப்ரமோத், வேற ஆள் பாத்துடு!'

'அய்யோ, சும்மா சொன்னேன் வெள்ளாட்டுக்கு... உன் மாதிரி யாரால பாடவரும்!'

'நீதான் சொன்னியே, எத்தனையோ பேர் இருக்காங்கன்னு...'

'சும்மா உட்டாலக்கடி அது...'

'இல்லை ப்ரமோத்... நெறையப் பேர் நல்லாவே பாடறாங்க. தாரிணி, அப்புறம் உன் கர்ள் ஃப்ரெண்டு, மோட்டார் சைக்கிள் ஃப்ரெண்டு நதி... அப்படியே ஆட்டிக்கிட்டு ஆட்டிக்கிட்டுப் பாடுவா. அந்த ஆட்டத்துக்கே பரிசு கொடுத்துருவாங்க...'

ப்ரமோத் அவளைக் கடுமையாகப் பார்த்து 'ஷி இஸ் நாட் மை கர்ள் ஃப்ரெண்ட்... இப்ப என்ன கெஞ்சணுங்கிறியா?'

'கெஞ்சு...'

ப்ரமோத் நடு மைதானத்தில் மண்டியிட்டு, 'மிஸ் அகல்யா கிருஷ்ணசாமி...'

'ராமசாமி...'

'அகல்யா, ஏதோ ஒரு சாமி... தயைகூர்ந்து வரும் இருபத்தாறாம் தேதி நடக்கவிருக்கும் அகில இந்திய மாணவர் இசை விழாவில் நம் கல்லூரியின் சார்பில் பங்குபெறத் தாழ்மையுடன் கேட்டுக் கொள்கிறேன்...' என்று கழுத்தை மானசீகமாக வெட்டிக் கொண்டான்.

ஜிம், ரெக் ரூம், கான்டீன், பாஸ்கெட் பால் கோர்ட்... இவற்றைக் கடந்து ஒத்திகை அறையை அணுகியபோது, தூரத்திலிருந்தே கித்தார் ஒலி கேட்டது. நோயல் மேஜை விளிம்பில் உட்கார்ந்து, கால்மேல் கால் போட்டு 'ஹோட்டல் கலிஃபோர்னியா'வின் ஸோலோ பீஸை வாசித்துக்கொண்டிருந்தான். ப்ரமோத் கீ-போர்டுக்குச் சென்று, அதை இணைத்தான். டிஜிட்டல் ட்ரம் போர்டிலிருந்த சீனு, 'ஹாய் அகல்யா...' என்றான். 'இப்பத்தான் என்னைக் கவனிக்கறே...'

'ஸாரி சீனு...'

ஓரத்தில் ரகு சிகரெட் பிடித்து, ஆகாசத்தில் கால்போட்டு உட்கார்ந்திருந்தான்.

'ஹாய் ரகு...' என்றாள் அகல்யா.

ஸ்வேதா முன் பெஞ்சில் உட்கார்ந்து, பாட்டனி வரைந்து கொண்டிருந்தாள்.

'என் சாங் இப்படி வராதே...' என்றாள் அகல்யா.

'முதல்ல ட்யூனைப் பாரு...' என்றான். முடிவெட்டி ஒரு முழு வருஷமாகியிருக்கும். ப்ரமோத் கீ-போர்டில் அந்த மெட்டை முதலில் வாசித்துக்காட்டினான். அவன் விரல்கள், பெண்ணைப் போல் நீண்ட விரல்கள். அதில் ஒரு நகத்தில் க்யூட்டெக்ஸ். ஒரு காதில் கடுக்கண்.

'லிப்ஸ்டிக் போடுவியா ப்ரமோத்...?'

'டோண்ட் பி ஸில்லி...' மூக்கு தொட்டால் குத்தி விடும் போல.

'பாடிப்பாரு அகல்யா...'

வாழ்வது வீணல்ல
நான் வாழ்வது வீணல்ல
ஒரு இதயம் உடையாமல்
நிறுத்த முடிந்தால்
நான் வாழ்வது வீணல்ல...

'ஸ்டாப் இட்!' என்றான் ரகு. 'இது யார் ட்யூன் போட்டது? ப்ரமோத், நீயா...? அவனவன் ஹார்ட் ராக், ரேகே, டெக்னோ அப்டின்னு போய்க்கிட்டு இருக்கான். ஸ்டேஜ்லயே கித்தாரை ஒடைக்கிறான். இதுக்கு பேசாம, நம்ம சாஸ்திரிகளைக் கூப்பிட்டு புல்லாங்குழல்ல வரவீணா வாசிச்சுட்டு, அதிலிருந்து கலோனியல் கஸின்ஸ் மாதிரி வெஸ்டர்ன் போயிரலாம்...'

'ஃப்யூஷன் கூடாதுன்னு மாஸ்டர் சொல்லியிருக்கார் ரகு...'

'நான் வரலைப்பா...' என்று சிகரெட்டை மிதித்துப் புறப் பட்டான். அகல்யா திகைத்து நின்றாள். 'இப்டி கடைசில கழண்டு கிட்டா எப்படி...?'

'இவன் எப்பவுமே அப்படித்தான்... நீ கண்டுக்காதே... தி லிரிக் இஸ் குட்... ஒரு இதயம் உடையாமல் நிறுத்த முடிந்தால்...'

ஜன்னலிலிருந்து எட்டிப்பார்த்து, 'ஸ்டேஜூல கல்லடி பட்டு உடையாம நிறுத்த முடியுதா, பாருங்க...' என்றான் ரகு.

'போடா...'

'ஹி இஸ் வெரி மீன் ப்ரமோத்...'

'நம்ம காலேஜ்ல ஒருத்தன் வாசிப்பான்... பத்துப்பேர் குற்றம் சொல்வாங்க... ரகுவுக்கு இந்த அஸைன்மெண்ட் கிடைக்கலைன்னு வெறுப்பு. அவன் ஒரு ட்ரூப் வெச்சிருக்கான். மாமா, மாமாவா எல்லாம் சொட்டைங்க... காலேஜ் பசங்கன்னு கூப்ட்டா டிஸ்க்வாலிஃபை பண்ணிருவாங்க...'

ரகு மறுபடி தோன்றி, 'சீனு வரியா, இல்லையா...' என்றான்.

'சீனு! ரிகர்சல் இருக்கு... இப்பப் போனன்னா, இங்க பலி விழும்...'

'மினிட்ல வந்துர்றேன் வாத்யாரே... போகலைன்னா, ரகு சுளுக் கெடுத்துருவான்...' என்று சீனு புறப்பட... ப்ரமோத், நோயல், அகல்யா, ஸ்வேதா மட்டும் இருக்க... 'ஸ்வேதா...' என்று குரல் கேட்டு அவளும் புறப்பட்டாள்.

'நோயல்...' என்று அவன் விளிக்க, 'ஸாரி ப்ரமோத்...' என்று அவனும் புறப்பட, 'எல்லாருக்கும் பொறாமை...' என்றான். அகல்யாவைப் பார்த்தான். 'ஏன் அழறே?'

அவளருகில் வந்து தோளோடு அணைத்து முதுகில் தட்டிக் கொடுத்துவிட்டு, 'நாம ரெண்டு பேருமே போதும், ப்ரைஸ் வாங்கிக் காட்டலாம். இவங்க எல்லாம் வெத்து... இப்பப்பாரு, ரிதம் சேந்தவுடனே இந்தப் பாட்டு எப்டி தூக்குது பாரு...'

'ஒரு உயிரின் தவிப்போ, வலியோ குறைக்க முடிந்தால் வாழ்வது வீணல்ல...'

அகல்யாவுக்குச் சற்றுத் தெம்பு வந்தது.

ப்ரமோத் பாட்டின் இடையில் நிறுத்தி, 'இன்னிக்கு உண்டா?' என்றான்.

'நோ...'

'ஒண்ணும் ஆகாதுன்னு சொல்றேன் இல்லை...'

'நோ...' என்றாள் அழுத்தமாக.

தீண்டும் இன்பம்

# 2

ஏஜே ஆர்ட்ஸ் காலேஜ் வளாகத்தில் அந்தப் போட்டி ஏற்பாடு செய்யப்பட்டிருந்தது. காலையிலிருந்தே மாணவ இளைஞர்கள் சாரிசாரியாக வந்து கூடிக்கொண்டிருந்தார்கள். சிலர் பைக்கில் வந்தார்கள். சிலர் சைக்கிளில். சிலர் தந்தையரின் விலை உயர்ந்த கார்களில். தாற்காலிகமாக அமைக்கப்பட்ட கியோஸ்க்களில் குளிர்பானங்களும் தின்பண்டங்களும் கிடைத்தாலும், பியர் கிடைக்கவில்லை என்று பலர் கோபித்துக் கொண்டு 'வி வாண்ட் பியர்' என்று கொஞ்ச நேரம் கத்தினார்கள்.

சொந்தமாகக் கொண்டுவந்திருந்த பியர் கேன்களை மரநிழலில் சென்று திறந்து குடித்துக் கொண்டிருந்தார்கள்.

இள ரத்தங்களின் பரபரப்பும் ஆவேசமும் விரவியிருக்க, சில சீரியசான மாணவர்கள் இந்தச் சந்தடியிலும் மைதானத்தில் நடைபயின்று கொண்டே பாடப்புத்தகம் படித்துக் கொண்டிருந்தார்கள். கம்ப்யூட்டர் சென்டர் திறந்திருந்தது. அதில் சில டெர்மினல்கள் விழித்திருக்க, பலர் பயின்று கொண்டிருந்தார்கள். அகல்யாவின் சரஸ்வதி ஆர்ட்ஸ் அண்ட் சயன்ஸ் கல்லூரியிலிருந்து பல்வேறு போட்டிகளில் கலந்துகொள்ள இருபது பேர் வந்து காலேஜ் பஸ்ஸில் இறங்கியபோது அகல்யாவுக்கு உற்சாகமாக இருந்தது. பஸ்ஸில் வரும்போதே ஒரு முறை பாட்டை ஹெட் போனில் ரிதம் போட்டு ஒத்திகை பார்த்து

விட்டாள். ப்ரமோத் வாசித்த ரிதம் அமைப்பில் இயல்பாகப் பாடமுடிந்தது.

ஆறு மணிக்கு ஆரம்பிக்கவேண்டிய விழா. ஒரு மத்திய துணை மந்திரி வருவதற்காக நடுவர்கள் காத்திருந்தார்கள். இளம் பெண்கள், வழுக்கைத் தலையர்களுக்கு பாட்ஜ் குத்தி உட்கார வைத்து அவர்கள் பாஷையில் 'ஸ்பீச்சிஃபையிங்' எல்லாம் முடிந்தது. விழா தொடங்க ஏழரை ஆகிவிட்டது.

பல்வேறு கல்லூரிகளின் ராக், பாப் குழுக்களின் சங்கமம். மேல்நாட்டு சங்கீதம்தான் அவர்கள் உயிர்நாடி என்பதுபோல் எம்.டி.வி-யிலும் வி.சானலிலும் பார்க்கும் தலையலங்காரங்கள். ஒரு காதுக் கடுக்கன்கள், ஆண்கள் பெண்கள் போலவும், பெண்கள் ஆண்கள் போலவும் ஒப்பனைகள், மேற்கத்திய ஹிட்களின் மோசமான பிரதிகளுடன் அவர்கள் வாத்தியத்தின் ஹைடெக் ஆரவார ஓசைகள் முதிய வயது நடுவர்களைக் கவரவில்லை. அவர்கள் அடிக்கடி கொட்டாவியை அடக்கிக் கொண்டு காதுக்குள் விரல்வைத்து நோண்டி ரீங்காரத்தை ரத்து செய்வதை அகல்யா கவனித்தாள்.

முதன்முதலில் திருச்சியிலிருந்து வந்திருந்த எஞ்சினியரிங் கல்லூரி மாணவன் புல்லாங்குழல் எடுத்துக்கொண்டு தேர்ந்த கர்நாடக இசையில் 'நன்னு பாலிம்ப' வாசித்தான். மாணவர்கள் பொறுமை இழந்து 'கோ பேக் கோ பேக், வெளியோ போ வெளியே போ' என்று மேடையில் சோவனீர் புத்தகத்தை வீசி எறிந்தார்கள். அந்தப் பையன் பெயர் ஸ்ரீதர். கலவரப்படாமல் வாசித்து முடித்தான். வெளியே நடைபெறும் இரைச்சல்கள் எதுவும் அவன் உள் மனசில் கேட்கவில்லைபோல. அடுத்து ஒரு சென்னை பெண்கள் கல்லூரி. கிறிஸ்தவ சமயச் சார்புள்ளது. மிகத் தேர்ந்த முறையில் காஸ்பெல் சங்கீதத்தை ராக் இசையில் பாடி னார்கள். பாடல் புரியவில்லை என்றாலும் அதன் துடிப்புக்குக் கைதட்டினார்கள். அடுத்து மருத்துவக் கல்லூரியின் நாற்பது பேர் கொண்ட குழு ஒரே மாதிரி டிரஸ் பண்ணிக்கொண்டு தத்தம் ஹைடெக் சாதனங்களைப் பரப்பினார்கள். ஒவ்வொரு விழா விலும் அவர்கள்தான் முதல் பரிசு பெறுவார்கள். ஏறத்தாழ சினிமா கலைஞர்களின் அளவுக்குத் திறமையுடன் மைக் முதலியவை மிகச் சரியாக பேலன்ஸ் செய்யப்பட்டு நாற்பது பேரை ஸ்டேஜில் ஏற்றி அட்டகாசமாகப் பாடினார்கள்.

தீண்டும் இன்பம்

அடுத்து சரஸ்வதி ஆர்ட்ஸ் அண்ட் சைன்ஸ் கல்லூரியின் அகல்யாவும் ப்ரமோத்தும். பாடலின் பெயர் 'வாழ்ந்தது வீணல்ல...'

'உய் உய்' என்று சீட்டி ஆரவாரம் கேட்க, ப்ரமோத்தின் கையை இறுகப் பற்றிக்கொண்டாள் அகல்யா.

அவள் மார்பில் எப் எம் மைக் உறுத்தியது.

'வணக்கம்... இந்தப் பாடல் எமிலி டிக்கின்சனின் பிரபலமான கவிதை ஒன்றின் தமிழாக்கம்.'

'பேசாதே... பாடு'

'இதை நாங்களே மொழிபெயர்த்து நாங்களே மெட்டமைத்து...'

'ஓகே.... ஓகேம்மா... சிங்கு!'

'உனக்கு என்ன வயசு? பத்தா?'

'எட்டா பாப்பா?'

ப்ரமோத் கார்க் சின்தசைஸரின் ரிதம் அமைத்தபோது அதன் பிடிப்பு மெள்ள மெள்ள அவர்களுக்குத் தொத்திக்கொள்ள, அவர்கள் ஆரவாரம் அடங்கியது.

'ஒரு இதயம் உடையாமல் நிறுத்த முடிந்தால் நான் வாழ்வது வீணல்ல...'

விழா முடிய இரவு பத்தரை ஆகிவிட்டது. பெரும்பாலான மாணவர்கள் நடுவர்களின் முடிவுக்குக் காத்திராமல் வீட்டுக்குப் போய்விட்டார்கள். அரங்கம் பாதி காலியாகிவிட்டது.

அகல்யாவும் ப்ரமோத்தும் முதல் வரிசையில் உட்கார்ந்து கொண்டார்கள். அந்தப் பையன் ஸ்ரீதரும் ஒரு ஓரமாக உட்கார்ந்திருந்தான்.

நடுவர்களில் அவர்தான் கொஞ்சம் விஷயம் தெரிந்தவர் போல இருந்தார். சந்தனப் பொட்டுக்கும் கோட்டுக்கும் பொருத்தம் இல்லாமல் இருந்தது. மேடைக்கு வந்து சோகையான கைத் தட்டலை நிறுத்தி கணீர் என்று பேசினார்.

'இந்த விழாவில் பல பேர் பல தினுசா பாடினாங்க. கர்நாடக சங்கீதத்திலிருந்து ராக் பாப், சினிமா பாட்டு என்ன என்னவோ

18 சுஜாதா

பாடினாங்க. எங்களுக்கு இந்தக் கலந்து கட்டின சமாசாரத்தை ஜட்ஜ் பண்றது சிரமமா இருந்தது. நாங்க கேட்க விரும்பினது ட்ரெடிஷனைக் காப்பாத்தறவங்களை. நம்ப சங்கீதத்தின் பாரம்பரியத்தை, ட்ரெடிஷனை காப்பாத்தறவங்களை நிச்சயம் ஆதரிச்சுத்தான் ஆகணும். அதனாலதான் புல்லாங்குழல்ல 'நன்னு பாலிம்ப'வைத் திறமையா, தைரியமா, சுருதி சுத்தமா வாசிச்சுச் காட்டின திருச்சி கல்லூரியைச் சேர்ந்த ஸ்ரீதருக்கு முதல் பரிசைக் கொடுக்கிறதுக்கு முன்னாடி...' பேச்சை நிறுத்திச் சுற்றிலும் பார்த்தார். 'ஓசி ஓசி சில்ரை எத்தனை வாங்கின' என்பதை யெல்லாம் புறக்கணித்து அவர் தொடர்ந்தார். 'அதுக்கு முன்னாடி மற்ற பேர் எல்லாம் மேல்நாட்டில் மைக்கேல் ஜாக்சன், ட்யுரான் ட்யுரான், ஈகிள்ஸ், U-2, ஏ.ஆர். ரஹ்மான், தேவா போன்றவர் களின் பாடலைப் பாடினாங்க. ஒரே ஒரு குழு மட்டும் ஒரு நல்ல ஆங்கிலக் கவிதையைத் தமிழ்ல மொழிபெயர்த்து இனிமையா அதுக்கு மெட்டு போட்டு லேசான துடிப்போட பாடினாங்க. அந்த அனுபவம் இலக்கிய அனுபவமாகவும் இசை அனுபவ மாகவும் இருந்தது. அதனால் இந்த முதல் பரிசை அவங்களுக்கும் பங்குபோட்டுக் கொடுக்க விரும்பறேன். அகல்யா அண்ட் ப்ரமோத் ஆஃப் சரஸ்வதி ஆர்ட்ஸ் அண்ட் சயன்ஸ் காலேஜ். இறுதியா மெடிக்கல் காலேஜுக்கு கொடுக்கலைன்னா இந்த ஹாலை விட்டு நாங்க வெளியே போக முடியாது. அவங்களுக்கு இரண்டாவது பரிசு.'

ப்ரமோத் அவளை இறுக்க அணைத்துக்கொண்டிருப்பதை அப்போதுதான் அகல்யா உணர்ந்தாள்.

இந்தக் கணத்தின் உற்சாகத்தில், வெற்றிப் பூரிப்பில் பல சம்பிரதாய நடத்தைகள் அறுந்துபோய் பரிசின் நியாயம் மட்டும் மனத்தை ஆக்கிரமிக்க, செக்ஸை மறந்து, மார்புடன் உரசுவதை மறந்து அணைத்த அணைப்பு அது. அகல்யா கொஞ்சம் நிதானமாகவே விலகிக்கொண்டாள்.

'இதுதான் சாக்குன்னு கைபோடறியா?' என்று மேடையின் பக்கவாட்டிலிருந்து ரகு சொன்னது சுருக் என்றது. பொறாமை அவன் முகத்தை இன்னும் கருப்பாக்கியிருந்தது. அகல்யாவின் சந்தோஷக் கிண்ணத்தில் ஒரே ஒரு துளி விஷம்.

ஏராளமான பேர் அவர்களைக் கைகுலுக்க, பெரிய ட்ராஃபியை செக்ரெட்டரி வாங்கிக்கொள்ள, 'யார் ஜெயிச்சா?' என்று ஒருத்தன்

கேட்க, 'எஸ்ஏஸி' என்று அவர்கள் தையாதக்கா நடனமாட, திரும்பச் சொல்லும்போது வேனின் ஜன்னலுக்கு வெளியே கை நீட்டி ஹாஸ்டல் வரும்வரை தட்டிக்கொண்டே சென்றார்கள்.

விடுதிக்கு வந்து உடைமாற்றிப் பல்தேய்த்துவிட்டு படுத்தபோது மணி ஒன்று. மாமாவிடமிருந்து காலையே வந்திருந்த கடிதம் கீழே கிடந்தது.

அன்புள்ள அகல்யாவுக்கு சுந்தரேசன் அநேக ஆசீர்வாதம்.

நீ நலம்தானே?

நீ கேட்டபடி பணம் ஐநூறு தந்தி மணியார்டரில் அனுப்பியுள்ளேன். செவ்வாய்க்கிழமைக்குள் கிடைக்கவில்லையென்றால் போஸ்ட் ஆபீஸில் போய்க் கேட்கவும். கம்ப்யூட்டர் கற்க விரும்புவதில் எனக்குச் சந்தோஷமே. ஆனால், ஒரேயடியாக பத்தாயிரம் கொடுப்பது சிரமம். சாத்தியமில்லைதான். அவ்வளவு முக்கிய மென்றால் பி.எஃப் லோன் கேட்டுப் பார்க்கிறேன். வேறு ஏதாவது சல்லிசாக கோர்ஸ் இருக்கிறதா?

(தாயில்லாத என்று ஆரம்பித்து அந்த வார்த்தையை பலமுறை அடித்துவிட்டு) உனக்கு எந்த விதத்திலும் படிப்பு முடியும்வரை குறை வைக்கமாட்டோம்.

நான் வரும் பதினெட்டாந் தேதி ஆடிட்டுக்காக சென்னை வரும்போது வந்து பார்க்கிறேன். மெஸ்ஸில் சொல்லி வைக்கவும்.

இப்படிக்கு,
எஸ். சுந்தரேசன்.

அகல்யா தன்னைக் கண்ணாடியில் பார்த்துக் கொண்டாள். 'உனக்கு என்ன வயது பத்தா?'

மெள்ள வெற்றியின் ஒவ்வொரு கணத்தையும் திரும்ப நினைத்து அதை மனத்தில் தேங்கவைத்து அனுபவித்தாள். ஒத்திகை பார்த்தது, ரிதம் அமைத்தது, காலை தடுமாற்றம், 'நான் வரவில்லை' என்று அழுதது, ப்ரமோத் சமாதானப்படுத்தியது. பாட்டு தொடங்குவதற்கு முன் சட்டென்று ஏற்பட்ட வியர்வைப் பெருக்கம், தொடங்கி இரண்டாம் வரியிலேயே ஆடியன்ஸ் ஒன்றிப் போனதும் ஏற்பட்ட குதூகலம், பரிசைக் கேட்டதும்

தன்னிச்சையாகக் கண்ணில் வழிந்த நீர், அப்புறம் அந்த அணைப்பு... அப்பா! எத்தனை இறுக்க... அகல்யா தன்னைத் தானே அப்படி அணைத்துக்கொண்டாள்.

ஆஃப்டர்ஷேவையும் மீறி ப்ரமோத் வாசனை.

கீழே ஹாஸ்டலுக்கான பொதுத் தொலைபேசி இடைவிடாது அடித்துக்கொண்டிருந்தது. காவல்காரன் எடுப்பான். தூங்கிப் போயிருக்க வேண்டும். அகல்யா இறங்கி வந்தாள். அதை எடுத்து 'ஹலோ' என்றாள்.

'ரூம் நம்பர் 201-ல் அகல்யாவைக் கூப்பிடுங்க.'

'அகல்யாதான் பேசறேன்'

'அகல்யாதான்... சர்ப்ரைஸ்... ப்ரமோத்.'

'என்ன ப்ரமோத்?'

'எனக்குத் தூக்கமே வரலை.'

'எனக்கும்.'

'எல்லாத்தையும் வரிவிடாம நினைச்சுப் பார்த்தேன்.'

'நானும்.'

'வீ மஸ்ட் மீட்.'

'சரி.'

'இப்ப.'

'இப்பவா? மணி என்ன தெரியுமா?'

'கோலி மாரோ ரெடியா இரு. கால் மணில பிக் அப் பண்ணிக் கிறேன்.'

'ஹாஸ்டல் பூட்டிருக்கு ப்ரமோத்.'

'அதெல்லாம் என் பிரச்னை... தயாராக இருக்கிறது மட்டும் உன் வேலை...'

'நான் வரலை. நீ விஷமம் பண்ணுவே... ரொம்பக் கொஞ்சுவே...'

தீண்டும் இன்பம் 21

'நீ வர.'

'எங்க போறம் சொல்லு.'

'எதுக்கு பயப்படற? என் சிஸ்டரையும் கூப்ட்டிருக்கேன்... வி ஆர் ஹாவிங் எ செலிப்ரேஷன்... எங்க வீட்ல... அவ்ளவ்தான்'

'நான் மாட்டேன். போன தடவையும் அதைத்தான் சொன்ன... உன் சிஸ்டர் வரவேல்லை.'

'சரி, சம் அதர் டைம்' என்றான்.

அகல்யா யோசித்தாள். 'சரி வரேன்' என்றாள்.

# 3

ப்ரமோத் லவுஞ்சில் காத்திருந்தான். அருகில் வாட்ச்மேன் காதை சொறிந்துகொண்டு, ‘ஒரு அவர்ல வந்துருங்க, வார்டன் மேடம்க்குத் தெரிஞ்சா வேலை போயிரும்.’

‘சரி பகதூர், தாத்தாவுக்கு உடம்பு சரியில்லைங் கறதாலதான அழைச்சுட்டுப்போறேன்’ என்றான் ப்ரமோத்.

அகல்யா பைக்கின் பின் சீட்டில் உட்கார்ந்து கொண்டு அவன் தோளைப் பிடித்துக் கொண்டாள்.

‘யார் தாத்தா!’

‘பொய் இல்லைன்னா இந்தியாவுல வாழ முடி யாது’ என்றான்.

‘எங்க போறம்?’

‘வீட்டுக்குத்தான்... அங்க என் சிஸ்டர் இருக்கா... கவலைப்படாதே. ரொம்ப சைவமான பார்ட்டி...’

ஃப்ளாட் கட்டட வாசலில் நான்கு மோட்டார் சைக்கிள்கள் நின்றுகொண்டிருந்தன. லிஃப்டில் இருந்த கண்ணாடியில் தன்னைப் பார்த்துக் கொண்டாள் அகல்யா. ஏன் இவ்வளவு பதட்ட மாகத் தோன்றுகிறேன்... தலையெல்லாம் பிச்சல். பவுடர் தீற்ற நேரமில்லாமல். அவன் சொன்னான் என்று பின்னால் ஏறிக்கொண்டு வந்துவிட்டாயே...

ப்ரமோத்தின் தங்கை ரேணுவும் மற்றொரு பெண்ணும் இருந்தார்கள். சிடி ப்ளேயரில் ராப் ஒலித்துக்கொண்டிருந்தது.

மேஜைமேல் இருந்த பலவித பலவண்ண திரவங்களில் எது மது என்பது தெரியவில்லை. அகல்யாவுக்குப் பரிச்சயம் இல்லாத சில பையன்களும் இருந்தார்கள். முதல் பரிசு வாங்கிய திருச்சி ஸ்ரீதர் இருந்தான். நதிராவும் இருந்ததை அப்போதுதான் கவனித்தாள்.

'நதி நீ எப்ப வந்தே?'

'ஹாய் அகல்! கங்ராட்ஸ்! நீ நல்லா பாடலைன்னாலும் ப்ரமோ கீ போர்டுல சமாளிச்சுட்டான்.'

'நல்லாத்தான் பாடினா இவ. சும்மா சொல்றா' என்றான் ப்ரமோத். 'ஏதாவது சாப்டறயா?'

'ஸாஃப்ட் ட்ரிங்கா இருந்தா சாப்டறேன்'

'நீங்க நிஜமாகவே நல்லா பாடறீங்க' என்றான் அந்த ஸ்ரீதர். 'வாய்ஸ் நல்லாவே இருக்கு. கர்நாடக சங்கீதம் கத்துக்கலாமே? அந்தப் பாட்டில சாருகேஸி ராக சாயல் இருந்தது.'

அகல்யா 'தாங்க்ஸ்' என்று சிரித்தாள். 'நீங்க வாசித்தது மோகனம்.'

ப்ரமோத் தன் மற்ற நண்பர்களிடம் அகல்யாவையும் நதிராவையும் அறிமுகப்படுத்தினான்.

'அப்பா அம்மா வெச்சதே நதிராதானா?'

'விஜயலட்சுமி. குண்ட்டூர் விஜயலட்சுமி!'

'அகல்யாவுக்கு பாட்டு ஹாபிதான்... உண்மையா அவ... என்ன படிக்கப்போற அகல்யா?'

'ஐ.ஏ.எஸ்.'

'அன்னிக்கு டோஃபெல் எழுதி அமெரிக்கா போகப் போறேன்ன?'

'தினத்துக்கு தினம் குறிக்கோள் மாறும்... கடைசில யாராவது தயிர்வடைய கட்டிட்டு பிள்ளை பெத்துப்பா' என்றாள் நதி.

'நதி, சில சமயம் ரொம்ப அஃபென்சிவா பேசறே.'

'பரவாயில்லை' என்றாள் அகல்யா.

நதிரா, ப்ரமோத்தின் மேல் வழிந்துகொண்டிருந்தாள். அவனிடம் அருகருகே போய் அடிக்கடி ரகசியம் பேசினாள். ப்ரமோத் அதை விரும்பவில்லை என்பது தெரிந்தது.

திடும் திடும் என்று உரத்த சங்கீதம் ஒலிக்க, ஸ்ட்ரோப் விளக்கு களில் அவர்கள் நடனம் ஆடத் தொடங்க, அகல்யாவை தனியாக பால்கனிக்கு அழைத்து வந்தான்.

'ஒருவழியா உன்னை ஓரம்கட்ட முடிஞ்சுது... உனக்காகத்தான் பார்ட்டி' என்றான்.

'தாங்க்ஸ்.'

'நல்லாவே பாடின... நதி சொன்னது தப்பு.'

'தாங்க்ஸ்.'

'மாடிக்குப் போலாமா?'

'எதுக்கு?'

'நீ என் ஸ்கெட்சஸ் பார்க்கவேண்டாமா?'

அவன் வரைந்திருந்த பென் அண்ட் இங்க் சித்திரங்கள் திறமை யாகவே இருந்தன.

'இன்னும் என்னவெல்லாம் செய்வே ப்ரமோத்? படம் வரைவே... கீ போர்டு வாசிப்பே... டென்னிஸ், ஸ்டூடண்ட் லீடர், நல்லா படிக்கறே, தமிழ் சினிமா கதாநாயகன் மாதிரி' என்றாள்.

'எல்லாமே அரைகுறை, ரெஸ்ட்லஸ் மைண்ட்.'

கீழே சிரிப்பும் பாட்டும் கேட்டது. 'உங்க அப்பாம்மா அப்ஜெக்ட் பண்ணமாட்டாங்களா?'

'அவங்க வேற பார்ட்டிக்குப் போயிருக்காங்க. வீட்ல இருந் தாலும் தே டோண்ட் மைண்ட். ஏசி ரூம்ல கேக்காது.'

ப்ரமோத் அவளருகே சோபாவில் நெருக்கமாக உட்கார அவள் நகர்ந்துகொண்டாள்.

'என்ன பயம்? கடிச்சு சாப்ட்டுருவேனா?'

தீண்டும் இன்பம் 25

'இல்லை.'

'தொட்டா தப்பில்லை இந்த நாட்கள்ல.'

'அதுக்கில்லை...'

ப்ரமோத் அவளறியாமல் விளக்கின் ரெகுலேட்டரைப் பயன் படுத்தி வெளிச்சத்தைக் குறைத்திருந்தான். அவள் உடைகளை மெள்ள தளர்த்தத் தொடங்கியிருந்தான்.

'நோ ப்ரமோத்.'

'ஒண்ணும் ஆகாது... சொல்றேனில்லை.'

'நோ.'

'ஏன்?'

'வேண்டாம்... ரொம்பக் கெஞ்சாதே... எனக்குப் பிடிக்கலை.'

'பிடிக்கிறது... பயமா இருக்கு. அவ்ளவ்தானே?'

'ஆமாம். பயம்தான்.'

'ஏதாவது விபரீதமா நடந்தாத்தானே பயம்... இட்ஸ் ஜஸ்ட் நெக்கிங் கண்ணு.'

'வேண்டாம்.'

ப்ரமோத் அவளை சோபாவில் வீழ்த்த, அகல்யா முரட்டுத் தனமாக அவனைத் தள்ள, 'பின்ன எதுக்குடி பார்ட்டிக்கு வந்தே?' என்றான்.

'ஹல்லோ' என்று குரல் கேட்க, நதிரா தன் கையில் கோப்பையுடன் வந்தாள்.

'இங்க இருக்கீங்களா?'... அவர்களை ஏற இறங்கப் பார்த்தாள். அவள் கண்களில் கலக்கம் இருந்தது. மதுவோ வேறு சமா சாரமோ தெரியவில்லை. 'ஸாரி! கேரி ஆன்.'

'இப்ப ஸாரி சொல்லி என்ன ப்ரயோசனம்? டம் கேர்ள்.'

'ஸ்கெட்சஸ் காட்டிட்டிருந்தான்' என்றாள் அகல்யா ஹீனமாக.

'எனக்குக்கூட காட்டிருக்கான்.'

ப்ரமோத் அதைக் கவனிக்காமல், அகல்யாவையே பார்த்துக் கொண்டிருந்தான். அவனை நகத்தால் கீறியிருந்தாள். மூக்கில் ரத்தம் தெரிந்தது. நிராகரிப்பினால் மேல் மூச்சு வாங்கியது.

'நான் போகணும்' என்று புறப்பட்டாள் அகல்யா.

ப்ரமோத், 'நதி! இங்க வா' என்றான்.

அவள் முன்னாலேயே நதிராவைக் கட்டி அணைத்து முத்தம் கொடுத்தான்.

'பாத்தியா, இதில ஏதும் தப்பில்லை... எதிலுமே' என்றான்.

நதிரா பிரமிப்புடன், 'ஈஸி... ஈஸி ப்ரமோத்... பெட்ரூம் போயிரலாம் ப்ரமோத்.'

அவர்கள் அந்த அறைக்குள் செல்வதை பிரமிப்பாக பார்த்துக் கொண்டிருந்தாள் அகல்யா. மனசுக்குள் ஒரு விசும்பல் அவளை உலுக்கியது. கீழே வந்தபோது, மற்ற பேர் அந்த ஸ்ரீதரைச் சுற்றிலும் உட்கார்ந்திருக்க, அவன் இயல்பாகப் பாடிக் கொண்டிருந்தான்.

'உன்னழகைக் காண இரு கண்கள் போதாதே.'

பழைய தியாகராஜ பாகவதர் பாட்டை பாப் துடிப்பில் 'உள்ளழகைக் காண இரு கண்கள் போடா டேய்' போன்ற பாட பேதங்களுடன் பாடிக்கொண்டிருந்தான்.

அகல்யாவைப் பார்த்ததும் பாட்டை நிறுத்தி 'எங்க போய்ட் டீங்க?' என்றான்.

'நீங்க ஏதாவது வண்டில வந்திருக்கீங்களா ஸ்ரீதர்?'

'ஃப்ரெண்டு பைக்ல வந்திருக்கேன்.'

'என்னை ஹாஸ்டல்ல ட்ராப் பண்றீங்களா?'

'நோ ப்ராப்ளம்... ஆனா, வழி தெரியாதே...'

'சொல்றேன்.'

'எப்ப போகணும்?'

'இப்பவே.'

‘பை கர்ள்ஸ்... நைஸ் மீட்டிங் யூ’ என்று அவன் உடனே புறப் பட்டான். அவன் ஒரு 75 ஸிஸி வண்டி கொண்டு வந்திருந்தான். இருவரையும் சுமந்து மெள்ளத்தான் சென்றது.

அவர்கள் ஹாஸ்டல் வாசலை அடைந்தபோது கேட் பூட்டி யிருந்தது. வாட்ச்மேனின் அடையாளத்தையே காணோம். கேட்டை சத்தப்படுத்திப் பார்த்தார்கள். ‘வாட்ச்மேன் வாட்ச்மேன்’ பலமுறை கூவிப்பார்த்தும் சலனம் இல்லை. பதில் இல்லை.

‘தூங்கறான் போல இருக்கு. பட்டை சாராயம்.’

‘இப்ப என்ன செய்றது? எகிறிக் குதிச்சுக்கறீங்களா? தூக்கி விடறேன், இஃப் யு டோண்ட் மைண்ட்.’

‘அய்யோ வேண்டாம்.’

அவள் இடுப்பைச் சுற்றிப் பிடித்துக்கொண்டு அவளை உயர்த்திப் பார்த்தான். முடியவில்லை. சிரிப்பு வந்தது.

‘பின்ன என்ன செய்யறது?’

‘ஒரு சஜெஷன் கொடுக்கவா...?’

‘என்ன?’

‘திருவல்லிக்கேணியில் என் ஃப்ரெண்டு ரூம்ல தங்கியிருக்கேன். உங்களுக்கு அப்ஜெக்‌ஷன் இல்லைன்னா அங்க தங்கிக்கலாம். அவன் இல்லை... டூர் போயிருக்கான்...’

ஸ்ரீதரை ஒருமுறை பார்த்தாள். நம்பி ஆயிரம் மைல் செல்லலாம் என்று சொல்லக்கூடிய முகம்.

‘இப்பவே ராத்திரி ரெண்டாயிருச்சு. அங்க இங்க டீக்கடை, பீச்சுன்னு அலைஞ்சுட்டு காலைலை வந்துருவேன்.’

‘வேணாங்க...’

‘நான் வெளியே வராந்தாவில படுத்துக்கறேன். தலைகாணி போர்வை எல்லாம் நிறையவே இருக்கு.’

மற்றொருமுறை ‘வாட்ச்மேன்’ என்று கூப்பிட்டுப் பார்த்தார்கள். சலனமே இல்லை. ‘சும்மா பேசிக்கிட்டே இருந்தாக்கூட விடிஞ்சுரும்.’

அந்த அறையில் இந்தி நடிகைகள், ஷ்வாஷ்நெகர், டெண்டுல்கர், சல்மான் கான் என்று பலதரப்பட்ட போட்டோக்கள். இடையே ஐயப்பன் தனி அலமாரி ஸ்தானம் கொடுக்கப்பட்டு இருந்தார். சிறிய 14 இன்ச் டி.வி பொருத்தியிருந்தது. செய்தித் தாள்கள், பத்திரிகைகள் சைஸ் வாரியாக, தேதி வாரியாக அடுக்கிவைக்கப்பட்டிருந்தன.

'திருச்சில எங்க தங்கியிருக்கீங்க?'

'ஆண்டார் ஸ்ட்ரீட். திருச்சி தெரியுமா உங்களுக்கு?'

'தெரியாது. சும்மா கேட்டேன்... என்ன படிக்கறீங்க?'

'ஆர்.ஈ.சியில் ஆர்க்கிடெக்சர்... நீங்க?'

'எஸ்.ஏ.ஸில ஃபர்ஸ்ட் இயர்'

'அன்பிலிவபிள்... சொந்த ஊர் எது?'

'சேலம்னு சொல்லுவாங்க... வளந்ததெல்லாம் சென்னைதான்.'

'அப்பா அம்மா அங்க இருக்காங்களா?'

'அப்பா இருக்காங்க... அம்மா இல்லை.'

'இறந்துட்டாங்களா?'

'பிரிஞ்சுட்டாங்க.'

'ஸாரி.'

'அப்பா வேற கல்யாணம் பண்ணிட்டாங்க. மாமாதான் படிப்புக்கு பணம் அனுப்பறாரு.'

'நம்ம கேசு' என்றான்.

'உங்களுக்கும் அப்பா அம்மா இல்லையா?'

'இருக்காங்க. லால்குடில பாட்டு வாத்தியார். வி ஆர் பூவர். மாமா பணம் அனுப்பறாரு. பெரும்பாலும் ஸ்காலர்ஷிப்.'

'சங்கீதத்தில் எப்படி இன்ட்ரஸ்ட்?'

'அப்பா ஏ.ஐ.ஆர்-ல கிரேடு ஆர்ட்டிஸ்ட்.'

அலமாரி புத்தகங்கள் அனைத்தும் தன்-முன்னேற்றப் புத்தகங்கள். விற்பது எப்படி, அழுத்தமாகப் பேசுவது எப்படி போன்ற டேல் கார்னெகி ரகப் புத்தகங்கள், யோகா, ரேக்கி.

'என் நண்பன் ஹெல்த் நட்... ஸாரி... நீங்க மாத்திக்கறதுக்கு என் ஷர்ட்தான் இருக்கு.'

'வேண்டாம். இப்படியே படுத்ருவேன்.'

'பால் ஏதாவது வாங்கிட்டு வரட்டுமா?'

'வேண்டாம். பால் சாப்பிடறது இல்லை நான்.'

'ஜக்ல வாட்டர் இருக்கு. குட் நைட்... விளக்கணைக்கட்டுமா?'

அவன் வராந்தாவில் படுத்திருக்க, இவள் நாடாக்கட்டிலில் படுத்தாள். தூக்கம் வரவில்லை. என்னென்னவோ சஞ்சல பிம்பங்கள் மனத்தில் அலைந்தன.

திரும்பத் திரும்ப நதிராவும் ப்ரமோத்தும் அந்த அறைக்குள் நுழைந்ததும், ப்ரமோத் தன் கன்னத்தில் வைத்த முத்த முயற்சி தோற்றதும் மனத்தில் தடுமாறின. தலையணையை இறுகக் கட்டிக்கொண்டு கருவறைக்குள் குழந்தைபோல் சுருட்டிப் படுத்துக்கொண்டாள்.

பின்னிரவில் ரயிலில் போவது போலக் கனவு கண்டாள். அந்த ரயிலில் சீட்டுகள் ஏதும் இல்லை. அப்பர் பர்த் மட்டும் இருந்தது. ரயில் நிற்காமல் போய் இருட்டில் நுழைந்து சத்தம் மட்டும் கேட்டுக்கொண்டிருக்க, அவள் தடுமாறுவதாகக் கனவு கண்டாள். ஒரு முகமற்ற பெண்ணை நிர்வாணமாகப் பார்த்தாள். பயந்து எழுந்துவிட்டாள்.

'என்ன ஸ்ரீதர்?'

# 4

ஸ்ரீதர் கையில் தலையணையுடன் நின்று கொண்டிருந்தான். 'வராந்தாவில் ஃபேன் இல்லையா... கொசுக்கடி தாங்கலை! உங்களுக்கு அப்ஜெக்ஷன் இல்லைன்னா, இங்க தரையில படுத்துக்கலாமா?'

'அதுக்கென்ன படுத்துக்கங்களேன்.'

'ஃபேனைக் கொஞ்சம் பெரிசா போட்டுக்கலாமா?'

'போட்டுக்கங்களேன்.'

'குட் நைட்.'

'குட் நைட்.'

சற்று நேரம் தூக்கமில்லாமல் புரண்டாள் அகல்யா. வெளியே அடிக்கடி ஆட்டோ ரிக்ஷா கமறல் கேட்டுக்கொண்டே இருந்தது. இந்த சப்தத்தில் எப்படித்தான் ஜனங்கள் தூங்குகிறார்களோ!

ஒரு சாயங்காலம், ஒரு ராத்திரிக்கு திகட்டத் திகட்ட அனுபவங்கள். ஆயிரக்கணக்கான மாணவர்களிடையே பாடியது, பரிசு வாங்கியது, ப்ரமோத் வீட்டில் பார்ட்டி, பிரமோத்தின் சல்லாப முயற்சி, அவள் கண் முன்னாலேயே அவனும் நதியும் அந்த அறைக்குள் சென்றது. 'நீ வராவிட்டால் என்ன, என் கைசொடக்கில் வருவதற்கு நிறையப் பெண்கள் காத்திருக்கிறார்கள்' என்று சொல்ல விரும்புகிறான்.

வேறு எதற்காக என் கண் முன்னாலேயே முத்தம் கொடுத்தான்? என் பொறாமையைக் கிளப்புவதற்காகத்தான் அப்படிச் செய்திருக்கிறான்.

ப்ரமோத்தின் மேல் ஆத்திரமாக வந்தது. அவள் மனத்தை மிக சஞ்சலப்படுத்திவிட்டான். அவளுக்கு அடுக்கடுக்காகச் சின்ன வயசிலிருந்து பார்த்த தகாத காட்சிகள் அனைத்தும் நினைவுக்கு வந்து மனசைப்போட்டு உழப்பின.

மாடி வீட்டு சன்னல் வழியாக ராதை எட்டிப்பார்க்கச் சொல்லிப் பார்த்த காட்சி... அப்பாவும் பத்மினி சித்தியும்... இவள் வந்ததை அறிந்தும்கூட நிறுத்தாத காட்சி, ராதையின் அத்திம்பேர் மிலிட்டிரியிலிருந்து கொண்டுவந்த ஃப்ரெஞ்சு பாஷை புத்தகங்கள். பாஷை புரியாத, ஆனால் படங்கள் புரிந்த காட்சிகள்.

புரண்டு படுத்தபோது அவள் கை கட்டிலிலிருந்து தொங்கியது. ஸ்ரீதரின் கையைத் தொட்டது. தொட்ட உடனே விலகாமல் சற்று தயங்கியது.

ஸ்ரீதர் விழித்துக்கொண்டுதான் இருந்தான். கைவிரல்கள் பரிச்சயம் பண்ணிக்கொண்டன. உள்ளங்கையை அறிமுகப் படுத்தின. அதன்பின் விரல்கள் இவள் முழங்கை வரை வர தைரியம் பெற்றன. எல்லாம் மௌனமாக.

அவன் அருகே வந்து படுத்துக்கொள்ள, 'தப்பா நினைச்சுக்க மாட்டீங்களே?'

'ம்ஹூம்.'

காலை விருட்டென்று எழுந்தாள். ஒரு கணம் எங்கிருக்கிறோம் எனத் தெரியவில்லை. ஸ்ரீதர் எழுந்து குளித்துவிட்டு ஆவி பறக்க காபிபோட்டு வந்து அருகில் வைத்துவிட்டு, 'குட்மார்னிங்க.'

அவள் குழப்பத்துடன் எழுந்தாள். 'மணி என்ன?'

'ஆறரை. புதுசா ப்ரஷ், பேஸ்ட் இருக்கு... குளிக்கறதுன்னாலும் வென்னீர் போட்டிருக்கேன்.'

'இல்லை. ஹாஸ்டல் போய்டறேன் ப்ரமோத்.'

'நான் ப்ரமோத் இல்லை... ஸ்ரீதர்.'

'ஸாரி, ஐ'ம் கன்ஃப்யூஸ்டு.'

காபியை நிதானமாக வெற்றுப் பார்வை பார்த்துக்கொண்டே குடித்தாள்.

'ராத்திரியெல்லாம் கனா' என்றாள்.

'அது கனா இல்லை' என்றான். மௌனமாக இருந்தாள்.

'என்னை பஸ்ல ஏத்தி விட்டுட்டா போதும்' என்றாள்.

'சேச்சே... உங்களை ஹாஸ்டல்ல கொண்டுவிடறதைவிட வேறு எந்தக் காரியமும் இல்லை எனக்கு.'

அவன் பின்னால் மோட்டார் சைக்கிளில் போகும்போது இருவருமே பேசவில்லை.

'ரெண்டு நாள் இருப்பீங்களா ஸ்ரீதர்?'

'இருக்கச் சொன்னா இருக்கேன்.'

'நான் இருக்கச் சொல்லலை.'

'ப்ளான்படி கம்பன்ல போறதா இருக்கேன். நீங்க சொன்னா ராக்ஃபோர்ட்டுக்கு மாத்திக்கறேன்.'

'வேண்டாம்' என்றாள் அவசரமாக.

வாட்ச்மேன் பகதூர், 'எங்கம்மா போயிட்டீங்க, ராத்திரியே வர்றதாச் சொல்லிட்டு? அவர் வந்து விசிட்டிங் ரூம்ல காத்திருக்காரு.'

'யாரு?' என்றாள் பதற்றத்துடன்.

'அவருதாங்க... என்னவோ பேர் சொன்னாரு. ஊர்லருந்து வந்திருக்காரு. அப்பாவோ மாமாவோ?'

துணுக்குற்று பார்வையாளர் அறைக்குச் சென்றாள். சுந்தரேசன் ஹிந்து பேப்பர் படித்துக்கொண்டிருந்தார். பக்கத்தில் சுருக்கமாக ஒரு பெட்டியும் ஊது தலையணையும்.

'எப்ப வந்தீங்க மாமா.'

'எங்க போய்ட்ட ராத்திரியெல்லாம்' என்று அதட்டினார்.

முதலில், படிக்கப்போயிருந்தேன் என்று சொல்லலாம் என்று யோசித்தாள். வேண்டாம். உண்மையைச் சொல்லிவிடுவது

தீண்டும் இன்பம்

உத்தமம். 'ப்ரெண்டு வீட்டில ஒரு சின்ன பார்ட்டி இருந்தது மாமா. ராத்திரி லேட்டாயிடுச்சு. அதனால அங்கேயே தூங்கிட்டு...'

'ஹாஸ்டல்ல இதெல்லாம் அனுமதிக்கிறாங்களாம்மா.'

'சாதாரணமா பண்றதில்லை மாமா. நேத்து ராத்திரி ஒரு காம்பெடிஷன்ல எங்க காலேஜ் ஜெயிச்சுட்டுது. அதுக்காகக் கொஞ்சம் சலுகைகள்.'

'என்ன காம்பெடிஷன்?'

'ஒரு ம்யூஸிக் ஃபெஸ்டிவல். அதில் நானும் ப்ரமோத்ங்கற பையனும் ஒரு பாட்டு பாடினோம்.'

'பாட்டா?' என்று சற்று ஏமாற்றத்துடன் சொன்னார். 'பாரும்மா, உங்கப்பன் அட்ரஸே இல்லை. அம்மாவைப் பார்க்கமாட்டே. உன் எஜுகேஷனுக்குத்தான் நான் பொறுப்பு. உன் நடத்தைக்கு நீதான் அவுட் அண்ட் அவுட் பொறுப்பு. நீ எதும் ஊர் சுத்தினா அங்கிருந்து ரிமோட் கண்ட்ரோல் பண்ண முடியாது. நம்ம கஷ்டம் தெரிஞ்சவ நீ. இந்தச் சின்ன வயசில நிறைய லைஃப் பார்த்திருக்கே. அதனால ஒனக்கு ஒரு மெச்சூரிட்டி இருக்குன்னு நான் நினைக்கிறேன். இருக்கணும் என்ன?'

'சரி மாமா' என்றாள்.

'ஏதோ கம்ப்யூட்டர் கோர்ஸ்ல சேரணும்னு பணம் கேட்டியே?'

'அதுக்கு இப்ப அவசரம் இல்லை மாமா.'

'நான் போட்ட லெட்டர் வந்ததோ?'

'வந்தது. நேத்திக்குத்தான் மாமா.'

'பி.எஃப். லோன் போட்டு வாங்கிண்டு வந்திருக்கேன். உங்கம்மா உன்னை மறந்துட்டாலும், நான் உன்னை மறக்கலைம்மா.'

'தாங்ஸ் மாமா.'

'பணத்தை கொடுத்துட்டுப் போகவா?'

'இல்லை மாமா... நீங்களும் கூட வாங்க. அந்த இன்ஸ்டிட்யூட்லயே கட்டிருங்க. எனக்கு இத்தனை தொகையை ஹாஸ்டல்ல

வெச்சுக்க பயமா இருக்கு. ரொம்ப திருட்டு இங்க. சோப்பு, ஹேர் ஆயில் எல்லாம் கூடப் போய்டறது... இருங்க குளிச்சிட்டு வந்துர்றேன்.'

'நான் பக்கத்துல போய் காபி டிபன் பண்ணிட்டு ஒன்பது மணிக்கு வர்றேன்' என்றார்.

அந்த இன்ஸ்டிட்யூட் ராதாகிருஷ்ணன் சாலையில் இருந்தது. கண்ணாடி இழைத்த முகப்பு லிஃப்ட்டில் க்ரானைட் பதித்திருக்க, அகல்யா அதனுள் நுழைந்தபோது மிகவும் ஆயாசமாகப் பிரதிபலித்தாள். வரவேற்பறை போட்டோவில் ஒரு சின்னக் குழந்தை பெரிசாக பெரியவர்கள் சட்டையை போட்டுக் கொண்டு கம்ப்யூட்டர் கீ போர்டில் சிறுவிரல் பதித்து கேமராவைப் பார்த்து திரும்பி, கீழே 'இப்பவே லேட்டு' என்று அறிவித்தது.

உள்ளே ஹைடெக் பெண்மணிகளும் டை கட்டின ஆண்மணி களும் நுனிநாக்கு இங்கிலீஷ் பேசிக்கொண்டிருக்க, மேசை விளிம்புகளில் உட்கார்ந்து காபி கோப்பையை கையில் வைத்துக் கொண்டு சிலர் தீவிரமாக கம்ப்யூட்டர் பேசிக்கொண்டிருந் தார்கள்.

சுந்தரேசன் அதையெல்லாம் வினோதமாகப் பார்த்துக்கொண்டு இருக்க,

'மிஸ்டர் சுந்தரேசன்?'

அந்தப் பெண்ணருகில் செல்ல,

'அகல்யா யாரு?'

'நான்தான்.'

'பணம் கொண்டுவந்திருக்கீங்களா?'

'ம்.' தன் இடுப்பிலிருந்து எடுத்தார்.

'வச்சுக்கங்க. அப்புறம் கேஷ் செக்ஷன்ல கட்டிடுங்க. வாம்மா... விண்டோஸ்...வர்ட் ப்ராஸசர், ஸ்ப்ரெட்ஷீட், டேட்டாபேஸ் பாக்கேஜ், அப்புறம் சி++ எல்லாம் சேர்த்து கம்ப்ரஸ் பண்ணி

ஆறு மாசத்தில எடுத்துக்கலாம். கத்துக்கற வேகத்தைப் பொருத்து மூணு மாசத்திலயும் முடிச்சுரலாம். டாப்ல வந்தா இங்கேயே வேலை கொடுப்போம். அமெரிக்கா அனுப்புவோம்.'

'மெள்ளவே கத்துக்கறேன்' என்றாள் அகல்யா.

அவள் மனத்தில் இரவின் தொடுகைகள் நிழலாடின்.

'தப்பா நினைச்சுக்க மாட்டீங்களே!'

'சாயங்காலம் ஆறு மணிலருந்து ஒன்பது மணி வரை கிளாஸ்... குறைஞ்ச பட்சம் 200 அவர் கம்ப்யூட்டர் டைம் கிடைக்கும். எப்ப ஆரம்பிக்கறீங்க?'

'உங்களுக்கு அப்ஜெக்ஷன் இல்லைன்னா இங்க தரையில படுத்துக்கலாமா?'

'அதுக்கென்ன படுத்துக்கங்களேன்.'

'அகல்யா அகல்யா!'

'என்ன' என்றாள். அப்போதுதான் நினைவு வந்தவள்போல.

'ராத்திரி சரியா தூங்கலயா நீ' என்றார் சுந்தரேசன்.

'ஆமாம் மாமா.'

'எப்ப சேர்றேன்னு கேக்கறா.'

'அடுத்த மாதம் முதல் தேதியிலிருந்து சேர்றேன்.' என்றாள்.

'வெல்கம் டு திஸ் வர்ல்ட் ஆஃப் கம்ப்யூட்டர்ஸ்! ஐ'ம் முரளி. உங்க இன்ஸ்ட்ரக்டர்' என்று ஒரு டை கட்டிய, கை கட்டிய இளைஞன் தன்னை அறிமுகப்படுத்திக்கொண்டான்.

கல்லூரிக்குச் சென்ற போது சக மாணவிகளும் மாணவர்களும் உற்சாகமாக வரவேற்றார்கள்.

'வெல்கம் டு தி க்ரேட் ட்யுவோ அகல்யா ப்ரமோத்.' இரண்டு இதயங்களை வேறு வரைந்து அம்பால் குத்தியிருந்தார்கள்.

ப்ரேயர் ஹாலுக்குமுன் அவர்கள் வென்ற கோப்பை பார்வைக்கு வைக்கப்பட்டிருந்தது.

'நம் கல்லூரிக்கு வெற்றி வாய்ப்பு தந்த ப்ரமோத்துக்கும் அகல்யாவுக்கும் வாழ்த்துக்கள்' என்று போர்டில் பல்பொடி கலரில் டிசைன் டிசைனாகப் போட்டு எழுதியிருந்தது. கரஸ்பாண்டண்ட் சாரங்கபாணி அவளைக் கூப்பிட்டிருந்தார். அவள் போனபோது ப்ரமோத் எதிர் நாற்காலியில் உட்கார்ந்திருந்தான். பீரோ நிறைய கப்புகள் அடுக்கி வைக்கப்பட்டிருந்தன. பிரிட்டிஷ் காலத்திலிருந்து கரஸ்பாண்டண்ட்டாக இருந்தவர்களின் போட்டோக்கள் சுவரின் மேல்பாகத்தை அலங்கரித்தன. அத்தனையும் தலைப்பாகையுடன்.

'வெல்டன் மை கர்ள்' என்றார் சாரங்கபாணி. அகல்யாவின் கையை வாங்கிக் குலுக்கினார்.

'நீ யாருப்பா.'

'இவன்தான் சார் ப்ரமோத்' என்றாள் கிருத்திகா சாரி.

'பாடினது இந்தப் பொண்ணுதான் சார்...'

'பேரு?'

'அகல்யா'

'யாருடைய டாட்டர்? உன் ஃபேஸ் ஃபெமிலியரா இருக்கு. அப்பா பேரு என்ன?'

'ராமசாமி' என்றாள்.

'அவரை நான் மீட் பண்ணணும். கிருத்திகா சொன்னா, நீ படிப்புலயும் ரொம்ப துடியாம். இந்த மாதிரி ஸ்டூடண்ட்ஸ்தான் வேணும். மற்றதில இண்ட்ரஸ்ட் இருக்கலாம். ஆனா படிப்பை விடக்கூடாது. விவேகானந்தர் என்ன சொன்னார்னா... அரைஸ்... எஜுகேஷன் இஸ் இம்பார்ட்டெண்ட் இளைஞர்களே. படிப்புதான் முக்கியம்' என்றார்.

அறையை விட்டு வெளியே வந்தபோது ப்ரமோத் அவளிடம் 'தாத்தா ரீல் வுடுது பாரு... விவேகானந்தர் அதைச் சொல்லவே இல்லை. எம்.சி.ஏ சீட்டுக்கு ஒரு லட்சம் வாங்கலாம்னு கூட விவேகானந்தர் சொல்லியிருக்கார் என்பார். அகல்யா ஐம் வெரி ஸாரி.'

'எதுக்கு?'

‘நேத்திக்கு கேனத்தனமா பாமரத்தனமா உங்கிட்ட நடந்து கிட்டேன். மண்டைல நாலு கிளாஸ் பியர் ஏறிருச்சா, செய்யறது என்னன்னே தெரியாம...’

‘அதனால பரவாயில்லை.’

‘ராத்திரி ரொம்ப லேட்டாயிருச்சு போல... நிஜமாகவே நிஜ மாகவே ஸாரி... காட்டான் நான். உன்னை உக்கார வெச்சு என்ன என்னவோ பண்ணப் பார்த்தேன். தப்பு.’

மௌனமாக இருந்தாள்.

‘இனிமே நீயும் படிக்கணும். நானும் படிக்கணும். ஹிஸ்டரி, சோஷியாலஜில ஏதாவது சந்தேகம் வேணும்னா கேளு.’

அகல்யா யோசித்தாள். ‘சந்தேகம் இருக்கு. ஆனா, ஹிஸ்டரி சோஷியாலஜில இல்ல.’

‘பின்ன?’

‘நேத்து நதியோட என்னவெல்லாம் செய்தே?’

‘அதோ அவளே வராளே... நதி, நாம ரெண்டுபேரும் என்ன செய்தோம்னு கேக்கறா அகல்யா.’

‘சொல்லட்டுமா சொல்லட்டுமா!’ என்றாள் நதிரா. ஜீன்ஸ் பாண்ட்டும், மார்பில் முடிச்சுடன் ஷெமிசும் அணிந்துகொண்டு, கையில் புதிய நகங்கள் பொருந்தி கறுப்பு லிப்ஸ்டிக்! ‘சொல்லிடு வேன்’ என்று ப்ரமோதை பயம் காட்டினாள்.

அவளிடமிருந்து பர்ஃப்யூம் மணம் மிகக் காட்டமாக இருந்தது.

‘சொல்லேன்.’

‘ரெண்டு பேரும் சேர்ந்து ஸ்க்ராபிள் ஆடினோம்’ என்று அட்டகாசமாகச் சிரித்தாள்.

# 5

அகல்யாவுக்கு நதிரா சொன்னது ஆறுதலாக இருந்தது. ஆனால் அவள் எப்போது பொய் பேசுகிறாள், எப்போது நிஜம் என்று சொல்வது கஷ்டம்.

'அந்தக் காட்சியைப் பார்த்தா நீ பொறாமைப்பட்டு எம்பின்னால ஓடிவந்துருவேன்னு சிறுபிள்ளைத் தனமான எண்ணம்! மடையன் நான்' என்று தலையில் அடித்துக்கொண்டு, 'இனிமே உங்கிட்ட அந்த மாதிரி தப்பா நடந்துக்கவே மாட்டேன் ஸாரி! ஸாரி!' என்றான் ப்ரமோத்.

'எங்கிட்ட தப்பா நடந்துப்ப இல்லியா... ஐ டோண்ட் மைண்ட்' என்றாள் நதி.

'இவ பேச்சை நம்பாதே அகல்யா. ரொம்ப ரொம்ப டீப் இவ. தன்னை எப்படி பத்திரப் படுத்திக்கறதுன்னு நல்லாவே தெரியும். என்ன நதி? Thus Far? என்று மூக்கைத் தொட்டான். 'And no Further' என்று சொல்லி கை உயர்த்தி அவன் கையைத் தட்டினாள். அகல்யாவைத் தனியே அழைத்த நதிரா, 'இருக்கிறது ஒண்ணே ஒண்ணுதான். கொடுத்துட்டோம்னா அவங் களுக்கு நம்ம மேல இண்ட்ரஸ்ட்டே போயிரும் என்ன?' அகல்யாவுக்கு அழுகை வந்தது.

கிருத்திகா சாரி மேடம் அகல்யாவை அழைத் திருந்தாள்.

'ஒரு நேஷனல் டிபேட்டுக்கு எச்.ஆர்.டி மினிஸ்ட்ரிலருந்து நாமினேஷன் கேட்டிருக் காங்க. டெல்லி போறயா?'

'இல்லை மேடம்... படிக்கணும்.'

'மியூஸிக் ஃபெஸ்டிவெல்லுக்கு மட்டும் நேரம் இருக்கா?'

'இல்லை மேடம். எங்க மாமா வந்து கம்ப்யூட்டர் க்ளாஸ்ல வேற சேத்து விட்டுட்டார். அதனால டிபேட் கிபேட்னு ப்ராக்டீஸ் பண்ண சமயமிருக்காது.'

'என்ன கோர்ஸ் சேர்ந்திருக்கே?'

'என்னவோ பேர் சொன்னாங்க. மொத்தம் பத்தாயிரம் முதல் இன்ஸ்டால்மெண்ட் கட்டியாச்சு. ஆறு வாரத்துக்கு ஒரு முறை தவணையில் கட்டணுமாம்.'

'பரத நாட்டியத்துக்கு பதிலா பெண்கள் கம்ப்யூட்டர் கத்துக்கும் படியா வந்துருச்சு. என்ன கோர்ஸ்னு தெரியாம சேர்றே!'

'ஏதாவது உபயோகமா இருக்கட்டுமேன்னு.'

'வாழ்க்கைல உன் குறிக்கோள் என்ன, சொல்லு பார்க்கலாம்?'

மேஜை மேல் டவலை விரித்து ஹாட் கேரியரை திறந்து சிறிய டிபன் பாக்ஸை எடுத்து அதிலிருந்து லெமன் ரைஸைக் கொஞ்சம் எடுத்து பேப்பர் தட்டில் வைத்து, ப்ளாஸ்டிக் ஸ்பூன் கொடுத்து அவளைச் சாப்பிடச் சொன்னாள்.

'வேண்டாம் மேடம். நீங்க சாப்பிடுங்க. நான் மெஸ் போயிர்றேன்.'

'பிகு பண்ணிக்காதே. எனக்குத் தனியா சாப்பிடப் பிடிக்காது. சொல்லு! உன் குறிக்கோள் என்ன?'

'ஏதாவது ஒரு பரீட்சை பாஸ் பண்ணிட்டு வேலைக்குப் போறதுதான். மாமாதான் இதுவரைக்கும் ஃபைனான்ஸ் பண்ணியிருக்கார்.'

'உங்க அப்பா வந்து பார்க்கறதில்லையா?'

'போன் பண்ணா வருவார்.'

'பின்ன?'

'நான் போன் பண்றதில்லை.'

'ஏன்?'

'அது பெரிய கதை மேடம்.'

'அம்மா?'

'அம்மாவும் இருக்காங்க.'

'எங்க?'

'லிவிங் வித் சம்படி.'

கிருத்திகா அவளைப் பரிவுடன் பார்த்து, 'உன் மனவலிமையைப் பாராட்டறேன்... இவ்வளவு சோகத்தை வெச்சுக்கிட்டு இவ் வளவு சூட்டிகையாப் படிக்கிறியே!'

'ஒரு வேளை அதான் காரணமோ என்னவோ!'

முதன் முதல் கம்ப்யூட்டர் விசைகளைத் தொட்டபோது புதிய அனுபவமாக இருந்தது. திரையில் சதா கண் சிமிட்டும் கர்ஸர், சின்னச் சின்னப் பொம்மைகள்.

'இது மவுஸ். இது லெஃப்ட் பட்டன், இது ரைட் பட்டன். பெரும் பாலும் லெஃப்ட் பட்டனைத்தான் பயன்படுத்தறோம். இதை மவுஸ்பேட்ல எங்க கொண்டு போறமோ, அதுக்குத் தகுந்தாப்பல இந்த அம்புக்குறி நகர்றது பாருங்க' என்றான் முரளி.

படுத்துக்கொள்ளும்போதுகூட டையையும் புன்னகையையும் கழற்றி வைக்கமாட்டான் போல் தோன்றினான். 'ஒரு வாரத்தில் உங்களுக்கு விண்டோஸ் வந்துரும். அதில டயம் வேஸ்ட் பண்ணாதீங்க. வீஷுவலுக்குப் போயிருங்க. நான் ஸ்பெஷலா க்ளாஸ் எடுத்து தேத்திர்றேன் உங்களை' என்றான்.

நாற்காலியை மிக அருகில் போட்டுக்கொண்டு அவ்வப்போது தோளைத் தொட்டான். சகோதர வாத்ஸல்யம் போல.

அகல்யாவுக்குப் பிடிக்கவில்லை. எப்போது சொல்வது என்று யோசித்து, ரெண்டு நாள் போகட்டும் என்று ஒத்திப்போட்டாள்.

கிருத்திகா சாரி அவளை விடுவதாக இல்லை. ப்ரின்ஸிபால், கரஸ்பாண்டண்ட் மூலம் அவளைப் படையெடுத்தாள்.

'பாரும்மா! இந்த காம்பெட்டிஷன்ல நாம் பங்கு கொண் டோம்னா யு.ஜி.சி-ல நமக்கு நல்ல பேரு வரும். டெல்லில நம்ம

காலேஜை கவனிப்பாங்க. ஒரு சென்டர் ஆஃப் எக்ஸலன்ஸா மாத்திரலாம்.'

'இந்த டிபேட்டுக்கு இலக்கண சுத்தமா இங்கிலீஷ் பேசறதே நீ ஒருத்திதான்மா.'

'அப்படிச் சொல்லாதீங்க சார், என்னைவிட பலபேர் நல்லாவே இங்கிலீஷ் பேசறாங்க.'

'அதெல்லாம் கான்வென்ட் இங்கிலீஷ். நீ பேசறது டிபேட்டுக்கு உரிய ரென் அண் மார்ட்டின் இங்கிலீஷ். எப்ப 'ஷல்' போடறது, எப்ப 'வில்' போடறதுன்னு தெரிஞ்ச இங்கிலீஷ். மேலும் பொதுவான விஷயங்களையெல்லாம் படிச்சு வெச்சிருக்க. அங்கங்கே கொட்டேஷன் கொடுத்து, ஜோராப் பேசுவே. கிறிஸ்டியன் காலேஜ்ல உன்னை டைரக்டர் கவனிச்சிருக்கார். வேணும்னா ஏர்ஃபேர் கொடுக்கறோம்' என்றார்.

'ஏரோப்ளேனா?!'

'மிஸ் சாரி... ஏ.சி. ஸ்லீப்பர் பாருங்க. இல்லைன்னா ப்ளேன்.'

'யோசிக்கறேன்.'

'மிஸ் சாரி, இவ பேரை ஃபேக்ஸ் அனுப்பிச்சிருங்க.'

'யோசிக்கணும் சார்' என்றாள் அகல்யா.

'யோசிச்சு சம்மதம்னு சொல்லு. போம்மா. டெல்லி தாஜ்மகால் எல்லாம் சுத்திப் பார்க்கலாம்!'

'கூட யார் வராங்க?'

'யோசிக்கறேன் சார்' என்றாள். உள்ளத்தின் உள் ஒரு பெயர் குறுகுறுத்தது. டெல்லி தாஜ்மகால்.

'அல்லா உன் ஆணைப்படி எல்லாம் நடக்கும்' என்று மனசுக்குள் இளையராஜா ஒலித்தார்.

கல்லூரி விடும்போது ப்ரமோத்தை தேடினாள். கீதா, சுரேஷ் போன்றவர்களிடம் ஏதோ பேசிக்கொண்டிருந்தாலும் கண்கள் மைதானம் முழுவதும் ப்ரமோதைத் தேடின. சீனுதான் தெரிந்தான். ரகுவின் பின்னால் ஓடிக்கொண்டிருந்தான். அவனை அழைத்தாள். ஓடி வந்தான்.

'என்ன அகல்யா?'

'ப்ரமோதைப் பார்த்தியா?'

'பாஸ்கெட் பால் கோர்ட்ல இருக்கான். இன்னிக்கு மாட்ச் அவனுக்கு. இண்டர் காலேஜியேட்.'

'பாஸ்கெட் பால் பார்க்கணுமா? நான் கொண்டுவிடறேன் கண்ணு' என்றான் ரகு.

'இல்லை ரகு... நான் போய்க்கறேன்.'

'நீ போறதுக்குள்ள மாட்ச் முடிஞ்சுரும். நம்ம காலேஜ் தோத்துக் கிட்டு இருக்குது. ப்ரமோத் உன்னை பார்த்தா கொஞ்சம் தெம்பா யிருவான். வா, மடியா அழைச்சுட்டுப் போறேன்'

மோட்டார் சைக்கிள் பின்னால் ஏறிக்கொள்ள, அவன் விருட் டென்று புறப்பட்டான்.

'இத பார்றா கட்சித்தாவல்னா இதுதாண்டா' என்றான் சீனு.

'அகல்யா... நாளைக்கு ஸ்டூடண்ட் கவுன்சில் மீட்டிங் இருக்கு, வரல்ல?'

'கவுன்சில் உயிரோட இருக்குதா என்ன?' அதில் அவன் மெம்பர்.

'உயிர்ப்பிக்கறோம். வரல்ல?'

'வரேன்.'

அவர்கள் இறங்குவதை போர்டிலிருந்து பார்த்தான் ப்ரமோத். கடைசியில் ப்ரேக் போடும்போது முதுகில் படவேண்டி யிருந்தது.

டைம் அவுட்டில் இருந்தார்கள். ஸ்கோர் 73-74. இவர்கள் 73. கேரளாவிலிருந்து வந்திருந்த காலேஜ் 74. 'தோத்துட்டாங்க ஃபுல் கோர்ட் ப்ரஸ் ஆடறாங்க அவங்க. ஸ்கோர் பண்றது கஷ்டம்.'

ஆட்டம் முடிய இன்னும் எட்டு செகண்டு இருந்தது.

அவர்கள் கல்லூரியின் ஆதரவாளர்கள் படையெடுக்கத் தயாராக இருந்தனர். ரெஃப்ரி கடிகாரத்தைப் பார்த்துக்கொண்டே விசில் ஊதத் தயாராக இருக்க, ப்ரமோத் ஒரு முறை அகல்யாவைப் பார்த்தான்.

அவள் அவனை நோக்கிப் புன்னகைத்துக் கையசைத்தாள்.

ப்ரமோத் பாதி கோர்ட்டிலிருந்து குருட்டாம் போக்காக ஒரு கடைசி முயற்சியாகப் பந்தை எறிந்தான்.

ஒருகணம் காலம் நின்றது. பந்து அரைவட்டமாக வந்து மிக மிகத் துல்லியமாக வளையத்தில் கூடப் படாமல் வலைக்குள் விழுந்தது.

75-74.

சுற்றிலும் இருந்த அத்தனை உள்ளூர் ஆதரவாளர்களும் கோர்ட்டில் பாய்ந்தார்கள்.

'லக்குடா இவனுக்கு' என்றான் ரகு. ப்ரமோதை அவர்கள் தலைக்கு மேல் உயர்த்திப் பந்தாட, அவன் சமாளித்து இறங்கி அகல்யாவை நோக்கி நேராக வந்தான்.

இன்னமும் மூச்சிரைத்துக் கொண்டிருந்தது. உடலெல்லாம் வியர்வை. டி-ஷர்ட்டை அவசரமாக அணிந்துகொண்டு, 'நீ வந்தே அகல்யா! அப்படியே ஒரு இன்ஸ்பிரேஷன் வந்திருச்சு. மயிரை கட்டி மலையை இழுத்தாப்பல. இருக்கறதோ எட்டு செகண்டு. ஒரு வீசு வீசிப் பார்த்தேன். விழுந்திருச்சு. இந்த வெற்றிக்கும் நீதான் காரணம்.'

ரகு, 'அப்ப நாளைக்கு வர இல்லை அகல்யா?' என்றான்.

'அவ எங்கயும் வரலை' என்றான் ப்ரமோத்.

'இவளைக் கேளுப்பா. இப்பத்தான் வரேன்னு சொன்னா.'

'ஸ்டூடண்ட் கவுன்சில் மீட்டிங் ப்ரமோத்.'

'ஏம்மா பாத்ரூம் போறதுன்னாகூட ப்ரமோத்தைக் கேட்டுட்டுத் தான் போவியோ?' என்றான் ரகு.

'ரகு, வெறுப்பேத்தாதே. கெட் லாஸ்ட்.'

இதற்குள் சீனு அவர்களை வந்தடைந்தான்.

'சீனு, வாடா... நாம பால் ப்ராக்டீஸ் போகலாம். அகல்யா நான் சொல்றேன் கேளு. உன்னோட சுதந்தர சிந்தனையை இழக்காதே. கீப் யுர் இண்டிபெண்டன்ஸ். அதான் சொல்றேன்' என்றான் ரகு.

'ப்ரமோத்... நீ டெல்லிக்கு வரியா என்கூட?' என்றாள் அகல்யா.

மாலை வெளிச்சம் மெள்ள மெள்ள மங்க, சீனு அவ்வழியே சென்ற ஒரு பெண்ணைப் பார்த்து, 'ஹாய்! நீ நம்ம காலேஜா, புதுசா இருக்கே!' என்றான்.

அவள் அருகில் இருந்தவன், 'பிஸ் ஆஃப்' என்றான்.

'நான் உங்கூட பேசலை பிரதர்.'

'நான் உங்கூடத்தான் பேசறேன் பிரதர். குக்ரி பார்த்திருக்கியா, நேப்பாள் கத்தி?'

'நான் இப்ப என்னப்பா கேட்டேன். ரகு இந்தாளைக் கவனி.'

'வேண்டாம் வந்துரு. பார்ட்டி, அவுட்சைடு பார்ட்டி.'

'பேதியாய்ட்டான் பாரு. இவங்க ஜாதியே இப்படித்தான். தயிர்வடைங்க.'

'ஏய்! ஜாதியை மட்டும் இழுத்த... அப்புறம் பொல்லாப்பாயிரும்.'

'என்னடா செய்வே? தயிர்வடை, மோர்க்குழம்பு, தொன்னை, பக்கெட் சாம்பார்.'

'அப்புறம் உங்க ஜாதியை இழுத்துவிட்டா என்ன ஆகும் யோசி?'

'இழுடா பார்க்கலாம்!'

'அப்புறம் கவனிச்சுக்கலாம்' என்று சீனு பின்வாங்கினான். அந்த முரடன் பாம்பு விரலால் வானத்தில் குத்தினான்.

அவர்கள் சென்றதும் சற்று நேரம் திகைத்து ரகு, 'சீனா! தேங்கா பறிச்சு நாளாச்சுறா!' என்றான்.

'போடா... நீ ரொம்ப வெத்துரா.'

'பைல எத்தனை வெச்சிருக்கே?'

'ரெண்டு பெரிய நோட்டு. ப்ராக்டிக்கல் நோட்டு வாங்கன்னு கேட்டு வாங்கினது.'

'வா போதும்!'

தீண்டும் இன்பம்

அவர்கள் சென்ற இடம் ஒரு சந்தில் இருந்தது. நியான் தாழ்வாக ஒளிர, கதவைத் திறக்கும்போதெல்லாம், ட்ரம் ஒலி கசிந்தது. உள்ளே எல்லாம் சிவப்பாக இருந்தது.

வாசலில் சாக்கட்டியில் Siz Sizzling Cabarets by Sonali Manisha Sridevi Simran Ramba and Mantra என்று போர்டு போட்டிருக்க, அலட்சியமாக சூயிங்கம் மென்றுகொண்டு 'ரெண்டு கூப்பன் கொடுங்க' என்றான்.

வாசலில் இருந்த தர்வான் மீசையுடன் கையில் பூண்போட்ட தடியுடன், 'தம்பி உனக்கு என்ன வயசு?' என்றான்.

'இருவதுங்க.'

சீனுவைப் பார்த்து, 'இவனுக்கு'

'இவனுக்கும் இருவதுங்க.'

எங்கே பார்க்கலாம் என்று மார்பு பட்டனை அவிழ்த்து 'மார்ல ஒரு முடி இல்லை. யார்ட்ட கதைவுடறீங்க?'

'இன்னிக்குதான் ஷேவ் பண்ணினேன் சார்.'

'போடா!'

அவர்கள் இருவரும் நெட்டித்தள்ளப்பட்டனர்.

'போன்னு சொன்னா போயிர்றோம். அதுக்குன்னு தள்ளணுமா இப்படி?'

பாண்ட் மண்ணைத் தட்டிக்கொண்டு எழுந்திருக்க, 'தம்பிகளா எதுக்கு காபரேக்கெல்லாம் போய்கிட்டு? நம்ம கூட வாங்க!'

'எங்க?'

அவன் வாயில் அதக்கிய புகையிலையை 'ப்ளிச்சுக்' என்று துப்பிவிட்டு பான் பராக் மணக்க மணக்க 'பாரடைஸ்க்கு' என்றான்.

# 6

ரகு அந்த ஆசாமியுடன் சற்று தூரம் போய்ப் பேசுவதையும், 'இரு' என்று சைகையில் சொல்லிவிட்டுத் தன்னிடம் வருவதையும் சீனு பதற்றத்துடன் பார்த்தான். ரகு அருகில் வந்ததும் 'பணத்தைக் கொடு... பார்க்கணும்ங்கறான்.'

'ரகு வேண்டாம்...வா, போயிரலாம்.'

'குடுரா...என்னடா வேண்டாம்.'

'இந்த இடம் நான் நினைக்கிற எடம்னா வேண்டாம்.'

'பின்ன என்ன, பேயாழ்வார் சந்நிதின்னு நெனைச்சயா? ஒண்ணும் ஆகாதுறா முட்டாள். எடு நோட்டை.'

அதற்குள் தெலுங்குக்காரன் அருகே வந்து விட்டான். ரகு அவன் பையிலிருந்து சுதந்தரமாக நூறு ரூபாய் நோட்டுகளை எடுத்துக்காட்ட, 'சாலு ஆஃப்நைட்டு சாலு.'

'பரவால்லைகாரு... எல்லாம் வச்சிக்கப்பா... மணி மார்க்கெட் டைட்டா இருக்குது'

'ரகு, நான் வரலை. நீ வேணா போய்ட்டு வந்துரு.'

'சும்மார்றா நீ ஒருத்தன்! ரெண்டு பேருக்கும்தான் பேசிருக்கேன்.'

'ரகு ப்ளீஸ்.'

'ரா தம்பு. பார்த்தா நாகேஷ்வர்ராவ் கொடுக்கு போல இருக்க...ரா பயம் காது... இது பங்காரமா' என்று சீனுவின் கழுத்துக்குள் இருந்த சங்கிலியை விரலால் வெளிப்படுத்தினான்

'வாடா... சர்க்கார்ல இதுக்குன்னு வெண்டிங் மெஷினே வெச்சிருக்காங்க. மாஸ்டர் காரு... பார்ட்டி எங்க இருக்குது. போன தடவை மாதிரி ராயபுரம், கொருக்குப்பேட்டைன்னு அலையவிடாதே' என்றான் ரகு.

'சே, இப்ரகாசம் அப்டி செய்வனா? அப்டி போயி இப்டி சந்து திரும்பினா ரெண்டாவது சந்து. பார்ட்டிகிட்ட எதுவும் பணம் கொடுக்கவேண்டாம். வெளியே வந்தப்புறம் எங்கிட்ட கொடுக்கணும். ரெண்டு பேரும்... அது அட்பான்சு' என்று பாதி பணத்தை எடுத்துக்கொண்டு ஒரு ஆட்டோவை நிறுத்தி ஓட்டுனர் சீட்டில் ஒட்டிக்கொண்டான். 'மினரல் வாட்டர் காவலா.'

பின் சீட்டில் சீனு குளிப்பாட்ட அழைத்துச் செல்லப்படும் நாய்க்குட்டி போலத்தான் சென்றான். பயமாக இருந்தது. ஆர்வமாகவும் இருந்தது. இருட்டாக இருந்தது. பான் பராக் ஒரு ஓட்டு வீட்டின் கதவைத் தட்டி, 'பார்ட்டி ஒச்சிந்தி' என்றான்.

உள்ளே ஈரமான காரிடாரில் ஒருவர் கை பம்ப் அடித்துக் கொண்டிருந்தார். இவர்கள் வந்ததைப் பற்றிக் கவலைப்படாமல் இருமிக்கொண்டிருந்தார். மரப்படிகளில் ஏறிச்செல்ல, 'இங்க தான், இருங்க' என்று ஒரு அறைக்குள் சீனு அழைத்துச் செல்லப்பட்டான்.

'கோயி பாரிட்டி ஆயா ஹை' என்று ஒரு காவல்காரர் சொல்ல, 'நேஷனல் இன்டெக்ரேஷன்னா இங்கதாண்டா' என்ற ரகு, 'சீனு கேரி ஆன்' என்று காணாமற் போய்விட்டான். சீனு அந்த அறைக்குள் தயக்கமாக நுழைந்தான்.

சுவரில் மூட்டைப் பூச்சி தேய்த்த சுவடுகள் இருந்தன. சாக்குத் திரை, கட்டில். சற்று நேரத்தில் ஒரு பெண் உள்ளே வந்தாள்.

'பைசை கொடுத்தோ' என்றாள். நிறைய பவுடர் போட்டு முகப்பருக்களை மறைத்திருந்தாள். சீனு தலையாட்டினான்.

'இரிக்க...ஏய் பிராந்தோ' என்றாள்.

'நான் பிராந்தி சாப்டறதில்லை.'

'பிராண்டியில்லா...பிராந்து...'

'நான்... நான் அதுக்கு வரலை!'

'பேப்பர்காரனோ... என்னை இண்டர்வ்யூ எடுக்கறதோ!' என்று பெரிசாகச் சிரித்தாள். Inderview என்று உச்சரித்தாள்.

'பேர் எந்தா?'

'எம்பேரு ஜவகர்' என்றான் சீனு. எச்சில் விழுங்கிக்கொண்டு.

அவள் தன் தலைமயிரை இறுக்கப் பந்தாகச் சுருட்டி முடிந்து கொண்டு கையில் ரப்பர் வளையல்களை கழற்றி வைத்துவிட்டு தலைப்பூவை அழுக்குத் தலையணையின் அடியில் வைத்து விட்டு மார்புப் புடவையை களைந்து செங்கல் நிறப் பாவாடையில் கட்டிலில் உட்கார்ந்து 'தொடங்கு' என்றாள்.

சீனு, 'பாரு...நான் நிசமாவே அதுக்கு வர்லை.'

'பின்ன எதுக்கு வந்நோ? பட்டி!' என்றாள் ஆத்திரமாக 'எடு பைசையை.'

'அவன் வெச்சிருக்கான்.'

சீனு விளிம்பில் உட்கார்ந்தான்.

அவள் அவனைத் தன்மேல் இழுத்துக்கொண்டாள்.

குழந்தையின் அழுகை கேட்டது.

அவள் 'இரிக்கு' என்று சொல்லி கட்டிலுக்கு அடியிலிருந்து ஒரு கைக்குழந்தையை எடுத்து 'கொச்சு மேளே பொந்நு மோளே ஓமனே' என்று கொஞ்ச ஆரம்பித்தாள். 'அல்பம்... பிராண்டி கொடுத்தெங்கில் உறங்கும்' என்று அலமாரியிலிருந்து பாலாடையை எடுத்தாள். சீனு சட்டென்று தீர்மானித்து அறையை விட்டு விலகி புறக்கதவின் மூலம் ஓட்டுச் சரிவில் மொட்டைமாடியில் ஓடினான். கிடைத்த படிகளில் இறங்கி எங்கிருக்கிறோம் என்பது தெரியாமல் சந்து சந்தாக அழுது கொண்டே ஓடினான்.

அகல்யாவுக்கு அந்த வாரம் முழுதும் உற்சாகமாக, பிசியாக இருந்தது. கம்ப்யூட்டர் வகுப்புகளில் அந்த முரளி என்கிற

இளைஞன் சிரத்தையாகச் சொல்லிக்கொடுக்க விண்டோஸ் வசதிகள் அனைத்தையும் சுலபமாகக் கற்றுக்கொண்டுவிட்டாள். எக்ஸெல் போன்ற மென்பொருளின் இரண்டாயிரம் சாத்தியங்களின் வியப்பில் ஆழ்ந்திருந்தாள். தென்மண்டலப் பிரதிநிதியாக ப்ரமோதுடன் டெல்லிக்குப் போகிறாள். ஒரு பக்கம் ப்ளேன் டிக்கெட் வாங்கித் தந்திருந்தார்கள். திரும்ப வரும்போது ராஜதானி எக்ஸ்பிரஸில். டெல்லி சுற்றிப் பார்க்க ஒருநாள், 'கல்லூரிகளில் செக்ஸ் அறிவு எந்த அளவுக்குப் போதிக்கப்பட வேண்டும்' என்கிற தேசியக் கருத்தரங்கம். அதற்கு பரீட்சைக்குப் படிப்பதுபோல இரண்டு பேரும் லைப்ரரி ஹாலில் படித்தார்கள். 'Unplanned Pregnancy' என்ற புத்தகத்தை பிரிட்டிஷ் கவுன்சிலிலிருந்து ப்ரமோத் எடுத்து வந்திருந்தான். சன்னமான குரலில் படித்துக்காட்டினான்.

'ஒரு பெண்ணுக்கு வேண்டாத கர்ப்பம் என்பது மிகக் கடினமான, கடுமையான ஒரு அனுபவம். அது எதிர்பார்ப்பதைவிட அதிக அளவில் இருப்பது, உலகில் ஏற்படும் கர்ப்பங்களில் மூன்றில் ஒரு பங்கு வேண்டாத கர்ப்பம் என்கிற புள்ளி விவரத்திலிருந்து தெரியும். சென்ற தலைமுறைகளில் வேண்டாத கர்ப்பங்களை பெண்கள் சகித்துக்கொண்டு பிறக்கும் குழந்தைகளை வளர்ப்பது கட்டாயமாக இருந்தது. இந்த நாள்களில் திறமையான கருத்தடைச் சாதனங்கள் இருக்கும்போது எப்படி வேண்டாத கர்ப்பம் ஏற்படும் என்று வியக்கலாம். நாம் பல சந்தர்ப்பங்களில் ரிஸ்க் எடுக்கிறோம். கருத்தடைச் சாதனங்கள் பயன்படுத்தினாலும் கர்ப்ப சாத்தியங்கள் உள்ளன. அமெரிக்காவில் மாத்திரை சாப்பிடுபவர்களில் பதினாறு சதவிகிதமும், உறைகளைப் பயன்படுத்துபவர்களில் பதினாறு சதவிகிதமும் வேண்டாத கர்ப்பம் அடைகிறார்கள்.'

ப்ரமோத் அதைப் படித்துவிட்டு நிமிர்ந்தான். 'இதெல்லாமா சொல்லப்போறோம் ப்ரமோத்' என்றாள்.

'ரிஸ்க் இருக்கறது தெரியாம மாணவ-மாணவிகள் அது பத்திரமானதுன்னு நெனைச்சுக்கிட்டு மாட்டிக்கறாங்கன்னு சொல்லிட்டு முழுமையான செக்ஸ் எஜுகேஷனுக்கு வலுவான சாட்சியமாப் பயன்படுத்தலாம் இல்லையா? என்ன?'

'நீங்க என்ன யூஸ் பண்றீங்கன்னு கலாட்டா பண்ணுவாங்களே ப்ரமோத்? பயமா இருக்கு.'

'கேட்டா, சிரிச்சிட்டு ஐஸ்வாட்டர்னு சொல்லு.'

'புரியலை.'

'ஒரு டாக்டரை ஒருத்தர் வந்து கேட்டாராம். 'குழந்தை பிறக்காம இருக்க உத்தரவாதமா மருந்து சொல்லுங்க'ன்னு. அவர், 'ஐஸ் வாட்டர்'ன்னாராம். 'செக்ஸ்க்கு முன்னாலயா, அப்பறமா'ன்னு கேட்டாராம்... 'செக்ஸ்க்கு பதிலா'ன்னாராம் டாக்டர்!' கஷ்டப்பட்டு சிரிப்பை அடக்கிக்கொண்டாலும் ஷ் ஷ் ஷ் என்று ஒரு முதுகலையிடமிருந்து அதட்டல் வந்தது. இருவரும் வெளியே எழுந்து வந்துவிட்டார்கள். 'ஆமா நீ என்ன யூஸ் பண்ற?'

'அதெல்லாம் என்னன்னே தெரியாது.'

புஸ்தகத்தைப் புரட்டி 'டூஷ். ஐயுடி, பில் 486ன்னு ஒண்ணு உண்டு. சஞ்சீவியாம். ஒரு மாத்திரை சாப்பிட்டா ரிஷிகர்ப்பம் கூட கலைஞ்சுருமாம்.'

'உனக்கு எப்படித் தெரியும் ப்ரமோத்?'

'எல்லாம் கேள்வி ஞானம். 1999-க்குள்ள ஆண்களுக்கும் ஒரு மாத்திரை வந்துருமாம்.'

'ப்ரமோத்?' என்று தயங்கினாள்.

'நீ என்ன கேக்கப்போறேன்னு தெரியும். இல்லை இல்லை இல்லை.'

'எனக்கு பயமா இருக்கு'

'பாரு, உனக்கு முப்பத்திரண்டாவது தடவையா சொல்றேன். அவ்வளவு பொறுப்பில்லாதவன் இல்லை நான். தொடறதாலயும் முத்தமிடறதாலயும் எதுவும் வராது. அல்லது மகாபாரதத்தில் குந்திக்கு நேர்ந்த மாதிரி Immaculate Conceptionல்லாம் இந்தக் காலத்தில் நடக்காது' என்றான். 'மேலும் எனக்கு படிச்சுட்டு அமெரிக்கா போகணும். அதான் முக்கியம்... சக மாணவிகளைக் கர்ப்பமாக்கறதில்லை.'

இருவரும் வளாகத்தில் நடந்து சென்றபோது எதிரே ரகுவும் சீனுவும் வந்தார்கள். 'என்னப்பா... ரெண்டு பேரும் டெல்லி போறீங்களாமே?'

'ஆமாம்பா.'

'ஜமாய்ங்க. சில பேருக்கு புள்ளிமான் மாதிரி உடம்பெல்லாம் மச்சம்டா சீனு.'

ப்ரமோத் அவனை ஏளனமாகப் பார்த்தான். 'தட்ஸ் நாட் ஃபன்னி. இப்ப ரெண்டுபேரும் சட்டையை கழட்டி சண்டை போடணுங் கறியா.'

'எதுக்குப்பா... நான் உங்கிட்ட கேட்டுக்கறதெல்லாம் ஒரே சமயத்தில் எத்தனை பெண்களை டாவடிப்பே... ஒண்ணு ரெண்டு நம்ம பக்கமும் தள்ளேன். ப்ரமோத்... பாஸ்கெட் பால், டென்னிஸ், படிப்பு எல்லாத்தையும் பாவ்லா காட்டி லெச்சரிணிங்களைக்கூட ஓரங்கட்டறியே, இது நல்லாருக்கா? டெல்லிக்கு அவதான் இங்கிலீஷ் பேசப்போறா! நீ எதுக்கு? டாபர் வேலைக்கா?'

'என்னடா சொன்னே' என்று அவன் காலரைப் பிடித்தான் ப்ரமோத்.

அகல்யா, 'ரகு, நான்தான் ப்ரமோத் வரணும்னு ரிக்வெஸ்ட் பண்ணிக்கிட்டேன்.'

அதற்குள் இருவரும் ஒருவரை ஒருவர் கட்டிப்பிடித்து, கழுத்தைப் பிடிக்கப்பார்த்து, காலைக் கவிழ்க்கப் பார்த்து சண்டை போடத் தொடங்கினார்கள்.

'ரகு, ப்ரமோத்... ப்ளீஸ் நீங்கள்லாம்... நாகரிகமற்றவங்களா?'

சீனு, 'கொஞ்சம் சண்டை போடட்டும்... தடுக்காதே அகல்யா' என்றான்.

இதற்குள் மற்ற மாணவர்கள் ஆளுக்கொரு பக்கம் சேர்ந்து கொண்டு இருவரையும் பாதி மனத்துடன் விலக்கினார்கள். இருவரும் அவர்கள் கட்டுப்பாட்டை மீறி,

'உன்னை பலி போடலைன்னா எம்பேரு ரகு இல்லைடா' என்று ரகுவும்,

'வாடா உன்னை பீஸ் பீஸா கிழிக்கிறேன் நாயே' என்று ப்ரமோதும் உரத்த குரலில் கத்த,

'நீ எதுக்கு அழறே அகல்யா?' என்றான் சீனு.

'இதெல்லாம் சகஜம்.'

'என் மூடையே கெடுத்துட்டாங்க. நான் டெல்லிக்கு போகலை.'

இருவரும் விரோதமாகப் பார்த்துக்கொண்டிருக்க... சுகவனம் என்பவன் மாணவர் தலைவன் இளங்கோவனை அழைத்துவர, அவர்கள் இந்த இருவரையும் சமாதானப்படுத்தி ஐஸ்க்ரீம் பார்லருக்கு அழைத்துச் சென்றார்கள்.

இருவரும் ஒருவரை ஒருவர் பார்த்துக்கொள்ளாமல் கைகுலுக்க வைத்தார்கள். எல்லாருக்கும் ஐஸ்க்ரீம் வாங்கினார்கள். இளங் கோவன் வாங்கிக் கொடுத்தான். அகல்யா சாதாரணமாக ஐஸ்க்ரீம் சாப்பிட மாட்டாள். அவளுக்கு ஐஸ்க்ரீம் இன்று பிடித்திருந்தது.

ஹாஸ்டலில் அவளுக்கு போன் வந்தது. 'குட்டி, நான்தான் அப்பா பேசறேன்.'

'என்ன வேணும்?'

'எப்படி இருக்கே?'

'நல்லா இருக்கேன்!'

'பணம் கேட்டியாமே கம்ப்யூட்டர் சேர்றதுக்கு.'

'யார் சொன்னாங்க?'

'சுந்தரேசன்தான்.'

'மாமா கொண்டுவந்தது உங்க பணமா?'

'இல்லை, இல்லை... இனிமே பணம் வேணும்னா என்னைக் கேக்கறதில் என்ன தயக்கம் உனக்கு?'

'எனக்கு உங்க பணம் வேண்டாம். உங்க சகவாசமும் வேண்டாம்.'

'இன்னம் கோபம் போகலையா? என்ன இருந்தாலும் என் பொண்ணுதானே... ரோசம் எங்க போகும்... என் உதவி தேவைப்படும் உனக்கு... எப்ப தேவைப்பட்டாலும் தயங் காதே.'

‘தாங்ஸ்... வெச்சுரவா? போன் யூஸ் பண்ண பலபேர் காத்திருக் காங்க.’ பதிலுக்குக் காத்திராமல் போனை வைத்து விட்டாள்.

மாடிப்படி ஏறி தன் அறைக்குச் செல்லும்போது அவள் மனம் கனத்தது. ‘செத்தாலும் உன்கிட்ட வரமாட்டேன்டா.’

‘அகல்யா... என்னை உனக்குத் தெரியும். என் சுபாவம் உனக்குத் தெரியும். ஒருத்தி என்னைப்போல புருஷனை விட்டுட்டு இருவது வயசு மூத்தவன் பின்னாடி போறாள்னா எந்த மாதிரி ப்ரொவெக்கேஷன் இருக்கணும், யோசிச்சுப் பாரு!’

‘ஐ டோண்ட் கேர். நீ செய்தது தப்பு. அவ்ளவ்தான்! இனி உன் மூஞ்சில முழிக்கமாட்டேன்.’

‘இப்ப உனக்குப் புரியாது... பொறுக்கவே முடியாமத்தான் இந்தக் காரியம் செய்தேன். அதை மட்டும் ஞாபகம் வெச்சுக்கோ...’

# 7

கடைசி நிமிஷத்தில் டெல்லிக்கு ப்ரமோதால் வரமுடியவில்லை. அவனுக்குப் பதிலாக சுப்ரீதா என்கிற எம்.பி.ஏ மாணவியைத் தேர்ந்தெடுத் திருந்தார்கள். அகல்யாவுக்கு மிகவும் ஏமாற்ற மாக இருந்தது. டெல்லியில் போய் ஏறக்குறைய தமிழ் சினிமா காதலர்கள் போல சுற்றலாம், விதவிதமாக ஆடை அணிந்து பாடலாம் என்றால் இந்த சுப்ரீதா...

'என்ன ஆச்சு ப்ரமோத்?' புறப்படுமுன் அவனைச் சந்திப்பதே பெரிய காரியமாக இருந்தது.

'பாஸ்கெட் பால் மாட்ச் வந்துருச்சு... கேரளா வுக்குப் போகணும். அதை விட்டுட்டு வர முடியல.'

'உனக்கு பாஸ்கெட் பால்தான் முக்கியமா?'

'நான்தான் காப்டன் கண்ணு.'

'நாசமாப் போ.'

'பாரு அகல்யா, எனக்கு முக்கியம் ரெண்டு. ஒண்ணு நீ... ரெண்டாவது ஜி.ஆர்.இ, டொஃபெல் எழுதிட்டு அமெரிக்கா போறது. அதான் இப்ப என் லைஃப்ல முக்கியம். கோச்சிங் கிளாஸ்ல வேற சேர்ந்திருக்கேன். மேலும் நாம ரெண்டு பேரும் தனியா போறதுன்னா ஏகப்பட்ட ப்ராப்ளம். ஏகப்பட்ட காஸிப். ஏற்கெனவே இந்த ரகுப்பய பயங்கரமா கதைகட்டி விட்டிருக்கான்.'

'நம்ம ரெண்டு பேருக்குள்ளேயும் அப்படின்னா ஒண்ணும் இல்லையா?'

'இருக்கா என்ன?'

'என்ன நீ பேசறது...'

'புரியலை. அகல்யா பாரு, நான் சில சமயத்தில் தண்ணியடிச்சிட்டு கொஞ்சூண்டு தப்பிதமா உங்கிட்ட நடந்துகிட்டது என்னவோ உண்மைதான். ஆனா, அதை வெச்சுக்கிட்டு என்னை ப்ளாக்மெயில் பண்ணணும்னு இருந்தா சொல்லிரு.'

'என்ன சொல்ற நீ ப்ரமோத்? நான் உன்னை ப்ளாக்மெயில் பண்றனா? அந்த வார்த்தைக்குச் சரியா அர்த்தம்கூடத் தெரியாது.'

'பின்ன சும்மாரு. நாம ரெண்டு பேரும் ஃப்ரெண்ட்ஸ், அவ்வளவுதான்... ஞாபகம் வெச்சுக்க. காதல் பிசினஸ் எல்லாம் லேட்டர். மச் லேட்டர்.'

'போடா... என் மூடையே கெடுத்துட்டே...'

'அதுக்கு நான் என்ன பண்ண முடியும்... ஆம்பளைங்களே இப்படித்தான்னு வேணும்னா பிலாசபி பேசட்டுமா?'

அகல்யாவுக்கு டெல்லி போகவே பிடிக்கவில்லை. அழுகை அழுகையாக வந்தது. மாலை ஜுரம் போல உணர்ந்தாள். தொண்டை வேறு கரகரவென்று இருந்தது. ஹாஸ்டலுக்குப் போனதும் ப்ரமோத் டெலிபோனினான்.

'ஸாரி. சாயங்காலம் கொஞ்சம் ஹார்ஷா பேசிட்டேன். ஐ டூ லவ் யு... என்ன கொஞ்சம் அப்பப்ப குழம்பறேன். குழப்பறேன்.'

'இதே வேலை உனக்கு... எதையாவது தூக்கி எறிஞ்சு பேசிர்றது... அப்புறம் மன்னிப்பு கேட்கறது.'

'அகல்யா... நானும் நீயும் நெருக்கமா பழகின சந்தர்ப்பங்கள்ல நான் நிலைமையைப் பயன்படுத்தியிருக்க முடியும். அப்படி யில்லாம நான் விகல்பமா நடந்துக்கவே இல்லை. அதைச் சொல்லத்தான்...'

'நமக்குள்ளே செக்ஸ் எதும் நிகழலைங்கறே... அதானே?'

'அதான்.'

'அது எனக்கே தெரியும்.'

'தப்பா நெனைச்சுக்காதே அகல்யா.'

'தப்பா நெனைச்சுக்காதே...' இதை யார் சொன்னார்கள் என்று சுருக்கென்று யோசித்தாள்.

ஜெட் ஏர்வேஸ் பயணம், ஹோஸ்டஸ்ஸின் ஸின்தட்டிக் புன்னகை, சுறுசுறுப்பு, அவர்கள் கொடுத்த காலை உணவு, சீட் பெல்ட் தவிப்பு, விமானம் மேலேறும்போது வயிற்றைக் கவ்வியது. அப்பாவுடன் திருப்பூர் தொழிற்சாலையில் பார்த்த பஞ்சுப் பொதிகள் போல மேகக்குவியல்கள்... எல்லாமே புதிய அனுபவமாக இருந்தது.

விமானப் பயணமும் உணவும் ஒப்புக்கொள்ளாமல் ஒருமுறை டெல்லி ஏர்ப்போர்ட்டில் இறங்கிய உடனே வாந்தி எடுத்து விட்டாள். அதன்பின் தெளிவாகிவிட்டது.

டெல்லியில் இந்திரப்ரஸ்தா கல்லூரியில் ஏற்பாடு செய்திருந் தார்கள். மற்றக் கல்லூரிகளிலிருந்து செமினாரில் பங்கேற்க வந்திருந்த பலரைச் சந்தித்ததில் அவளுக்கு சந்தோஷமாக இருந்தது. நாகாலாந்து, அருணாச்சல், மிசோரம் என்றெல்லாம் மாணவ மாணவிகள் வந்திருந்தார்கள். அவர்கள் பேச்சு, நடை உடை பாவனை எல்லாமே வேறு நாடு போல இருந்தது. இந்தியா என்பது எத்தனை வேறுபட்ட நாடு என்பது அவளுக்கு உறைத்தது.

அசாமைச் சேர்ந்த பருவா என்கிற மாணவன் தீவிரமாகவே பேசினான். 'உங்கள் டமில் நாடு எப்படியோ தெரியாது. வட கிழக்கு மாநிலங்கள் அத்தனையும் துரோகம் செய்யப்பட்டவை. எல்லாம் மெள்ள மெள்ள இந்திய ஐக்கியத்திலிருந்து விலகி விடும்' என்றான்.

'காரணம்?'

'நெக்லெக்ட், நிராகரிப்புத்தான். நாகாலாந்தில், திரிபுராவில் எல்லாம் அரசாங்கம் எந்தவிதமான முதலீடும் செய்யாமல் வெறும் அரசியல் மட்டும் நடந்து, வெள்ளைக்காரன் விலகும் போது கொடுத்த வாக்குறுதிகளையெல்லாம் காற்றில் பறக்க விட்டு, இப்போது செக்ஸ் கல்விபற்றி செமினார் நடத்து கிறோம். அதுதான் முன்னேற்றம்' என்றான். அடர்ந்த கலைந்த

தலை, முரட்டுக் கதர் ஜிப்பா. ஒரு அசாமிய நாட்டுப்புறப் பாட்டை மொழிபெயர்த்துச் சொன்னான். 'மதராசியில் இவ்வாறான பாடல்கள் இருக்கிறதா?'

'மதராசி இல்லை... தமிழ்.'

'சரி, டமில். அதில் எதாவது பாட்டு சொல்லேன்.'

அகல்யாவுக்கு சட்டென்று தோன்றவில்லை. 'ஸாரி, நான் நகரத்தில் வளர்ந்தவள்.'

'சரி. உங்கள் சுப்ரமண்ய பாரதியைப் பற்றிப் படித்திருக்கிறேன். அவருடையது ஏதாவது சொல்.'

அகல்யா யோசித்ததில் இதுதான் தோன்றியது. 'பாடிக்காட்டு கிறேன்.'

'உத்தமம்.'

எல். வைத்தியநாதன் இசையமைத்த மெட்டில் பாடினாள்.-

> காக்கைச் சிறகினிலே நந்தலாலா - நின்றன்
> கரிய நிறந் தோன்றுதையே நந்தலாலா
> பார்க்கும் மரங்களெல்லாம் நந்தலாலா - நின்றன்
> பச்சை நிறம் தோன்றுதையே நந்தலாலா
> கேட்கும் ஒலியிலெல்லாம் நந்தலாலா - நின்றன்
> கீதம் இசைக்குதடா நந்தலாலா
> தீக்குள் விரலை வைத்தால் நந்தலாலா - நின்னைத்
> தீண்டும் இன்பம் தோன்றுதடா நந்தலாலா

'சூப்பர்...' என்று கையைத் தட்டிவிட்டு 'அர்த்தாத்?'

'பார்டன்.'

'இதற்கு என்ன அர்த்தம்?' என்று கேட்டான்.

மெள்ள மொழிபெயர்த்தாள்.

'கடைசி இரண்டு வரிகள் மிகவும் சிந்திக்க வைக்கின்றன.'

'எனக்கே உள்ளர்த்தம் புரியவில்லை.'

'ஒருவேளை இன்பத்தின் உச்சமும் துன்பத்தின் உச்சமும் ஒன்று தான் என்று சொல்லவருகிறாரா?'

'நான் அவ்வளவு தீவிரமாக இதை யோசித்ததில்லை' என்றாள்.

தாஜ்மகால் அவளுக்கு ஏமாற்றம் அளித்தது. எதிர்பார்த்ததை விடப் பெரியதாக இருந்தாலும் போகும் வழியில் இருந்த குப்பையும் புழுதியும், வாய் கட்டிக் கூத்தாடும் பரிதாபத்துக்குரிய கரடியும் அதிர்ச்சியாக இருந்தது.

பருவாவும் அதைக் குறிப்பிட்டான். 'உலகமே வியக்கும் ஒரு கட்டடத்தை, இந்தியாவின் டூரிஸ்ட் வருவாயில் பாதிப்பங்கு இந்த ஒரு கல்லறையால்தான் கிடைக்கிறது, அதற்குப் போகும் வழியை எவ்வளவு அசுத்தமாக வைத்திருக்கிறார்கள். நாம் இதற்கெல்லாம் லாயக்கில்லை. பன்றிகள்போல் பிள்ளை பெற்றுக்கொள்ளத்தான் லாயக்கு.'

டெல்லி விட்டு ரயிலில்தான் திரும்பினார்கள். பருவா அவளை ப்ளாட்பாரம் வந்து வழியனுப்பினான்.

'எப்போதாவது நான் சென்னை வரும்போது பார்க்கலாம். நீ கவுஹாத்தி வருவதாக இருந்தால் இனிமையாக வரவேற்பேன். திடீர் என்று கல்யாணம் செய்துகொள்ள இச்சை வந்தால் எனக்கு ஒரு எஸ்டீடி கால்போடு' என்று நம்பரை எழுதிக் கொடுத்தான். அவன் அளித்த மலர்க்கொத்தில் To a Sweet girl with a sweet voice என்று கார்டில் எழுதியிருந்தான். பருவாவை விட்டுப் பிரியும்போது கண்ணீர் தானாக வழிந்தது. எதற்காக அழுகை என்று அவளுக்கே புரியவில்லை.

'ஸாரி' என்று சிரித்தாள்.

பருவா தன் கைக்குட்டையை எடுத்து கன்னத்தைத் துடைத்து விட்டான். 'எல்லாப் பிரிவிலும் ஒருவித தன்னிரக்கம், ஒருவித மான மரண ஞாபகம் இருக்கிறது என்று எங்கள் கவிஞர் ஒருவர் எழுதியிருக்கிறார்.'

ரயில் ப்ளாட்பாரத்தை விலகும்போது கடைசியாக பருவா அவளைப் பார்த்த பார்வையை அவளால் புரிந்துகொள்ள முடிய வில்லை.

ரயில் பயணம் அவளுக்கு நரக அனுபவமாக இருந்தது. சீட்டெல்லாம் சௌகரியமாகத்தான் இருந்தது. ஆனால், சுப்ரீதா வாய் ஓயாமல் டெல்லியில் பார்த்த ஒரு பஞ்சாபி பையனைப் பற்றி பேசிக்கொண்டிருந்தாள். 'இந்த நிமிஷமே

கல்யாணம் பண்ணிக்கொள்கிறேன்' என்றானாம். அவள்தான் படிப்பு முடியட்டும் என்றாளாம். ப்ரியங்காவைப் பார்த்ததாக கதை அளந்தாள். அகல்யாவுக்கு லேசாக இருந்த ஜுரம் பயணத்தில் அதிகமாயிருந்தது. ஏதும் சாப்பிடப் பிடிக்க வில்லை. பேல் பூரி சாப்பிடவேண்டும்போல இருந்தது. நாக்பூர் ப்ளாட்பாரத்தில் தேடிப்பார்த்தாள். அசதியாகவும் சக்தியற்றும் உணர்ந்தாள்.

ஏரோப்ளேன் சாப்பாடு ஒப்புக்கொள்ளாமல் ஏற்பட்ட வாந்தியும், நாஸியாவும் இன்னமும் விலகவில்லை. மூக்கு சிந்தி நுனி சிவந்தே இருந்தது. எப்போது சென்ட்ரல் வருவோம் என்று ஏக்கமாக இருந்தது.

வண்டி ஒரு மணி நேரம் தாமதமாக வந்து, ஸ்டேஷனில் ஆட்டோ ரிக்ஷாக்காரர் 'பிப்டி ரூப்பிஸ் கொடுங்கம்மா' என்று சொன்னதை எதிர்க்காமல் சீட்டில் ஏறிக்கொண்டாள். டாட்டா காட்டும்போது 'முதல்ல காலைல டாக்டர்கிட்ட காட்டு... யூ லுக் டெர்ரிபிள்' என்றாள் சுப்ரிதா. அவளை அழைத்துச்சொல்ல அவள் கஸின் வந்திருந்தான். ட்ராப் பண்ணுவதாகப் பேச்சே எடுக்கவில்லை.

காலை எழுந்திருக்க இயலாமல் உடம்பெல்லாம் வலித்தது. ரூம்மேட் சுகுணாவின் கையைப் பிடித்துக்கொண்டு இன்ஃபர் மரிக்குப் போய், அங்கிருந்த மெடிக்கல் அசிஸ்டண்ட் தர்மா மீட்டர் வைத்துப் பார்த்து, 'மெட்டாசின் ஒண்ணு எடுத்துக்க. சரியாப்போய்டும்' என்றார்.

திரும்ப வந்து படுத்து, நாள் முழுவதும் தூங்கிவிட்டாள். காலேஜ் போகவில்லை. சாயங்காலம்தான் வார்டன் வந்து பார்த்து அவளை ஆஸ்டலுக்கு ஒப்பந்தமாகியுள்ள சோமப்பா ஆஸ்பத்திரிக்கு ஆட்டோ வைத்து அழைத்துச் சென்றாள்.

ட்யூட்டி டாக்டர், 'வைரல் ஃபீவராக இருக்குமோன்னு சந்தேகம் வருது. ஒரு ப்ளட் டெஸ்ட் எடுத்துட்டு வந்துரும்மா. இங்கயே லாப்ல போய் எடுத்தா நல்லது... பசி இருக்குதா?'

'பசியே இல்லை டாக்டர். வெறும் ஜங்க் ஃபுட்டா சாப்ட்டுகிட்டு இருக்கேன். கோக், சிப்ஸ், பேல்பூரி, ஐஸ்க்ரீம்னு... அதான் மோசமாய்டுச்சு.'

'பேல்பூரியா...? அதான் ஸ்டமக் அப்செட் ஆயிருக்கும்... நாஸியா, லூஸ் மோஷன் இருக்கா?'

'இல்லை டாக்டர், பாத்ரூம் போயே ரெண்டு நாள் ஆச்சு... கான்ஸ்டிபேஷன்.'

'இந்த மாத்திரையைச் சாப்ட்டுட்டு ராத்திரி ஒருமுறை சலைன் கார்கிள் பண்ணிரும்மா... காலைல சரியாய்ரும்.'

தப்புத் தப்பாக சிகிச்சை கிடைப்பதாகத் தோன்றியது அகல்யா வுக்கு. இரண்டு நாள் போனால் சரியாகிவிடும் என்றும் தோன்றி யது. பெரிசு பண்ணவேண்டாம் என்று ரூமிலேயே சனி, ஞாயிறு கழித்துவிட்டாள். திங்கள் முதன்முறையாக காலேஜ் சென்றாள்.

கிருத்திகா சாரி, 'என்ன இப்டி பேயறைஞ்சாப்பல இருக்கே அகல்யா?' என்றாள் கவலையுடன்.

'டெல்லி ஒத்துக்கலை மேடம்.'

'எதுக்குத்தான் உன்னை அனுப்பினமோன்னு கஷ்டமா இருக்கும்மா... லெஸன்ஸ் வேற மிஸ் பண்ணிருக்கே.'

'படிச்சுருவேன் மாடம்.'

'இனி உன் பேரை சிபாரிசு பண்ணமாட்டேன். செமஸ்டர் முடியறவரை படிப்பு படிப்பு படிப்புதான்' என்றாள்.

ப்ரமோத் வந்து கான்டீனில் அவளிடம் பரிவாக விசாரித்தான். ஆறுதலாக இருந்தது.

'டெல்லியில் பிச்சு உதறிட்டியாமே டிபேட்ல?'

'சுமாராச் செய்தோம்.'

'உடம்பு சரியில்லையாமே.'

'ஆமா, ஃபுட் பாய்சனிங்.'

'சுப்ரிதா சொன்னா... பேல்பூரி, பானிபூரிலயே உயிர் வாழ்ந்தியாமே?'

'அந்த மாதிரி நொறுக்குத் தீனிதான் பிடிச்சது.'

'அப்புறம் என்னைப் பிடிக்கிறதா?'

ஒரு சிகரெட் பற்ற வைத்துக்கொண்டு ஒரு ஊது ஊதினான்.

'ப்ளீஸ் ப்ரமோத்... சிகரெட்டை அணைச்சுர்றயா'

'ஏன்?'

'வாசனை பிடிக்கலை.'

'சிகரெட் பிடிக்கலையா... சிகரெட் குடிக்கிறவனையா?'

'சிகரெட் புகைதான் என்னவோ பண்ணுது.'

'முன்னெல்லாம் பிடிக்குமே... நீ கூட இழுப்பு இழுப்பியே?'

'ப்ளீஸ்' என்று அவன் வாயிலிருந்து அதைப் பிடுங்கி எறிந்தாள்.

'என்னவோ ஆய்டுச்சு உனக்கு?'

எல்லாம் சரியாகிவிட்டது. ஒரு மாதம் மும்முரமாகப் படிப்பதில் ஆர்வமாக இருந்தாள். டெல்லியில் பங்கு பெற்றதற்கு ஒரு புத்தகப்பரிசு கொடுத்தார்கள். கம்ப்யூட்டர் கிளாஸில், எக்ஸெல், பவர் பாயிண்ட் எல்லாம் முடிந்தது. படுவேகமாக முன்னேறி வந்தாள். ரிலேஷனல் டேட்டாபேஸ் தத்துவம் அவளுக்குப் புரிந்தது. விட்டுப்போன பாடங்களை எட்டிப் பிடித்துவிட்டாள். அவர்கள் விழா விஜய் டிவியில் ஒளிபரப்பாகி, ஹாஸ்டலே ஒன்று கூடிப் பார்த்தது. அகல்யா பாடினபோது ஆரவாரமாக பெண்கள் கூட விசில் அடித்துக் கைதட்டியது, தெம்பாக இருந்தது. பழைய உடம்பு எல்லாவற்றையும் மறந்துவிட்டாள். அப்பா மற்றொரு முறை போன் செய்தபோது ரூமில் இல்லை என்று சொல்லி அனுப்பினாள். அடிக்கடி எதையோ மறந்துவிட்டாற்போலத் தோன்றியது. எதை என்று தெளிவாகத் தெரியவில்லை. ஒரு ராத்திரி கெட்ட சொப்பனம் கண்டு எழுந்துவிட்டாள். தலை சுற்றியது. பாத்ரூம் சிங்க்கில்போய் வாந்தியெடுத்தாள். நடுராத்திரியில் முகம் கழுவினதும் சட்டென்று அது ஞாபகம் வந்துவிட்டது.

# 8

மிகவும் முனைந்து ஞாபகப்படுத்திப் பார்த்தாள் அகல்யா. எப்போது ஆனோம்? இருபத்திரண் டாம் தேதி ஞாபகம் இருக்கிறது. எந்த இருபத் திரண்டாம் தேதி?

உடல் முழுவதும் சில்லென்று ஒரு பயம் பரவு வதை உணர்ந்தாள். போன மாதம் இருபத்தி ரண்டுதான். நிச்சயம் எங்கேயோ எழுதி வைத் தேனே...

அலமாரியில் அந்த நோட்டைத் தேடும்போது டெல்லிக்காக ப்ரமோதுடன் படித்த புத்தகம் அகப்பட்டது.

Unplanned Pregnancy

'தள்ளிப்போவது, மார்பகம் இளகுவது, வீங்கு வது, அதன் முனைகள் நீளமாவது.'

பாத்ரூமுக்குப்போய் மேல்சட்டையைக் கழற்றித் தொட்டுப்பார்த்துக்கொண்டாள்.

சேச்சே! அதெல்லாம் இல்லை.

'அடிக்கடி சிறுநீர் கழிப்பது, சோர்வாக இருப்பது நாஸியா' என்று பத்து சமாசாரங்கள் கொடுத்து, 'இதெல்லாம் இருந்தாலும் தீர்மானமாகக் கர்ப்பம் என்று சொல்லமுடியாது, இவை எல்லாமே மற்ற காரணங்களால் இருக்கலாம்' என்பதைப் படித்து ஆறுதல் அடைந்தாள். எனக்கு ஒன்றும் ஆகாது. நான் யாருக்கும்

கெட்டது செய்யவில்லை. பைத்தியம், இல்லாததையும் பொல்லாததையும் கற்பனை பண்ணிக்கொள்ளாதே. முதலில் டாக்டரிடம் போய் மருந்து வாங்கிச் சாப்பிட்டுவிடு. இருந்தும், பயத்தால் ஆன பெயரற்ற ஐஸ் கத்தி அடிக்கடி வயிற்றில் குத்திக்கொண்டே இருந்தது.

கிருத்திகா மேடம் ஸ்டாஃப் ரூமில் இருந்தார். அறை வாசலில் காத்திருந்தாள்.

'என்ன அகல்யா...?'

'மேடம் என்னை ஒரு நல்ல டாக்டர்கிட்ட அழைச்சுட்டு போகணும் நீங்க... டெல்லியிலிருந்து வந்ததிலிருந்து ஜுரம். நாஸியா போகவே இல்லை.'

'சாயங்காலம் மூணு மணிக்கு என்கூட வா, அழைச்சுண்டு போறேன். அப்பவே சொன்னேனே... நான்தான் உன்னை டெல்லிக்கு அனுப்பிச்சேன். நான்தான்ம்மா அதற்குப் பொறுப்பு. நீ டிலே பண்ணிட்டே... முன்னாலேயே வந்திருந்தா ஸ்பெஷலிஸ்ட்கிட்டே போயிருக்கலாம்.'

'ரெண்டு நாளா ரூமை விட்டே வெளிய வரமுடியலை மேடம். மூணு மணிக்கு வந்துடறேன்...'

ஆனால் பிற்பகலில் சரியாகிவிட்டது. போகவேண்டாம் என்று கூடத் தோன்றியது. கிருத்திகா மேடம் கோபித்துக்கொள்வார் என்று பயந்துகொண்டே போனாள்.

'இப்ப கொஞ்சம் பரவால்லை மேடம்.'

'வேணாங்கறியா? அப்பாயின்ட்மெண்ட் ஃபிக்ஸ் பண்ணிட்டேன்... என் க்ளாஸ்மேட்தான்.'

'உங்களுக்குத்தான் கஷ்டம் கொடுக்கறேன்.'

'அப்படியெல்லாம் பேசாதே. உன்னை எனக்கு ரொம்பப் பிடிச்சிருக்கு. உனக்கு என்ன உதவி வேணாலும் செய்யத் தயார். நீ நல்ல பெண். முன்னுக்கு வரவேண்டியவ. நிச்சயம் வருவே.'

ஒயிட்ஸ் ரோட்டில் பெரிய பெரிய டயர்கள் விற்றுக்கொண்டிருந்தார்கள். மணிக்கூண்டைச்சுற்றி, ராயப்பேட்டை ஆஸ்பத்திரி தாண்டி பீட்டர்ஸ் காலனியில் இருந்தது அந்த க்ளினிக். இடம்

சின்னதாக இருந்தாலும் நவீனமாக இருந்தது. வரவேற்பறையில் பல பெண்கள் பல வயசில் காத்திருந்தார்கள். எல்லோரும் கர்ப்பமாக இருந்தார்கள். காலண்டர் குழந்தை 'ஷ்ஷ்' என்று அதட்டிக்கொண்டிருந்தது.

பழைய அவுட்லுக் இதழ் ஒன்றைப் பிரித்து பொம்மை பார்த்தாள். மனசுக்குள் லேசாகத் திகில் பரவியிருந்தது.

கிருத்திகா சாரி 'சினிபிளிட்ஸ்' புரட்டிக்கொண்டிருந்தார்.

'கிருத்திகா மேடம்... உள்ள போங்க' என்றாள் வரவேற்பிணி.

'வா கிருத்திகா... பார்த்து ரொம்ப நாளாச்சு. நைனன் கல்யாணத்தில் பார்த்தது இல்லையா?'

அவர்கள் அறிமுகப் பேச்சில் அகல்யா கவனமில்லாமல் அந்த அறையின் வெண்திரையையும் ஜன்னல் காற்றில் ஆடிய மலர்களையும் பார்த்துக்கொண்டிருந்தாள். அகல்யாவைப் பார்த்து 'நானும் கிருத்திகாவும் க்ளாஸ்மேட்ஸ், டி.ஏ.வி. ஸ்கூல்ல!'

'எல்லா சிம்ப்டம்ஸையும் மறைக்காமச் சொல்லு என்ன...'

'சரி, மேடம்' என்றாள் அகல்யா.

டாக்டர் பெயர் மேத்தா என்றாலும் பெண்மணிதான். சுபாஷிணி மேத்தா. நாற்பது வயதிருக்கும். இந்த மாதிரி ஒரு அம்மா எனக்கு இருந்தால் எவ்வளவு நன்றாக இருக்கும் என்று எண்ணத் தூண்டிய தோற்றம்.

'வாம்மா... என்ன ப்ராப்ளம்?'

டெல்லி போனதிலிருந்து எல்லாம் சொன்னாள். ரயிலில் சரியாக சாப்பிடாதது, பேல்பூரியிலும் ஐஸ்க்ரீமிலும் உயிர் வாழ்ந்தது...

'டிஸ்சார்ஜ் ஏதாவது இருக்காம்மா?'

'இல்லை டாக்டர்.'

'கான்ஸ்டிபேஷன்?'

'இருக்கு.'

'சிகரெட் புகை பிடிக்குறதா?'

'ஐ ஹேட் சிகரெட் ஸ்மோக் டாக்டர்.'

‘அப்படியா? ஐஸ்க்ரீம், பேல்பூரி மட்டும் பிடிச்சிருக்கு.’

‘ஆமாம்.’

‘இப்பகூட?’

‘இப்பகூட.’

‘கரெக்டாச் சொல்லு. எப்ப எப்ப வாந்தியெடுத்தே?’

எல்லாவற்றையும் ஒரு காகிதத்தில் எழுதிக்கொண்டாள்.

‘அகல்யா... கடைசியா எப்ப உனக்கு பீரியட்ஸ் வந்தது?’

‘இருபத்திரண்டாம் தேதி.’

‘எப்பவுமே ரெகுலரா இருக்குமா... நாள் தவறாதா?’

‘சரியா கவனிச்சதில்லை டாக்டர். தவறாதுன்னுதான் நினைக்கிறேன்.’

‘இருபத்திராண்டாம்தேதி, எந்த மாதம்?’

தயக்கத்துடன் போன மாதம் டாக்டர்.’

‘டெல்லியா?’ என்று கிருத்திகா, ‘போன மாதம் இருபத்திரண்டாம் தேதி டெல்லிலன்னா இருந்தே?’

‘அப்படின்னா அதுக்கு முந்தின மாதம்?’

‘ஆமாம்.’

‘ஆர் யூ ஷ்யூர்? சிம்ப்டம்ஸ் எல்லாம் பார்த்தா ஷி மே பி ப்ரெக்னண்ட் கிருத்திகா.’

கிருத்திகா சாரி பலமாக சிரித்து, ‘நோ வே சுபா, நாட் திஸ் கர்ள்.’

‘எல்லாம் கிளாஸிக்கல் சிம்ப்டம்ஸ்.’

‘இம்பாஸிபிள். இந்த பொண்ணை பத்தி மட்டும் நான் உத்தரவாதமா சொல்ல முடியும்.’

‘அகல்யா... சமீபத்தில் டிட் யு ஹேவ் செக்ஸ் வித் எனிபடி?’

கிருத்திகா சாரி கோபத்துடன், ‘என்ன சுபா... இப்படியெல்லாம் கேட்டு இந்தப் பொண்ணை எம்பராஸ் பண்ணாதே. எப்படிப்

பட்ட பொண்ணு இவ. டிராவல் சிக்னஸ்ம்மா இவளுக்கு. அதுக்கு மருந்து கொடு. தினம் தினம் கர்ப்பமான பொண்களை பார்த்துட்டு எல்லாருமே கர்ப்பம்னு நினைச்சுர்றே.'

சுபாஷிணி சிரித்து அகல்யாவைப் பார்த்து, 'இவ எப்பவுமே இப்படித்தான். இதில யார் டாக்டர்னு குழப்பமா இருக்கு தில்லையா?'

'பின்ன என்ன? உன்னைப் போய் கர்ப்பமா இருக்கலாம்ங்கறா... ஜோக் ஆஃப் தி டே.'

அகல்யா லேசாகச் சிரித்தாள்.

'என்னவோ நீ சொல்றே... என்னைக் கேட்டா ஒரு எச்.ஸி.ஜி. டெஸ்ட் எடுத்துர்றது பெட்டர்!'

'நீ இவ ஜுரம், நாஸியாவுக்கு மருந்து கொடு.'

டாக்டர் மேத்தா ப்ரிஸ்க்ரிப்ஷன் எழுதிக் கொடுத்தாள். 'எதுக்கும் காலைல யூரின் சாம்பிள் எடுத்துட்டு...'

'டோண்ட் பி ஸில்லி... நீ வாம்மா...'

மருந்துகளை வாங்கிக் கொடுத்துவிட்டு அவளை ஹாஸ்டலில் விட்டுச் சென்றாள்.

'ரொம்ப தாங்க்ஸ் மேடம்!'

'பயப்படாதே... ஸ்பெஷலிஸ்டுகிட்ட போனா இப்படித்தான். நான்தான் தப்பு பண்ணிட்டேன். க்ளாஸ் மேட்டாச்சேன்னு அழைச்சுக்கிட்டுப் போனேன். உன்னை பேசாம ஒரு ஜெனரல் ப்ராக்டிஷனர் கிட்ட அழைச்சுட்டு போயிருக்கணும். ரெண்டு நாள்ல சரியாப் போய்டும். ஊர் சுத்தாம படி என்ன... யாராவது கூப்ட்டா உடனே ஷாருக் கான் படத்துக்குப் புறப்பட்டுடாதே. வாழ்க்கைல நீ சாதிக்கவேண்டியது நிறைய இருக்கு.'

தலையை ஆட்டிவிட்டு உள்ளே வந்தாள். கிருத்திகா மேடம் தலை மறைந்ததும் விடுதியின் பொதுத்தொலைபேசிக்கு வந்தாள்.

நதிரா பேசிக்கொண்டிருந்தாள். மூன்று முறை திரும்பத் திரும்ப வந்து பார்த்தாலும் பேசிக்கொண்டே இருந்தாள். எரிச்சலாக வந்தது.

அறைக்குள் வந்து பாடம் படித்தாள். கவனம் அடிக்கடி விலகி கலக்கமாக இருந்தது.

அண்மையில் யாருடனாவது பாலியல் தொடர்பு!

ஏதாவது நடந்ததா என்ன?

மூன்று முறை ப்ரமோத் தனியாக விஷமம் செய்ய முயற்சித் திருக்கிறான். அதெல்லாம் ஒரு அளவுக்கு மீறவில்லையே... இசை விழாவில் பரிசு கிடைத்த அந்த இரவு?

அந்த இரவை அங்குலம் அங்குலமாக ஞாபகப்படுத்திக் கொண்டாள்.

ப்ரமோத் வந்து தன் வீட்டுக்கு கூட்டிக்கொண்டு போனது. அங்கே நடந்த பார்ட்டியில் தன்னைத் தனியாக மாடிக்கு அழைத்துச் சென்றது. அங்கே அவன் சற்றே தண்ணியடித்து விட்டு அத்துமீறி முயற்சி செய்தது. தடுத்தது. அதன்பின் அவன், கண்ணுக்கெதிரே நதிராவை முத்தமிட்டு அவளை அறைக்கு அழைத்துச் சென்றது. அதனால் கடுப்பாகி, தான் அந்தப் பையனை அழைத்துக்கொண்டு ஹாஸ்டலுக்குத் திரும்பியது. திரும்பவில்லையே... ஹாஸ்டல் பூட்டியிருக்க, திருவல்லிக் கேணியில் ஒரு அறைக்குப் போனேன். அங்கே படுத்திருந்தேன். நடு ராத்திரி விழித்தேன். ஒரு ஸ்பரிசம்.

'தப்பா நெனைச்சுக்காதீங்க.'

அப்போது ஏதாவது நடந்துவிட்டதா என்ன? அந்த அரைத்தூக்க வேளையில் அந்தப் பையன் பெயர் என்னவோ சொன்னானே... ஸ்ரீவத்ஸனா? இல்லை, ஸ்ரீதர். எங்கேயோ என்னவோ படிப்ப தாகச் சொன்னானே, கோவையா திருச்சியோ ஏதோ ஊர் சொன்னானே.

மீண்டும் போன் பூத்துக்கு சென்றபோது நல்லவேளை காலியாக இருந்தது.

'டாக்டர் மேத்தாஸ் க்ளினிக்' என்றது எதிர்முனைக்குரல்.

'டாக்டர்கூட பேசணும்' என்றாள்.

'அப்பாயின்ட்மென்ட் வாங்கணுமா?'

'இல்லை, இப்பதான் வந்துட்டு போனேன். என் பெயர் அகல்யா.'

'கொஞ்சம் இருங்க...' போனில் இப்போது சங்கீதம் ஒலித்தது. ஒரே மெட்டு திரும்பத் திரும்ப வாலைப்பிடித்துக்கொண்டு, அகல்யாவுக்கு எரிச்சலாக இருந்தது. எத்தனைநேரம் காத்திருப் பாள்? பின்னால் இரண்டு பெண்கள் போனுக்காகக் காத்திருந் தார்கள். இவர்கள் இருக்கும்போது என்ன கேட்க வேண்டும். ஒரு யுகம் கடந்தபின், 'சொல்லு அகல்யா ... என்ன விஷயம்' என்று டாக்டரின் குரல் ஒலித்தது.

அகல்யா குரலைத் தாழ்த்திக்கொண்டு பேசினாள்.

'டாக்டர் அந்த டெஸ்ட் சொன்னீங்களே எடுத்துர்றது நல்லதுன்னு... எப்ப வரணும்?' என்றாள்.

'காலைல முதல் மூத்திரம் ஒரு சுத்தமான பாட்டில்ல எடுத்துக் கிட்டு வந்துரு. உனக்கு என்ன வயசு?'

'பதினேழு'

'உன் அம்மாவையும் கூட்டிட்டு வரமுடியுமா?'

'ஹாஸ்டல்ல இருக்கேன் டாக்டர்?'

'மெட்ராஸ்ல யாரும் இல்லையா...?'

'ம்... இல்லை...'

'அது உன் பிரச்னை... சரி, நீ வந்துரு, யூரின் சாம்பிளோட!'

போனை வைத்ததும் காத்திருந்த பெண், 'எனி ப்ராப்ளம்?'

அதற்கு பதில் சொல்லாமலேயே அறைக்குச் சென்றாள். கோபம், இயலாமை, வருத்தம், பயம் எல்லாம் மாறி மாறி அவளைத் தாக்கின. முதலில் சுதாரித்துக்கொள்ளவேண்டும் என்று தோன்றியது. எதற்கு டென்ஷனாகிறேன்... நாளை டெஸ்ட் எடுக்கும்வரை எதைப்பற்றியும் எண்ணவேண்டாம் என்று தீர்மானித்தாள். ஆனால் அது அவ்வளவு சுலபமாக இல்லை.

மறுநாள் காலை டெஸ்ட் எடுத்ததும் அகல்யா கர்ப்பமாக இருப்பது தெரிந்தது.

# 9

டாக்டர் மேத்தா விவரமாகப் பேசினாள். 'பயப் படாதே. எல்லாத்துக்கும் வழி இருக்குது. யூரின் டெஸ்ட் பாஸிட்டிவ்வா இருக்குது. எப்ப கடைசி யில நீ விலக்கானேன்னு ஞாபகப்படுத்திக்க வேண்டியது மிக முக்கியம். தேதி மட்டும் போதாது. எந்த மாதம்ங்கிறது தெரியணும். சிம்ப்டம்ஸ் பாத்தா ரெண்டு முறை தள்ளிப் போயிருக்கிற மாதிரி தெரியுது. முதல் ட்ரை மெஸ்டரே ஆயிருச்சோன்னு கூட சந்தேகமா இருக்குது... சரியா ஞாபகப்படுத்திச் சொல்லு... உன் லைஃப்ல மிகப் பெரிய பிரச்சனைம்மா இது.'

'இருபத்திரண்டாம் தேதி சோஷியலாஜியில ஒரு டெஸ்ட் வெச்சாங்களே... அந்த மாதம்தான் டாக்டர்' என்றாள் அகல்யா.

'டெஸ்ட யாரு வெச்சாங்க?'

'கிருத்திகா சாரி மேடம்தான்.'

'கொஞ்சம் இரு.'

அகல்யா பதறினாள். 'அவங்ககிட்ட சொல்லிடா தீங்க டாக்டர். காலேஜை விட்டு வெளியே அனுப்பிருவாங்க.'

'சேச்சே... அதெல்லாம் நடக்காது. தினம் ஒரு கேஸ் பாக்கறேம்மா நானு' என்று போனை சுழற்றினாள். நம்பர் கிடைக்கவில்லை.

'எதுக்கும் கிருத்திகாவை கேட்டு சொல்லிரு, என்ன? உன்கூட யாரும் வந்திருக்காங்களா? அப்பா அல்லது அம்மா சம்மதம் தேவைப்படும்.'

'எதுக்கு?'

'அபார்ட் பண்ணறதுக்குத்தான்.'

'அபார்ஷனா...?'

'பின்ன, குழந்தை பெத்துப்பியா? நீயே குழந்தைம்மா. யூ ஆர் நாட் மெண்ட்டலி அண்ட் பிஸிக்கலி ரெடி. ரொம்ப காம்ப்ளிகேஷன்ல் லாம் வரும்மா... அனிமியா... ப்ளட் பிரஷர்... சரியா சாப்பிட மாட்டே... அது குழந்தையைப் பாதிக்கும்... பையன் யாரு? இந்தா, மூக்கு சிந்திக்க... உன்னை இந்த நிலைமைக்கு ஆளாக்கின பையன் யாரு? இல்லை வக்கிரம்புடிச்ச பெரியவங்க யாராவது?'

'தெரியலை' என்று அழுதாள். 'நீங்க தப்பா சொல்றீங்க டாக்டர்.'

'நான் சொல்றது தப்புன்னா தொழிலை விட்டுரணும்மா... இந்த டெஸ்ட் தப்பறதே இல்லை.'

டாக்டர் கொடுத்த பேப்பர் கைக்குட்டையில் கண்ணீரைத் துடைத்துக்கொண்டாள்.

'முதல்ல தேதி கரெக்டா தெரியணும்... அதைப் பொருத்து அபார்ஷன் முறையே வேறுபடும். மூணு மாசம் ஆயிருச்சுன்னா அஸ்பிரேஷன் ஸக்ஷன் எதும் பண்ண முடியாது... முதல்ல போய் உங்கம்மாவைக் கூட்டிவா...'

'அம்மாவையா?'

'ஏன் அம்மா இல்லையா?'

'இருக்காங்க,, வரமாட்டாங்க...'

'சரி... அப்பா...?'

'அவரும்...'

'பாரும்மா, பொறுப்பெடுத்து செய்யற பெரியவங்க இல்லாம' என்ற டாக்டர், குரலை உயர்த்தி 'இந்த மாதிரி தனியா வந்து செய்துகிட்டு போறதுக்கு நான் எதும் ப்யூட்டி பார்லர் நடத்தலை.

கெட் லாஸ்ட்! உன்னைப் போல உணர்ச்சிகளைக் கட்டுப்படுத்த முடியாதவங்கள்லாம் எங்க உசுரை வாங்கறதுக்குப் பதிலா பேசாம ரயில்ல விளுந்து சாவலாம்.'

அகல்யா மற்றொரு பாட்டம் அழுதாள்.

'அளுவாத... சுத்தம் பண்ணிர்றேன்.' மீண்டும் டெலிபோனை எடுத்து கிருத்திகாவை விளித்தாள்.

'நீ ஒரு பெண்ணை கூட்டிவந்தே பாரு நேத்து... அது மறுபடியும் வந்திச்சு, காலை யூரின் சாம்பிள் எடுத்துக்கிட்டு, கர்ப்பமாயிருச்சுன்னு கன்ஃபர்ம் ஆய்டுச்சு' என்றாள் கிருத்திகாவிடம்.

டாக்டர் முகத்தையே பார்த்துக்கொண்டிருந்தாள் அகல்யா. அவள் வயிற்றில் கலக்கம் பரவியிருந்தது. இல்லை... இல்லை... எல்லாமே பொய். எனக்கு ஏதும் ஆகவில்லை.

'சரியாவே பார்த்துட்டேன் கிருத்திகா. எச்.ஸி.ஜி லெவல் யூரின்ல அறுபதாயிரம் எம்.எல்.யு இருக்குது. நூறு இருந்தாலே ப்ரக்னென்ட்டுன்னு சொல்வோம். ஒரு ப்ளட் டெஸ்ட்டும் எடுத்துர்றேன். பெரும்பாலும் கன்ஃபர்ம் ஆய்டும். என் கேள்வி என்னன்னா... நான் பண்றேன், என்ன பண்றது? ஆனா இந்தப் பெண்ணை யார் பொறுப்பேத்துக்கப்போறாங்க... அப்பா, அம்மா யாராவது ஒருத்தரோட சம்மதம் வேணும்... அது இல்லாம தொடமாட்டேன்.'

டாக்டர் போனை அகல்யாவிடம் கொடுத்து, 'இந்தா கிருத்திகா உங்கூட பேசணுமாம்...' அகல்யா அதை நடுங்கும் கரங்களால் வாங்கிக்கொண்டு ஹலோ சொல்வதற்குப் பதில் அழுதாள்.

'அகல்யா அகல்யா பாரு கண்ணு, டாக்டர் எங்கிட்ட எல்லாம் சொன்னா, பாரு உன்னைப் பதினோரு மணிக்கு வந்து பார்க்கறேன். பதட்டப்படாதே. நான் எல்லாத்தையும் பொறுப்பெடுத்துக்கறேன். நடக்கக்கூடாதது நடந்துடுத்து. நீ வா... சும்மா பேசிண்டிருக்க வேண்டாம். டாக்டர்கிட்ட போனைக் கொடு.'

'என்ன கிருத்திகா?'

'- - - - -'

'எனக்கென்னவோ சிம்டம்ஸ் எல்லாம் பார்த்தா செகன்ட் ட்ரைமெஸ்டர் மாதிரி தெரியுது. ரொம்ப இன்னொசென்டா,

விவரம் தெரியாத பெண்ணா இருக்கு, சரி அப்படியே செய்றேன்.'

போனை வைத்துவிட்டு அகல்யாவிடம், 'இங்கயே இரு... கிருத்திகாவே வராளாம். முதல்ல அழறதை நிறுத்து. யார் இதுக்கு காரணமோ அவனை வுடாதே என்ன' என்று சொல்லி விட்டு, அவளை அறையில் தனியாக விட்டுவிட்டுச் சென்றாள். ஒரு நர்ஸ் வந்து அவள் இடது கையில் ரத்தக்குழாயை நிரடித் தேடி ஊசியைச் செலுத்தி கருஞ்சிவப்பாக ரத்தம் வாங்கிக் கொண்டு, 'கையைக் கொஞ்ச நேரம் தூக்கி வெச்சுக்கம்மா. கல்யாணம் ஆயிருச்சா?' என்று கேட்டுவிட்டுச் சென்றாள்.

யார்? யார்? அகல்யாவுக்குச் சரியாகச் சொல்ல முடியவில்லை. ஏதோ பெயர் சொன்னானே, அவனா?

சற்று நேரத்தில் கிருத்திகா சாரி மேடம் வந்து நேராக டாக்டரின் அறைக்குள் சென்று பத்துப் பதினைந்து நிமிஷம் பேசிவிட்டு வெளியே வந்தாள்.

'கவலைப்படாதே அகல்யா... கலைச்சுர ஏற்பாடு செய்துரலாம். இதை உங்க அப்பா, அம்மாகிட்ட நீ சொல்றியா? நானும் கூட வரட்டுமா?'

'வேண்டாம் மேடம்.'

'அதிக நாள் தாமதிக்கக்கூடாது. வர வெள்ளிக்கிழமை வெச்சுக்கலாம்னு டாக்டர் சொன்னா. காலைல சாப்டாம வெறும் வயத்தோட வந்துரச் சொன்னா. அப்பா அல்லது அம்மா ஒரு பேரண்ட் சம்மதம் இல்லாம அவ பண்ணமாட்டா. அதனால...'

'மேடம்... நிச்சயமா அது? எனக்கென்னவோ தப்பா சொல் றாங்களோன்னு.'

'ஒண்ணும் தெரியாம வளந்திருக்குறியே... இப்பல்லாம் கண்டுபிடிக்கிறது ரொம்ப சுலபம்மா. ஒரு பொண்ணு கர்ப்ப மான உடனே அவ உடம்பில் எச்.ஸி.ஜின்னு ஒரு ஹார்மோன் உற்பத்தியாறது. அதன் அளவை சிறுநீர்லயும் ரத்தத்துலயும் சுலபமா கண்டுபிடிக்க முடியும். கர்ப்பமான ரெண்டாவது வாரத்திலேயே தெரிஞ்சிரும். இதுக்குன்னு எச்.ஸி.ஜி ஸ்டிரிப்பே வந்தாச்சு. அஞ்சு நிமிஷத்தில கண்டுபிடிச்சுரலாம்.'

தீண்டும் இன்பம் 73

உலகமே தலையில் வந்து நொறுங்கிவிழுந்தாற்போல உணர்ந் தாள் அகல்யா, 'இப்ப நான் என்ன செய்வேன்?'

'எதும் செய்ய வேண்டாம். யார்கிட்டயும் சொல்லாதே. டாக்டரும் வேற யார்கிட்டயும் சொல்லமாட்டா. உனக்குப் பணம் தேவைப்படும். வெள்ளிக்கிழமை வரைக்கும் என்கூட இரு. ஹாஸ்டல் போகவேண்டாம். அதுக்குள்ள உங்கம்மா கிட்ட பேசிரு, என்ன? தைரியமா இருக்கணும். யாரும் இதுக்காக உன்னைச் சுட்டுர முடியாது. பயப்படாதே. உனக்கு இயற்கையா என்ன உணர்ச்சிகள் வருதோ அதை கட்டுப்படுத் தாதே. அழணும்னா அழு. இல்லை, காமா இருக்கனும்ன்னா காமா இரு. சந்தோஷமா இருந்தாலும் சரி.'

அகல்யா அவளை வினோதமாகப் பார்த்தாள்.

'ஆமாம், சில சமயம் பெண்களுக்கு அதிக சந்தோஷம்கூடத் தோணுமாம். மற்றொரு உயிரை உண்டாக்கறதிலயும் அதில உள்ள அபாயத்திலயும் உனக்கு எப்படி இருக்கு?'

'செத்துப்போகணும் போல இருக்கு.'

'நீ ரொம்ப நல்ல பெண்ணுன்னு நெனைச்சேம்மா. யாரோ ஏமாத்தியிருக்காங்க உன்னை. யார் காரணம்? உன்னோட பழகின அந்த ப்ரமோத்தானா? கடன்காரன், அவனைக் கூப்பிட்டு வெச்சு கன்னம் கன்னமா இழைக்கலாம், பாரு அகல்யா... அதெல்லாம் அப்புறம். இப்ப உடனே அவசரமா, மிக அவசரமா கலைக் கணும். ஓசைப்படாம... யார்கிட்டயும் எதும் பேசாதே என்ன...'

'மேடம்... எங்க அம்மாவை என்னால கேக்கவே முடியாது.'

'அப்பாவை?'

'அப்பாவை வேணா கேக்கலாம். பணம் கொடுப்பார் நிச்சயம். ஆனா திட்டுவார்.'

'பின்ன என்ன வாழ்த்துவாரா? பைத்தியம். பணம் முக்கிய மில்லை. அனுமதி முக்கியம். நாளைக்கு உனக்கு ஏதாவது ஆச்சுன்னா ரெஸ்பான்சிபிலிட்டி என் தலைல வரக்கூடாது பாரு... போன உடனே போன் பண்ணிடு. ஆனா, போன்ல சொல்லாதே. என்ன? முதல்ல அவரைப் பாரு. என்ன?'

சங்கடமாக இருந்தாள்.

'ப்ரமோத் கூடவும் பேசிடறியா?'

'இல்லை, இல்லை...' என்றாள் அவசரமாக.

'கன்னம் கன்னமா இழை அவனை.'

கிருத்திகா சாரியின் வீட்டுவாசலில் அநாதையாக மூன்று சக்கர சைக்கிள் கிடந்தது. ஊஞ்சல் இருந்தது. மாமரம், வேப்பமரம் இருந்தன. பூனை ஒன்று உலவியது. வாசலில் பெரிய நாமம், இந்தப் பக்கம் கருடன், அந்தப் பக்கம் அனுமார் சகிதம் இருந்தது. மணிமணியாக இருந்த அலங்காரம் காற்றில் வரவேற்றது. ரேடியோவில் 'ஒரு மணி அடித்தால் உன் ஞாபகம்.'

உள்ளே போனதும் மிஸ்டர் சாரி பேப்பரிலிருந்து நிமிர்ந்து, 'ஹலோ, ஹூ இஸ் திஸ்' என்றார்.

சுந்தரேசன் மாமா போல இருந்தார். தலை முன்பக்கம் வழுக்கையாக, ரிம் இல்லாத கண்ணாடியுமாக, அவரருகில் கிருத்திகா சாரியின் பையன். 'என்கூட பேக்மேன் ஆடுவியா' என்றான்.

'பத்ரி, தொந்தரவு பண்ணக்கூடாது. ஹோம்வொர்க் பண்ணியாச்சா?' என்றாள் கிருத்திகா.

'பண்ணியாச்சு' என்றார் மிஸ்டர் சாரி. 'அப்பா எல்லாம் பண்ணிட்டா' என்றான் பத்ரி.

'அதுல மட்டும் உன் மிஸ் ஒரு தப்பு கண்டுபிடிக்கட்டும். கண்ணை நோண்டிருவேன்னு சொல்லிடு.'

'வா அகல்யா... மாடிக்குப் போகலாம்... அங்கிருந்து போன் பண்ணலாம். பத்ரி, அகல்யா ஆன்ட்டி நம்மகூட ரெண்டு நாள் இருக்கப்போறா. அதனால ராத்திரி அப்பா அம்மா நடுல படுத்துக்கறயா?'

'ஆன்ட்டி கூடவே படுத்துக்கறேனே... கதையெல்லாம் சொல்லுவே இல்லை?'

மாடிக்குப் போன உடன் அங்கிருந்த திருத்தப்படாத பரீட்சை பேப்பர்களையும் வீணையையும் ஒதுக்கிவிட்டு உட்கார வைத்து போனை மடியில் கொடுத்து, 'முதல்ல அவரைக் கூப்பிடு' என்றாள்.

'ராஜ் க்ரானைட்ஸ்?'

'யெஸ்.'

'நான் ராஜசேகர்கூட பேசணும்...'

'நீங்க யார் பேசறது?'

'அகல்யா! அவர் டாட்டர்'

'ஒன் மினிட்...'

கொஞ்ச நேரம் சங்கீதம் ஒலித்த பின், 'குட்டி! சர்ப்ரைஸ்... முதல் முறையா என்னை நீ கூப்பிடறே... என்ன விஷயம் சொல்லு.'

'உங்களை நான் பார்க்கணும்.'

'எப்ப?'

'இப்ப...'

'ஒரு மீட்டிங்ல இருக்கேம்மா, பணம் கிணம் எதாவது வேணுமா?'

'இல்லை. முதல்ல பார்க்கணும்.'

'நான் மீட்டிங் முடிஞ்சதும் ஃப்ளைட்டை புடிச்சு பெங்களூர் போறேன். எங்கூட பெங்களூர் வர்றியா?'

'இல்லை.'

'விஷயம் என்ன சொல்லு. எனக்கு இன்னொரு போன் வந்திருக்கு... உங்க அம்மா எதாவது தொந்தரவு கொடுக்கறாளா?'

'இல்லை.'

'என்ன விஷயம் சொல்லு. காலேஜ்ல ஏதாவது ப்ராப்ளமா?'

'இல்லை.'

'பின்ன என்ன பிரச்னை இருக்க முடியும்?'

'போன்ல சொல்ல முடியாதுப்பா.'

'அப்ப நாளைக்குக் காலைல திரும்பிருவேன். சந்திக்கலாம். என்ன?'

போனை வைத்துவிட்டாள். 'நாளைக்குக் காலைல பார்க்கலாம்னார். பெங்களூர் போறாராம்.'

'அவர் நாளைக்கு வரலைன்னா அதுக்கப்புறம் ஒருநாள்தான் இருக்கு. இன்னிக்கு பாத்துரேன். என்ன மாதிரி அப்பா அவரு?' என்றாள் கிருத்திகா.

'இல்லை மேடம். எனக்கும் அவருக்கும் இடையில் ரொம்ப ப்ராப்ளம்... எங்க அம்மாவால, ரொம்ப திட்டிருக்கேன் அவரை. அவர்கிட்டருந்து எந்தவிதமான பாசத்தையும் எதிர்பார்க்க முடியாது.'

'பாரு, நமக்கு வேண்டியது ஒரு சம்மதக் கடிதம், அவ்வளவுதான். இந்த மாதிரி நைநைன்னு இழுத்துண்டே போறதா இருந்தா என்னால முடியாதும்மா. வா உங்கம்மாவைப் பார்த்துரலாம்.'

'எங்கம்மாவையா?' என்றாள் அதிர்ச்சியடைந்து.

'வா, உன்னை யாரும் கடிச்சு சாப்பிட மாட்டா. நான் கேக்கறேன் வா.'

தீண்டும் இன்பம்

# 10

கிருத்திகா மேடம் தன் ஸ்கூட்டரில் அகல்யாவை அலுங்காமல் அழைத்துச் சென்றார். சாந்தோம் சாலையில் ஹைஸ்கூல் தாண்டி கடற்கரைப் பக்கம் இருந்த பங்களா வாசலில் அகல்யா நிறுத்தச் சொன்னாள். எஸ்டீம் காரும் ஒப்பெல் அஸ்ட்ராவும் நெருக்கமாக நிறுத்தப்பட்டிருந்தன.

'இந்த வீட்டில யார் இருக்கா?'

'எங்கம்மாதான்' என்றாள் அகல்யா.

'அப்பா?'

அகல்யா அதற்குப் பதில் சொல்லாமல், மெள்ள கேட்டை நெருங்கினாள். கூர்க்கா, 'கிஸ்கோ தேக்னா ஹை?' என்றான்.

'மரகதம்ங்கறவங்களை பார்க்கணும்.'

'க்யா நாம் போலும்...'

'என்ன சொல்றான் இவன்.'

'அகல்யா.'

'லிக்கே தேதோ' என்று ஒரு சீட்டை நீட்டினான்.

ஒரு நாய் அவர்களை நோக்கிப் பாய்ந்து வந்தது.

'அய்யையோ நான் வரலைம்மா. எனக்கு நாய்னா பயம்' என்று கிருத்திகா மேடம் ஸ்கூட்டரின் பக்கத்தில் பின்வாங்கிக்கொண்டார்.

அகல்யா பயப்படாமல் கதவைத் திறந்தாள். நாய் அவளருகில் ஆக்ரோஷமாக வந்து அவளைக் கடிக்கும் உத்தேசத்தை கடைசி நிமிஷத்தில் கைவிட்டு வாலாட்டத் தொடங்கியது.

'கூர்க்கா... கோன் ஹை?' என்று குரல் கேட்க, தோட்டத்தில் மரகதம் தன் மடிமேல் பரப்பிய துண்டில் நகம் திருத்திக்கொண்டு வெயிலில் உட்கார்ந்திருந்தாள்.

அருகில் கன்றுகுட்டி அளவுக்கு ஒரு டூ இன் ஒன் ஸ்பீக்கர்கள் பிரித்து வைக்கப்பட்டு பாடிக்கொண்டிருந்தது.

அகல்யா அணுக, மரகதத்துக்கு முதலில் அடையாளம் தெரியவில்லை.

'அகல்யாவா!'என்றாள்.

'இங்க எங்கடி வந்தே?' மரகதத்தின் மேனியில் வருஷங்களைத் தடுத்து நிறுத்திய முயற்சிகள் இருந்தன. திருத்தப்பட்ட புருவமும் என்ன என்னவோ கலக்கல்கள் தடவி சுருக்கங்களை ஒத்திப் போட்ட முகமும் சாயம் பூசிய தலைமுடியும் கார்ஸெட் அழுத்தும் வயிறும் மிகையான மார்பும் அகல்யாவுக்கு அருவறுப்பாக இருந்தது. 'இவளா என் அம்மா?'

'எனக்கு ஒரு கையெழுத்து வேணும்மா.'

'என்ன கையெழுத்து?'

'கொஞ்ச நேரம் உன்னோட தனியா பேசணும்.'

'இது யாரு டார்லிங்? எனக்கு இன்ரொட்யூஸ் பண்ணக்கூடாதா இந்தப் பொண்ணை?' அருகே வந்தவரை அப்போதுதான் பார்த்தாள். அவன்தான்! பைப்பை கடித்துக்கொண்டு. மோடா வில் அபத்திரமாக வைத்திருந்த கண்ணாடி தம்ளரில் ஸ்காட்ச், ஐஸ் கட்டிகள் கரைவதற்காகக் காத்திருந்தன. வெயில் கண்ணாடிக்குப் பின் கயமை தெரிந்த கண்கள்.

'நான் இந்தம்மாவுடைய பொண்ணுங்க, எம்பேரு அகல்யா.'

'ஓ நீதானா, முக ஜாடையிலிருந்து தெரியலை. ஒரு வேளை நீ அப்பா சாயலோ? வெல்... நைஸ் மீட்டிங் யு அகல்யா.' ஒரு சிறுவன் பந்துடன் ஓடிவர, 'பீட்டர், இந்த ஆன்ட்டி யாரு தெரியுமா? உன் சிஸ்டர். இங்க வந்து தங்கப்போறியா அகல்யா?'

'இல்லை. இல்லவே இல்லை!'

'கம் பேட்டா... நாம போகலாம்... இவங்க பேசிக்கிட்டிருக்கட்டும்.'

'மரு, பதினஞ்சு நிமிஷத்துல நான் புறப்பட்டுருவேன், உனக்கு நேரமாகும்னா மாருதில வந்துரு என்ன.'

'இல்லை... ரெண்டு நிமிஷம் ஜார்ஜி...'

அவர் போனதும் 'என்ன இது? இங்கல்லாம் வந்துண்டு என்றாள்' மரகதம்.

'இவன்தானா அது?'

'மரியாதையா பேசு அகல்யா! இங்க எதுக்கு வந்தே?'

'வரவேண்டியிருந்தது. தவிர்க்க முடியாம...'

'என் மூஞ்சிலயே முழிக்க மாட்டேன்னு சொன்னே?'

'என்ன பண்றது? நான் பண்ண பாவம் அப்படி. எனக்கு ஒரே ஒரு ஒத்தாசைதான் வேணும்...'

'பணமா...எவ்வளவு?'

'ஒரு சம்மதக் கையெழுத்து வேணும்...'

'என்ன விஷயம் சொல்லு!'

'அபார்ஷன் பண்ணிக்க.' மரகத்தின் முகம் விகாரமடைந்தது.

'என்னடி பெரிய குண்டைப் போடற, இவ்வளவு சாதாரணமா?'

'என்னவோ தப்பாயிடுத்தும்மா. நீ பார்க்காத அபார்ஷனா.'

'நீ கர்ப்பமா இருக்கியா? சேச்சே! என்னால நம்ப முடியலை... டெஸ்ட் பண்ணிப் பார்த்தியா?'

'அம்மா, பாரு... சுத்தி வளச்சுப் பேச வேண்டாம்... எனக்கு ஒரு அனுமதிக் கடிதம் மட்டும்போதும்...'

'இரு, உனக்குக் கல்யாணம் ஆய்டுத்தா?'

'இல்லை!'

'என்னால நம்பவே முடியலை, உங்க அப்பனுக்குத் தெரியுமா?'

'தெரியாது. சொல்லலை இன்னும். என் தலைவிதி அப்படி ஆய்டுத்து. மாட்டிண்டேன். அதிலிருந்து தப்பிக்க வழி வேணும் எனக்கு. படிக்கணும். பாஸ் பண்ணணும். எல்லாத்தையும் மறக்கணும். டாக்டர் எதாவது ஒரு பேரண்ட் சம்மதம் இல்லாம பண்ண மாட்டாராம்.'

'உங்கப்பன்கிட்ட கேளேன். அவன்தானே உன்னைப் பொறுப் பெடுத்து வளர்க்கறான்.'

'என்னை யாரும் வளர்க்கலை. அப்பா அம்மா ரெண்டு பேரும் இருந்தும் அநாதை நான். அவர்கிட்ட பணம் மட்டும் கேக்கப் போறேன். இதைச் சொல்லப்போறதில்லை...'

'சொல்லிடு.'

'சொன்னா உன்னைத்தான் காரணம் காட்டுவார். நீ என்னை வளர்த்த விதம் தப்பு. அதனாலதான் என்பார். நீ அவரைக் காரணம் காட்டுவே...'

'நான் காரணமா?'

'ரெண்டு பேருமே காரணம்... ரெண்டு பேரும் எனக்கு முன்னால ஓயாம சண்டை போட்டீங்க... பிரிஞ்சீங்க. அதனால தனிமையில நான் அழுததெல்லாம் காரணம். ஏதாவது அன்புக்காக ஏங்கினது காரணம். சரி சரி... அதெல்லாம் இப்ப எதுக்கு? பாரும்மா...உன் வாழ்க்கைல குறுக்க வரலை நான். இமோஷனால இல்லை... லீகலா, எனக்கு அபார்ஷன்ல ஏதாவது ஆச்சுன்னா கேஸ் கீஸ் போடாம 'பாடி'ய ஒப்படைக்கிறதுக்கு மட்டும்.'

'எங்க கையெழுத்து போடணும்?'

'இரு... மேடம்கிட்ட கேட்டு சொல்றேன்.'

அவள் புறப்பட, மரகதம் அவசரமாக 'படபடன்னு வருது' என்று மோடாவில் வைத்திருந்ததை மடக்கென்று குடித்து உதட்டைத் துடைத்துக் கொண்டாள்.

கிருத்திகாவை உள்ளே கூப்பிட்டாள் அகல்யா. 'ஒண்ணும் பண்ணாது. வெத்து நாய். வாங்க...'

'நீங்க யாரும்மா?'

'கிருத்திகா சாரி... அகல்யாவுடைய காலேஜ்ல லெக்சரர்.'

'ஏம்மா, இவளுக்கு நல்ல புத்தி சொல்லித்தர வேண்டியவங்க நீங்க... இம்மாதிரி...'

'தபாரு, உனக்கு அதையெல்லாம் கேக்க உரிமை இல்லை. சட்டப்படி ஒரு சிக்கல். அதுக்காகத்தான் வந்திருக்கேன்' என்றாள் அகல்யா.

மரகத்தின் கண்கள் கலங்கி, 'வயத்தில் பொறந்த பொண்ணு, என்ன பேச்சு பேசறா பாருங்க!'

'அம்மா, இப்படி எமோஷனலா என்னை பிளாக்மெயில் பண்ணாதே. கையெழுத்துப் போட்டுக் கொடுக்கப்போறியா இல்லையா?'

'எதுக்கும் ஜார்ஜை ஒரு வார்த்தை கேட்டுர்றேன்.'

'இதில் அவனை நுழைக்காதே' என்றாள் கடுமையாக.

'ஒண்ணும் இல்லைம்மா. இது ஒரு லீகல் ஃபார்மாலிட்டி. உங்க பொண்ணை நாங்க கவனமா பார்த்துக்கறோம். தவிர்க்க முடியாம ஏதாவது, விபரீதமா நடந்து அது பேரண்ட்ஸுக்கு தெரியாம பண்ணதுன்னு தெரிஞ்சா டாக்டருக்கு பெரிய பிரச்னை வரும்' என்றாள் கிருத்திகா சாரி.

'இன்னிக்கு இருந்தா பதினாறு வயசும்மா இவளுக்கு.'

'அம்மா!'

'கவலைப்படாதீங்கம்மா.'

'அப்படிங்கறீங்க? கையெழுத்துப்போடலாம்கறீங்க?'

'போடலாம்.'

'என் கண்ணாடி எங்கே? இதில என்ன எழுதியிருக்கு?'

'என் மகள் அகல்யாவுக்கு அஸ்பிரேஷன் ஸக்ஷன் அல்லது டி.என்.ஸி செய்து ஃபீட்டசைக் கலைக்க அவள் தயார் என்கிற முறையில் அனுமதி சம்மதம் தெரிவிக்கிறேன்.'

‘உங்ககிட்ட எல்லாம் சொன்னாளா? இவ அப்பன்கிட்ட நான் பட்ட பாட்டை.’

‘இல்லைம்மா... நான் கேக்கலை. எனக்கு அதிக இன்ட்ரஸ்ட்டும் இல்லை. முதல்ல இந்த அருமையான பொண்ணைக் காப்பாத்தணும்.’

‘தொடைல, மார்ல போட்ட சூட்டுத் தழும்பைக் காட்டட்டுமா?’

மிச்சமிருந்த திரவத்தை விழுங்கிவிட்டு, ‘தாங்க முடியாமத் தான்... தாங்கவே முடியாமத்தான் வந்துட்டேன். ஜார்ஜி என்னை ராணி மாதிரி வச்சிருக்கு. அடுத்த வாரம் பாலி தீவுக்கு போறம், குட்டிம்மா’ என்றாள் மரகதம்.

‘போய்ட்டு வா. ஹேவ் ய நைஸ் ட்ரிப். இதுல ஒரு கையெழுத்துப் போட்டுட்டா என்னை பெத்ததுக்கு ஏற்பட்ட பெரும் பாக்கியமா கருதுவேன்.’

மரகதம் உதட்டைப் பிதுக்கிக்கொண்டு சின்னக் குழந்தை போல் அழுதாள். ‘என் செல்லம்... என்னமா பாடுவாள் தெரியுமா? எத்தனை சொல்லித் தந்திருக்கேன். எங்கே அந்த பாட்டை பாடும்மா...

சீரான பொண்ணுக்கு சிறுவயது நோகுதுன்னு
வாராளே மருத்துவச்சி தங்க ரதமேறி

‘அம்மா ஸ்டாப் இட்.’

பங்களாவை விட்டு வெளியே வந்தபோது கிருத்திகா சொன்னாள், ‘உங்கம்மா நன்னா பாடறா.’

காலேஜ் சென்றபோது ஷாமியானா பந்தல் போட்டு மாணவர்கள் ஏதோ ஒரு சுழற் சங்கத்தின் சார்பில் ‘ரத்த தானம் செய்ய வாரீர்!’ என்று அழைக்க, ‘என்னைக் காணவில்லையே நேற்றோடு’ என்று காற்றில் கதறியது.

ரகு கையில் குத்திய இடத்தில் பஞ்சு வைத்து மடக்கிக் கொண்டு, ‘என்ன அகல்யா, நீ ரத்தம் கொடுக்கலையா? ஒரு வாரத்தில் சுரந்துருமாம். அதும் உன் ரத்தம், துடிக்கும் காதல் இதய ரத்தம். ஒரு நாள்ள சுரந்துரும். எங்க உன் பாய்ஃரெண்டு.’

ப்ரமோத், சீனு இருவரும் ஷாமியானாவிலிருந்து வெளியே வர 'வலிக்கவே இல்லைடா' என்றான் சீனு.

'ஆப்பிள் கொடுத்தாங்க' என்று ப்ரமோத் அதை அகல்யாவிடம் கொடுத்தான். 'உடம்பெல்லாம் சரியாப் போச்சா?'

தலையாட்டினாள். 'ப்ரமோத்...உங்கூடப் பேசணும்.'

'பேசு' என்றான் ரகு.

'தனியா.'

'நாங்கள்லாம் காதைப் பொத்திக்கறோம். பேசுங்க.'

சீனு அதற்குள் 'செகண்ட் இயர் ஜர்னலிசத்திலிருந்து பட்டாளமே ரத்தம் கொடுக்க வந்திருக்கு வாத்யாரே... ஒவ்வொண்ணும் சும்மா நின்னு விளையாடுது, ஸ்டாண்டிங் அண்ட் ப்ளேயிங்.'

'வாடா பாத்துரலாம். நம் காதலர்கள் பூ புல்லுக்கட்டு மாடுன்னு பேசிக்கிட்டு இருங்க. ஒரு பாஞ்ச் மினிட் கடலை கொடுத்துட்டு வந்துர்றோம்' என்றான் ரகு.

அவர்கள் போனதும் அகல்யாவை மரத்தடிக்கு அழைத்துச் சென்று வளைத்துப் பிடித்து 'என்ன அகல்யா, சொல்லு' என்றான் ப்ரமோத்.

# 11

அகல்யாவை அதிக ஆரவாரமில்லாத ரெஸ்டாரண்டுக்கு அழைத்துச்சென்றான் ப்ரமோத்.
'என்ன சாப்பிடறே கண்ணுக்குட்டி?'

'ம்ஹூம்! எனக்கு ஏதும் வேண்டாம்.'

'எனக்கு ஒரே பசி. பேல்பூரி, பானிபூரி, பாவ் பாஜி, பீட்ஸா ஏதாவது அடிச்சே ஆகணும்.'

'ப்ரமோத், நான் கர்ப்பமா இருக்கேன்.'

பாதி தண்ணீர் குடித்துக்கொண்டிருந்தவன் அப்படியே நிறுத்திவிட்டு, 'என்னது?' என்றான்.

'ஆமாம், டாக்டர் கன்ஃபர்ம் பண்ணிட்டாங்க.'

'என்ன சொல்ற நீ? நீயா? ப்ரெக்னண்டா? நீ முதல்ல வயசுக்கு வந்துட்டியோ?'

'விளையாடாதே ப்ரமோத்.'

'நிஜம்மா! பார்த்தா ஸ்கூல் பொண்ணுபோல இருக்கே.'

'இந்த மாதிரி பேசினா நான் எழுந்து போறேன்... என்ன ஒரு டென்ஷன்ல இருக்கேன் தெரியுமா?'

'யார் உன்னை இந்த நிலைக்கு ஆளாக்கினது? எனக்கு என்னவோ இந்த உரையாடலே செயற்கையா இருக்கு. சினிமா போல.'

அவள் மௌனமாக இருந்தாள்.

‘என்ன செய்யறது... சிலவேளை க்ரூடா இருந்தாலும் வாழ்க்கையை சினிமா பிரதிபலிக்கிறதே... சொல்லு யாரு காரணம்?’

‘நீதான்’ என்றாள் நிதானமாக.

அவன் குபீர் என்று சிரித்தான். ‘நானா? சேச்சே... என்ன நீ? நம்ம ரெண்டு பேருக்குள்ள காத்து வழியா மகரந்தச் சேர்க்கை சாத்தியமா இருந்தாத்தான் சாத்தியம்...’

அவள் பொலபொலவென்று கண்ணீர் உகுத்து அழ ஆரம்பித்தாள். ‘உனக்கு எல்லாமே விளையாட்டா இருக்கு.’

‘இல்லை கண்ணு.’

‘கண்ணு கண்ணுன்னு கூப்பிட்டு எழுவெடுக்காதே’ என்று சீறினாள்.

‘சரி அகல்யா, மிஸ் அகல்யா... இதை நல்ல விவரமா தெளிவா புரிஞ்சிக்க... உன் நிலைமைக்கு நான்தான் காரணம்னு சொல்றதா இருந்தா அது அபத்தம். நாம ரெண்டு பேருக்குள்ள செக்ஷுவலா ஏதும் நிகழலை. முத்தம் கொடுத்ததாலயும் அங்க இங்க தடவினதாலயும் கர்ப்பமாறது சாத்தியம்னா... உலகம் பூரா குழந்தைகளா இருக்கணும். முதல்ல அழுகையை நிறுத்து. எல்லாத்துக்கும் நிவாரணம் இருக்கு.’

வெய்ட்டர் காத்திருக்க, அவள் அவசரமாகக் கண்ணைத் துடைத்துக்கொண்டாள்.

‘ரெண்டு காபி கொடுப்பா போதும்.’

‘எனக்கு ஏதும் வேண்டாம்’ என்றாள் அகல்யா.

‘நீ போய்யா முதல்ல... ரெண்டு காபியையும் நானே சாப்பிடறேன்.’

வெயிட்டர் அவனை முறைத்துக்கொண்டே போனான்.

‘சொல்லு’ என்று அவள் கண்ணீரைக் கைக்குட்டையால் துடைத்து, ‘நான்தான் காரணம்னு நெனச்சா எந்த டெஸ்ட்டுக்கும் தயாரா இருக்கேன்... டி.என்.ஏ அது இதுன்னு இருக்காம்... இப்பல்லாம் பேரண்டேஜை நிரூபிக்கிறது ரொம்ப சுலபம்.’

'நான் குழந்தை பெத்துக்கப் போறதில்லை... நீதான் நேரடியான காரணம்னு சொல்லலை நான்...'

'பின்ன...?'

'அன்னிக்கு இசை விழாவின் போது நீ செய்த ஒரு காரியம்தான் ஆதாரமான காரணம்.'

'என்ன செஞ்சேன்?'

'என் கண்ணெதிரில நதிக்கு முத்தம் கொடுத்து ரூமுக்குள்ள அழைச்சிக்கிட்டுப் போன பாரு... அப்பதான்...'

'யாரு, நதிராவையா?'

'ஆமாம்!'

'ஐயோ! கருமம்... ரூமுக்குள்ள ஒண்ணுமே நடக்கலை... அந்தப் பொண்ணு அத்தனை உஷாரான பொண்ணு.'

'எனக்கு என்ன தெரியும்? அதப் பார்த்த நான் கோபத்திலே, பொறாமையிலே, வெறியில அந்தக் கணமே திரும்பிப்போக விரும்பி, அந்தப் பையனைக் கூப்ட்டு ஆஸ்ட்டல்ல ட்ராப் பண்ணச் சொன்னேன்... அந்தப் பையன் பேர் என்ன? நம்மகூட கர்னாட்டிக் மியூஸிக் வாசிச்சு முதல் ப்ரைஸ் வாங்கினானே...'

'ஏதோ பேரு, சொல்லு.'

'ஸ்ரீதரனா, ஸ்ரீவத்ஸனா தெரியலை...'

'என்ன சொல்ல வரே நீ?'

'அவன் கூட ஆஸ்டலுக்கு வந்தபோது வாசல் கேட்டு பூட்டி யிருந்தது. வாட்ச்மேன் எழுந்திருக்கவே இல்லை. அதனால திருவல்லிக்கேணில அவன் தங்கியிருக்கிற ரூம்ல போய் படுத்துக்கலாம்னு. நார்மலா, இயல்பாதான் எல்லாம் நடந்தது... அங்க போய் படுத்துத் தூங்கிட்டேன். நடுராத்திரில கனவா நனவான்னு தெரியாத ஒரு சமயத்தில் அவன் என் பக்கத்தில் படுத்திருந்தான். 'தப்பா எடுத்துக்காதே'ன்னு என்னவோ சொல்லிண்டிருந்தான். எனக்கு முதல்ல புரியலை...'

'ஓ மை காட்! இப்பவே போய் அவனை சிண்டைப் புடிச்சு இழுத்துக்கிட்டு வரேன்... என்ன பேர் சொன்னே?'

'அது கூட சரியா ஞாபமில்லை... திருச்சி ஆர்.ஈ.ஸின்னு நினைக்கிறேன்.'

'அதெல்லாம் கண்டுபிடிச்சூரலாம். என்னம்மா இது... மகாபாரதத்தில் தேவர்கள் வந்து கர்ப்பம் கொடுத்துவிட்டுப் போனாப்பல திருச்சிக்காரன் கொடுத்துட்டுப் போயிட்டானா? நம்ப முடியலையே. சரியா பாத்தியா... என்ன என்னவோ கோடி டெஸ்ட் உண்டே? யூரின், ப்ளட் எல்லாம்... எங்க அக்காவை அழைச்சுட்டுப் போயிருக்கேன்.'

'எல்லா டெஸ்ட்டும் பாத்தாச்சு.'

'என்ன செய்யப்போறே? பயப்படாதே... இப்பல்லாம் ரொம்ப பத்திரமான கருக்கலைப்பு முறைங்கல்லாம் இருக்குது.'

'அதுக்குத்தான் ஏற்பாடு செய்யப்போறேன்... இருந்தாலும் பயமா இருக்கு ப்ரமோத்...'

ப்ரமோத் அவள் கன்னத்தைத் தொட்டான். 'அகல்யா... நீ எப்படி உள்ளுக்குள் உணர்றேன்னு என்னால நினைச்சுப் பார்க்கவே முடியலை. ரொம்ப அதிர்ச்சியா இருக்கு...என்னால என்ன வெல்லாம் உதவி தேவையோ கேளு. ஆனா, நான்தான் காரணம்னு சொல்லி எம்மேல பழியை மட்டும்போடாதே. நான் அம்பேல்.'

'நான் யார்மேலயும் பழி போடலை... இப்ப அவனைப் பார்த்தா கூட அவன் மேலயும் பழி போடமாட்டேன் ப்ரமோத்.'

'யூ ஆர் எ க்ரேட் ஸோல் அகல்யா' என்றவனின் முகத்தில் இருந்த கவலை விலகியிருந்தது.

'அவசரப்பட்டு ஏதும் முடிவு செய்துராத. யார் யார்கிட்ட சொல்லியிருக்கே.'

'கிருத்திகா சாரி மேடம்க்கு தெரியும். என் அம்மாவுக்கும் தெரியும்...'

'அம்மா என்ன சொன்னாங்க?'

'ஒண்ணும் சொல்லலை. அபார்ஷனுக்கு சம்மதிச்சுட்டாங்க.'

'அப்படியா? காதைப்புடிச்சுத் திருகலையா?'

'நான்தான் அவ காதைப் புடிச்சுத் திருகணும். விட்டுத்தள்ளு ப்ரமோத்.'

'அப்பா?'

'பணம் கொடுத்துருவாரு... அவ்வளவுதான்?'

'அபார்ஷன் தீர்மானிச்சுட்டியா?'

'பின்ன, பிள்ளை பெத்துப்பனா? வேடிக்கையா இருக்கே நீ கேக்கறது... வேற வழி இருக்கா?'

'இருக்கு... அதைப்பத்தி இப்ப என்ன? எல்லாத் தகவலும் இருக்கா உங்கிட்ட? கெமிக்கல், சர்ஜிக்கல் என்ன என்னவோ சொல்றாங்களே...'

'இனிமேதான் டாக்டரைக் கேட்டுக்கணும்.'

'முதல் காரியம், உன்னை நீயே போட்டு வருத்திக்காதே... நடந்து போனதைப் பத்தி குருட்டு யோசனை பண்ணாதே. என்னை அறியாம நானும் ஒரு காரணமா இருந்திருக்கேன். அது எனக்கு வாழ்க்கைல ஒரு பெரிய பாடம். ஒரு பெண்ணின் உடம்போட விளையாடறதைவிட மனசோட விளையாடறது மிகவும் அபாயகரமான காரியம். ஐ'ம் வெரி வெரி ஸாரி அகல்யா.'

'என்ன பண்றது' என்று தன் கையைப் பார்த்துக் கொண்டாள். 'என் விதி அப்படி...'

'விதியை மாத்தலாம். கவலைப்படாதே. முதல்ல உன்னை நல்லாப் பாத்துக்கணும். உன் மன ஆரோக்கியம் ரொம்ப முக்கியம். எப்ப பண்ணிக்கிறதா உத்தேசம்?'

'வெள்ளிக்கிழமை வரச் சொல்லியிருக்காங்க.'

'அதுக்கப்புறம் அது ஒரு கெட்ட சொப்பனம்.'

'சொப்பனமா இருந்தா எத்தனை நல்லா இருக்கும்.' மறுமுறை அழுதாள்.

'அவனைப் புடிச்சு உன் முன்னால கொண்டுவந்து நிறுத்தாம... விடமாட்டேன்...'

'வேண்டாம்.'

தீண்டும் இன்பம் 89

'டோண் பி ஸில்லி. பொறுப்பில்லாம ஒரு காரியம் செய்துட்டு புறப்பட்டுப் போயிருக்கான். உடனே அவன் பேரு, ஊரு, விலாசம் கண்டுபிடிச்சு அலற அலற கொண்டுவரப்போறேன். ரகுகிட்ட சொல்லிட்டா போதும். அதான் எனக்கு முதல் வேலை' என்றான் ப்ரமோத்.

அவள் கை விரல்களை நாடி கோத்துக்கொண்டாள்.

'ப்ரமோத்...'

'என்ன?'

'உனக்கு என்னை இப்ப பார்த்தா அருவருப்பா இல்லையா?'

'ஏன், எதுக்கு?'

'டு யூ ஸ்டில் லவ் மி?'

'ஏன் கேக்கறே?'

'எனக்குத் தெரியணும்.'

ப்ரமோத் யோசித்துச் சொன்னான், 'இந்தச் சம்பவத்தால அல்லது விபத்தினால நமக்குள்ள முன்ன இருந்த நட்பு எந்த விதத்திலயும் பாதிக்கப்படலை, போதுமா...?'

இருந்தும் அவன் தொடுகையிலும் உடல் மொழியிலும் மெலிதான வேறுபாட்டை அவளால் உணர முடிந்தது. ஏதோ ஒரு தசை இறுக்கம் அல்லது தயக்கம்.

சாயங்காலம் ப்ரமோத் ஹாஸ்டலுக்கு போன் செய்திருந்தான்.

'அகல்யா, அந்த ஆளு பேர் ஆர். ஸ்ரீதரன். திருச்சி ஆர்.ஈ.ஸியில ஆர்க்கிடெக்ச்சர் கடைசி செமஸ்டர் மாணவன்' என்றான்.

'அப்படியா?' என்றாள் சுவாரஸ்யமில்லாமல்.

'என்ன பண்றேன் பாரு அவனை...'

'ப்ரமோத், நீ என்ன செய்தாலும் என் நிலையில எனக்கு எந்த விதமான சாதகமும் இல்லை. என் ஒரே கவலை எப்படித் துறக்கறது அதான்.'

‘இருந்தாலும் நான் இதைச் சும்மாவிடப்போறதில்லை.’

‘என்ன ஆதாரம்ன்னு கேப்பான்.’

‘கேட்டுருவானா? பார்க்கலாம். என்ன நீ? உனக்கு நேர்ந்ததை அப்படியே ஒப்புத்துகிட்ட...’

‘வேற என்ன செய்ய முடியும்?’

‘சொல்றேன்.’

வியாழக்கிழமை சாயங்காலம் கிருத்திகா சாரி மேடம் அகல்யாவை டாக்டர் சுபாஷிணி மேத்தாவின் க்ளினிக்குக்கு அழைத்துச் சென்று தாயின் அனுமதிக் கடிதத்தைக் கொடுத்தாள். அவள் அதைப் படித்துவிட்டு, ‘போதும். காலைல வெறும் வயத்தில வந்துரும்மா. சியர்ஃபுல்லா இரு’ என்றாள்.

‘அப்புறம் இன்னொரு விஷயம்... உனக்கு மன நிம்மதி வேணும்னா இந்த அட்ரஸ்ல ஒரு நல்ல நற்பணி இயக்கம் இருக்குது. ‘Pro Life...’ வாழ்க்கைக்காகன்னு பேரு... அவங்கள்ள ஒருத்தரைச் சந்திக்கறியா?’

அகல்யா, கிருத்திகா சாரியைப் பார்த்தாள். ‘அதிகம் பேருக்குத் தெரியவேண்டாமே...’

‘போய்ட்டு வாம்மா... ரொம்ப ஆறுதல் கிடைக்கும்ங்கறாங்க.’

‘அதுக்கில்லைம்மா. அபார்ஷன் என்பது எமோஷனலாவும் பிஸிக்கலாவும் ஒரு பெண்ணுக்கு பெரிய அதிர்ச்சி தரக்கூடிய விஷயம். இதைப்பத்தி எல்லா நல்லது கெட்டதுகளையும் அவங்க வரிசைப்படுத்திச் சொல்வாங்க.’

‘நல்லது இருக்கா என்ன?’

‘ஏன் இல்லாம? என்னைப் பொருத்தவரை உன் வாழ்க்கைல இது ஒரு பிழைதிருத்தம்தான்’ என்றாள் கிருத்திகா சாரி.

டாக்டர் மேத்தா, ‘அவங்க வாலண்டரியா இதைச் செய்யறாங்க. எந்தவிதமான வியாபார நோக்கமும் இல்லை. மதச் சார்பும் இல்லை. சந்திக்கிறது நல்லதும்மா...’

‘சரி டாக்டர்’ என்றாள் அகல்யா. அதன் பின் விளைவுகளைப் பற்றி யோசிக்காமல்.

# 12

விடுதிக்கு அகல்யா திரும்பி வந்தபோது, சுந்தரேச மாமா பை நிறைய கனகாம்பரம், ஆர்யபவன் ஸ்வீட்ஸ் எல்லாம் கொண்டுவந்து காத்திருந்தார். திக் என்றது. இவருக்கு யார் சொன்னார்கள்?

'வழக்கம்போல ஆடிட்டுக்கு வந்தேன். அப்படியே உன்னையும் பார்த்து கம்ப்யூட்டர் கோர்ஸுக்கு பணம் கட்டப் போயிருந்தேன். அங்க சொன்னா... நீ வரவே இல்லையாமே... என்ன ஆச்சு? உடம்பு கிடம்பு சரியில்லையா?'

கம்ப்யூட்டர் கோர்ஸா... அப்படி ஒன்று இருக்கிறதா என்ன?

'மாமா... நான் கர்ப்பமா இருக்கேன்' என்று சொன்னால் அதிர்ச்சி அடைவாரா, மயக்கம் போட்டு விழுவாரா என்று பரிசோதித்துப் பார்க்கும் விபரீதமான ஆசை ஏற்பட்டது அகல்யாவுக்கு.

வேண்டாம். இந்த ஆள் பிராணனை விட்டுவிடுவார். எனக்கு அப்பா அம்மா ஆதரவு இல்லாத சமயத்தில் கார்டியனாகக் கையெழுத்து போட்டவர். ப்ராக்ரஸ் கார்டு எல்லாம் இவருக்குத்தான் போகிறது.

அவ்வப்போது பணம் கொடுத்துக்கொண்டிருக்கிறார் அகல்யாவுக்கு. பணம் இவருடைய தில்லை. இவர் மூலமாக அப்பாதான் மறைமுகமாக கொடுக்கிறார் என்பது தெரிந்தாலும்

அந்தப் பொய்யை நடத்துவதில் ஏதோ ஒரு விதத்தில் அவளது கர்வமும் தன்மானமும் காப்பாற்றப்படுவதுபோல உணர்ந்ததால் அதை அனுமதித்திருந்தாள்.

இவரிடம் விஷயத்தை இப்போது சொன்னால் எதுவும் பெரிசாக எனக்கு லாபமில்லை. என் நம்பிக்கை முழுவதும் கிருத்திகா சாரி மேடம்தான். என் அப்பா அம்மா எல்லாம் அவர்தான். அவர் சொல்படியே நடப்போம். யாரையோ போய்ப் பார்க்கச் சொன்னார்களே, போய்ப் பார்ப்போம்.

'ஒரு குட் நியூஸ், பானுவுக்குக் கல்யாணம் நிச்சயம் ஆய்டுத்து... பையன் எம்.சி.ஏ பண்ணிட்டு அமெரிக்காவில் சாஃப்ட்வேர் எஞ்சினியரா இருக்கான். லீவுக்கு வந்திருக்கான். பானுவைப் பார்த்தான். ஒரே வாரத்தில் சம்மதம் சொல்லிட்டான். இவளுக்கு... நான் பாரு பைத்தியம். பாஸ்போர்ட்கூட ரெடி பண்ணி வெச்சுக்கலை. இந்த சந்தோஷ சமாசாரத்தை உங்கிட்ட சொல்லத்தான் வந்தேன். இங்கதான் காஞ்சி ஓட்டல்ல கல்யாணம். நீதான் வந்து எல்லா ஏற்பாட்டையும் பார்த்துக்கணும், என்ன?

'ஓ, அப்படியா? சந்தோஷம்' என்றாள்.

அவள் முகத்தில் சந்தோஷம் இல்லாததை அவர் பரபரப்பில் கவனிக்கவில்லை.

'நீ கூட பாஸ்போர்ட்டுக்கு அப்ளை பண்ணிடு அகல்யா. உன்னை அமெரிக்காவுலேர்ந்து வந்து கொத்திண்டு போய்டுவாங்க. பானுவை விட நீ நல்ல சேப்பு. களை... என்ன கொஞ்சம் ஹைட்டு கம்மி... ஃபைவ் டூ இருப்பியா?'

சோகையாகச் சிரித்தாள்.

'இன்னும் எத்தனையோ ஏற்பாடுகள் பாக்கியிருக்கு. முதல்ல பத்ரிகை அச்சடிச்சாகணும். உங்க அப்பாவைப் பார்த்துத் தகவல் சொல்லணும். எப்பவாவது அவரைப் போய்ப் பார்த்தாயோ?'

'நான் எதுக்கு அவரைப் பார்க்கணும்?'

'அதுகூடச் சரிதான்' என்று பையிலிருந்ததை எல்லாம் எடுத்து வைத்துவிட்டு, 'ஏன் கோர்ஸ் போகலை?'

'உடம்பு கொஞ்சம் சரியில்லை மாமா. அடுத்தவாரம் சரியா யிடும். கவலைப்படாதீங்க, கல்யாண ஏற்பாட்டை பாருங்க' என்றாள்.

எதற்காக இவர் எனக்கு இத்தனை ஒத்தாசை செய்கிறார் என்பதை அவள் தீவிரமாக எண்ணிப் பார்க்க விரும்பவில்லை. அவ்வப் போது அவள் மேல் படும், தொடும் காரணங்களை நிராகரிக்கவே விரும்பினாள்.

'வேறு ஏதாவது உதவி வேணும்னா சொல்லு. மாமாகிட்ட சொல்லத் தயங்கவே தயங்காதே...'

'மாமா ஒரு இடத்துக்குப் போகணும்... கூட வர்றீங்களா?'

'தாராளமா? எங்க போகணும்?'

'பல்லாவரம். தனியா போறதுக்குக் கொஞ்சம் தயக்கமா இருக்கு!'

அந்தத் தனிமையான தாழ்வான கட்டடத்தின் பின்னணியில் கல்லுடைத்து வயிறு இழந்திருந்த மலை மௌனமாக நிற்க, மீனம்பாக்கம் ரன்வேயைத் தொட ஆசைப்பட்ட தாழ்வான விமானங்கள் அபத்தமான சைஸில் இறங்கிக்கொண்டிருக்க, ஆட்டோ ரிக்ஷாவுக்குக் காசு கொடுத்துவிட்டு நிமிர்ந்து பார்த்தார் சுந்தரேசன்.

'ப்ரொ லைஃப்னா என்ன இடம் இது? பனியன் விப்பாளே அதா?'

'ஏதோ கன்ஸல்டன்ட்ஸ் மாதிரின்னு நினைக்கிறேன் மாமா. எனக்கே தெரியாது.'

வெளிநாட்டு கார்கள் இரண்டு நின்று கொண்டிருந்தன.

'இங்க என்ன?'

'ஒருத்தரை எங்க லெக்சரர் கிருத்திகா சாரி பார்க்கச் சொல்லி யிருக்கார். கொஞ்சம் இருங்க... உள்ள வரவேண்டாம்... பேசிட்டு உடனே வந்துர்றேன்...'

'டேக் யுவர் டைம்.'

உள்ளே மிகச் சுத்தமாக சத்தமில்லாமல் இருந்தது. ஸ்ப்ளிட் ஏஸி மௌனமாக இயங்கிக்கொண்டிருக்க, சுவரில் சில ஆங்கில வாசகங்கள் சட்டம் போட்டுமாட்டியிருந்தார்கள்.

'என் வாழ்வைப் பறிக்க உனக்கு என்ன உரிமை' என்று, எள்ளுப்பூ போன்ற மூக்குடன், அப்போதுதான் கண்திறந்த குழந்தை கேட்டுக்கொண்டிருந்தது.

PRO LIFE என்று சைக்கடெலிக் நிறத்தில் ஃப்ளோரசன்ட் எழுத்துக்கள் ஒரு பலகையில் ஒளிர்ந்தன. கார்ட்டூன் சித்திரத்தில் ஒரு பெண் கழுத்தில் 'எல்' போர்டு மாட்டிக்கொண்டு கையில் சிரிக்கும் குழந்தை வைத்திருந்தாள். அவளும் சிரித்துக்கொண்டு இருந்தாள்.

'வாம்மா அகல்யா.'

ஜன்னலோர மேஜையில் இருந்து குரல் கேட்டது.

நவீன மேஜை, கம்ப்யூட்டர் டெர்மினல் வைத்திருந்தது.

டாக்டர் ராஜேஸ்வரி ராபர்ட் என்று பிளாஸ்டிக் எழுத்துக்கள் எழுதியிருக்க, 'உக்காரு, உன்னைப் பத்தி டாக்டர் மேத்தாவும் கிருத்திகா சாரியும் நிறையவே சொன்னாங்க... நான்தான் 'அனுப்பி வையி, தைரியம் சொல்வோம்'னு சொன்னேன். நாளை அபார்ஷன் பண்ணிக்கப் போற இல்லையா?'

'ஆமாம்!'

உள்ளே ஒரு சிப்பந்தி வந்து தேநீர் கொடுத்துவிட்டுச் சென்றான். ஒரு வெள்ளைக்காரர் உள்ளே வந்து எட்டிப் பார்த்து 'நேரமாகுமா ராஜி?' என்று கேட்க, 'டென் மினிட்ஸ் ராபர்ட்' என்றாள் ராஜேஸ்வரி. தேநீரைக் கலக்கியபடியே, அகல்யாவைப் பார்த்தாள். திருத்திய புருவம், கழுத்தில் மணிக்கயிறு, மாலையுடன் இணைந்திருக்கும் படிப்புக்கான அரைக்கண்ணாடி. லேசாக லிப்ஸ்டிக் தடவிய உதடுகள். பெரிய கரிய கண்கள். கரும் பச்சையில் உயர்தர பாலிகாட்டன் சேலை. அதன் வெளிர் வடிவத்தில் ரவிக்கை.

'பயமா இருக்கு?'

'ஆமாம் மேடம்.'

'தட்ஸ் நேச்சுரல், என்ன வயசு?'

'பதினேழு.'

'இந்த இடம் பிடிச்சிருக்கா?'

'ம்.'

'இங்க வந்து அட்மிட் பண்ணிக்கிறியா?'

'சுபாஷிணி டாக்டர் க்ளினிக்லதானே செய்யப்போறதா சொன்னாங்க...'

'அது அபார்ஷன். இந்த இடம் அபார்ஷனுக்கு இல்லை...'

'பின்ன?'

'குழந்தை பெத்துக்கறதுக்கு.'

அகல்யா பயத்துடன் சிரித்தாள்.

'நீங்க என்ன சொல்றீங்க?'

'பாரும்மா... ஒரு உயிரை கொல்லக்கூடாது. அதுக்கு உனக்கு உரிமை இல்லை. உன் வயத்திலே வளருதே குட்டிப் பாப்பா, அதுக்கு இப்பவே ஹார்ட் பீட் இருக்கும் தெரியுமில்லை, கேக்கறியா?' என்று ஒரு டேப்ரிக்கார்டரை இயக்கினாள். அலை போல சத்தம் கேட்டு அதன் நடுவே திடும் திடும். 'பாப்பாவோட ப்ளட் ஃப்ளோ. அதன் இதயத்துடிப்பு.'

அகல்யா எழுந்தாள். 'நான் போறேன். நான் இந்த மாதிரி அட்வைஸுக்கு வரலை...'

'உக்காரு... உன்னை யாரும் பலவந்தப்படுத்தப் போறதில்லை... நாளேக்கே டாக்டர் மேத்தா உன் வயத்தை சுத்தம் பண்ணிடுவா... உக்காரு முதல்ல' என்று அதட்டினாள்.

'சுத்தம் பண்றதுக்கு முன்னாடி நீ இந்த வயசில அபார்ஷன் பண்ணிக்கிறதினால உடலுக்கும் மனத்துக்கும் ஏற்படற சேதத்தைப் பத்தி, நஷ்டத்தைப் பத்தி தெரிஞ்சிக்கிட்டே ஆவணும்.'

'எனக்குத் தெரியவேண்டாம்.'

ராஜேஸ்வரி படபடவென்று பேச ஆரம்பித்தாள். 'உனக்கு என்ன ப்ரொஸீஜர் பண்ணப் போறாங்க தெரியுமா?'

'தெரியாது.'

'அதுகூட கேட்டு வெச்சுக்கலை. ஸக்ஷன் அஸ்பிரேஷன்தான் பண்ணுவாங்க. முதல் ட்ரைமெஸ்டர்தானே? லோக்கல் அனஸ்திசியா கொடுப்பாங்க. அதில நூத்துக்கு தொண்ணூத்தேழு பேருக்கு வலி இருக்கும். அதும் உன்னைப் போல சின்ன வயசுக்காரங்களுக்கு வலி அதிகமாவே இருக்கும். அதுக்காக அனஸ்திசியா டோஸை சிலபேர் அதிகமாக்கறாங்க. அதில ஸெர்விக்கல் இன்ஜுரி, யுட்டிரஸ் பர்ஃபரேட் ஆற சாத்தியம் அதிகம். இதெல்லாம் நான் கதை கட்டிச் சொல்றதில்லை. மெடிக்கல் ரிப்போர்ட்டுங்க. அப்புறம் ப்ளீடிங் இருக்கும். லாஸிரேஷன் பிறப்பு உறுப்புகள் வீங்கியிருக்கும். பீரியட்ஸ் ஒழுங்கில்லாமல் போயிரும். க்யுரெட் எதாவது பயன்படுத்தினா மலடா ஆகற சான்ஸ் இருக்குது அல்லது எக்டோப்பி ப்ரக்னன்ஸி ஏற்படலாம். அபார்ஷன் பண்ணிகிட்டவங்களுக்கு கான்ஸர் வரதுக்கு சான்ஸ் அதிகம். இதெல்லாம் ஆராய்ச்சி முடிவுகள். நேஷனல் கான்ஸர் இன்ஸ்டிடியூட் 1800 பெண்களை பேட்டி கண்டதில் பதினெட்டு வயசுக்குள் அபார்ஷன் பண்ணிட்டவங்களுக்கு மார்பகத்தில் கான்ஸர் வரும் சாத்தியம் மத்தவங்களை விட 800 சதவிகிதம் அதிகம்னு 1994-ல் கண்டுபிடிச்சிருக்காங்க.'

'இந்த விவரமெல்லாம் எனக்குத் தேவையே இல்லை மேடம். நான் வரேன்.'

'தெரிஞ்சுக்கணும் நீ. அபார்ஷன் பண்ணிக்கிட்டு அதிகப்படியான ரத்தப்போக்கினால் செத்துப் போனவங்களும் இருக்காங்க.'

'அப்படிப் போகணும்னா போறேன்.'

'எதுக்கு? எதுக்கு?'

'வேற வழியே இல்லாதபோது இந்த ரிஸ்க் எடுத்துத்தான் ஆகணும் டாக்டர்.'

'தேவையே இல்லை.'

'நீங்க என்ன சொல்ல வர்றீங்க?'

'பாரு அகல்யா... உடல்ல மட்டுமில்லை... மனசிலயும் நீ எத்தனை தூரம் பாதிக்கப்படுவே தெரிஞ்சுக்க...'

'எனக்கு இதெல்லாம் வேணாம் ப்ளீஸ்.'

'முதல்ல அந்த ஸக்‌ஷன் அஸ்பிரேஷன் மெதட் என்னன்னு புரிஞ்சிக்க. ஒரு ஸக்‌ஷன் ட்யூபை செர்விக்ஸை டைலேட் பண்ணிட்டு உள்ளே விடுவாங்க. அதன் முனைல கூர்மையான ஒரு கட்டிங் எட்ஜ் இருக்கும். ஃபீட்டஸை அதை வெச்சு உறிஞ்சுவாங்க. உயிருள்ள பாப்பாவோட உடம்பை துண்டாக்கி எல்லாத்தையும் கக்கலும் கரைசலுமா வெளியே கொண்டு வந்துருவாங்க. அதை நீ பாக்கக்கூட பார்க்கலாம். அது உன் மனசை எப்படி பாதிக்கும்னு யோசிச்சுப் பாரு? பலபேரு அபார்ஷனுக்கு அப்புறம் பலமாதங்கள் கழிச்சும் கெட்ட கனா காண்பாங்களாம். குழந்தை அழறாப் பலயும் குப்பைத்தொட்டில அதன் பாகங்கள் கிடக்கறாப்பலயும். இதெல்லாம் தேவைதானா கண்ணே?'

அகல்யா அப்படியே மேஜைமேல் தலைசாய்த்து அழுதாள்.

ராஜேஸ்வரி சற்று நேரம் அவளை அழவிட்டாள்.

'ஐயோ... வேற என்ன வழி இருக்கு எனக்கு?'

'பெத்துக்க! கொல்லாத கண்ணு! குழந்தை பெத்துக்க. நாங்க எல்லா ஏற்பாடும் செய்யறோம்' என்றாள் ராஜேஸ்வரி.

'என்ன சொல்றீங்க? நான் காலேஜ் போகணும். படிக்கணும். வேலைக்குப் போகணும். லைப்ல எத்தனை இருக்கு எனக்கு.'

'எல்லாம் ஒண்ணு குறையில்லாம நடக்கும். இப்ப என்னங்கறே? உனக்கு என்ன இதிலே? கம்ப்யூட்டர் கோர்ஸ் சேர்ந்திருக்கே. அதை இங்க தொடரலாம். நீ படிப்பைப் பொருத்தவரையில் கிருத்திகா சாரிகிட்ட சொல்லிட்டா அட்டன்டன்ஸ் பற்றிக் கவலைப்பட வேணாம். பிரைவேட் ட்யூஷனுக்கு ஏற்பாடு பண்ணிட்டா ஒரு செமஸ்டர்கூட மிஸ் பண்ணாம பண்ணிரலாம்.'

'நீங்க சொல்றது புரியலை. அதாவது நான் அந்த குழந்தையை அபார்ஷன் பண்ணாம பத்து மாசம் சுமந்து பெத்துக்கணும் கறீங்களா?'

'பத்து மாசம் இல்லை. ஒரு நார்மல் ப்ரக்னன்ஸிங்கறது முப்பத் தொம்பது வாரம். அதிகப்படியா 280 நாளைக்கு மேல் போகாது. முதல் பீரியட்லிருந்து உனக்கு எண்பது நாள்னு கேள்விப் பட்டேன். அதனால உனக்கு ஆறு மாசம்தான் இங்க இருக்க வேண்டி வரும்.'

'வெயிட் எ மினிட். இதெல்லாம் நீங்க எதுக்கு எனக்கு செய்யறீங்க.'

ராஜேஸ்வரி ராபர்ட் எடைக்கு வைக்கப்பட்ட குண்டு கண்ணாடியை உருட்டிக் கொண்டே சொன்னாள்... 'வி ஆர் ஃபார் லைஃப். கடவுள் கொடுத்த உயிரைப் பறிக்கிறதுக்கு நமக்கு உரிமை கிடையாதுன்னு நம்பறவங்க சங்கம் நாங்க.'

# 13

ப்ரமோத் ஃபிஸிக்கல் லாபுக்குப் போகும் வழியில் ரகுவைப் பார்த்தான். வராந்தாவில் தம் அடித்துக் கொண்டிருந்தான். பக்கத்தில் சீனு எட்டாவது முறையாக 'ஆடிப்பூட்டேன் வாத்யாரே... கட்லு அடில குழந்தை சத்தம். அவ எடுத்து ரவிக்கையைத் திறந்து பால் கொடுக்கறாப்பா... சட்டுனு லைட் அணைச்சாப்பால ஆயிடுச்சு. ஆளை விட்டா போதும்னு ஒரே ஓட்டமாக ஓடிவந்துட்டேன்.'

'பட்டா, விசாரிக்கணும். 'இனிமே இந்த மாதிரி மதர்ங்களையெல்லாம் பரேடு கொண்டாந்து காட்டின, பட்டா நடக்கறதே வேறு'ன்னு சொல்லணும்.'

ப்ரமோத் வருவதைப் பார்த்து 'ப்ரமோது, எங்க உன் ஆளைக் கொஞ்ச நாளா காணோம்... கர்ப்பமாக்கிட்டியா? இல்லை. நீ கர்ப்பமா இருக்கியா?' என்றான் ரகு.

ப்ரமோத் அவனை வெறுப்பாகப் பார்த்தான். ரகு மெள்ள மென்றுகொண்டு அவனை அற்பமாக ஏறிட்டான்.

'சில பேருக்கு எல்லாம் கேக்குதுரா சீனு. இதே ப்ரமோத்தை இப்ப அந்த வீட்டுக்குக் கூட்டிட்டுப் போனா வருவானா மாட்டானாடா?'

ப்ரமோத் தீர்மானித்தான்.

'ரகு, உங்கூட பேசணும்.'

'உனக்கு எனக்கும் பேச பொது சப்ஜெக்ட் கிடையாது வாத்யாரே...'

'இருக்கு ஒரு பொது எதிரி. அப்பறம் அகல்யா.'

'என்ன ஆச்சு? சண்டை போட்டுக்கிட்டியா... ஊடலா?'

'ஷி இஸ் இன் ட்ரபிள். சொன்னா காலேஜ் பூரா பரத்திருவே.'

'எல்லாம் பரவித்தான் இருக்குது. என்னா ட்ரபிள் சொல்லு...'

'அவளை காம்பெட்டிஷன்க்கு வந்த ஒரு பையன் கெடுத்துட்டான்.'

ரகுவின் முகம் தீவிரமடைந்தது.

'யார்றாவன்?'

'ரெண்டு மாசம் முந்தி இசைவிழாவில் ஃபர்ஸ்ட் ப்ரைஸ் வாங்கினான் பாரு... திருச்சிலருந்து ஃப்ளுட்டோ என்னவோ வாசிச்சானே, ஒரு ஐயர் பையன். அவன்தான்.'

'அப்படியா? பட்டா, அவனை பீஸ் பீஸா கிளிச்சு துவைச்சுரலாம். என்னடா சீனு... திருச்சி ஒரு ட்ரிப் அடிக்கலாமா?'

'ஓ!'

'அதை உங்கிட்ட சொல்றதுக்குத்தான் வந்தேன். நாங்க பாஸ்கெட் பால் டோர்னமென்ட்டுக்கு திருச்சி போறம். சென் ஜோசப்ல இன்டர் யூனிவர்சிட்டி பாரதிதாசனுக்கும் நமக்கும் நடக்குது' என்றான் ப்ரமோத்.

'யூனிவர்சிட்டி லெவல்ல ஆடறியா? கில்லாடிரா நீ...'

'டீம்ல இருக்கேன். எங்கூட நீயும் சீனுவும் வந்து அவனை ஒரு தட்டு தட்டி விசாரிக்கணும்பா.'

'தட்டறது என்ன? வாழ்நாள் முளுக்க ஐபேட்டு வாங்கும்படி எலும்பெல்லாம் முறிச்சிரலாம்... என்ன பேரு சொன்னே?'

'ஸ்ரீதர்.'

'அப்பவே திருதிருன்னு முளிச்சான், கில்லாடி! என்ன செய்தான்?'

‘ராத்திரி பார்ட்டி இருந்திச்சு... இசைவிழாவுக்கு அப்புறம் அந்தப் பெண்ணைத் தனியா கூட்டிட்டுப் போய் நைச்சியமாப் பேசி...’

‘மாத்தமாட்டிக்ஸா! அலையறானுவப்பா...’

‘நம்ம சிநேகிதி, நம்ம காலேஜ் பொண்ணு... தங்கக்கட்டி... அவளைப்போயி? அப்பவே சொல்லியிருந்தா பலி போட்டிருப் பேனே’ என்றான் ரகு.

‘இப்பதான் அகல்யா என்கிட்ட தயங்கித் தயங்கிச் சொன்னா, உங்கிட்டயும் சொல்லச் சொன்னா’ என்று பொய் சொன்னான்.

அகல்யா ‘அல்ட்ரா ஸோனோகிரபி’ என்கிற அந்த அறைக்குள் நுழைந்தாள். ஒரு மாதிரி இரட்டை டெலிவிஷன் போல இருந்தது அந்த கருவி.

‘இத பாரும்மா... இது எக்ஸ்ரே மாதிரி... எந்தவித ஆபத்தும் கிடையாது... வலியும் கிடையாது... போட்டோ எடுக்கறாப்பல ரியல்டைம் டாப்ளர் வகை இது. அமெரிக்காவுலயே இந்த மாடல் பெரிய ஆஸ்பத்திரிங்கள்ள ஒண்ணு ரெண்டுலதான் இருக்கு. அது இந்த ஆஸ்பத்திரிக்கு அன்பளிப்பா கொடுத்திருக் காங்க. எல்லாம் எதுக்காக? உயிர்களைக் காப்பாத்தறதுக்காக... மென்னி முறிச்சுக் கொல்றதுக்கில்லை’ என்றாள் ராஜேஸ்வரி ராபர்ட். அகல்யாவின் பாவாடையை விலக்கி அவள் வயிற்றில் ஜெல்லி தடவி அந்த பிஸோ எலெக்ட்ரிக் சாதனத்தை வைத்து குமிழிகளைத் திருக,

‘பாரு தெரியுதா ஷேப்பு? அதான். இன்னம் கொஞ்ச நாள் போனா ஆணா பெண்ணாகூடச் சொல்லிரலாம்.’

முறம்போல இருந்த அந்த இரட்டை பிம்பத்தில் என்னவோ வண்ண வடிவங்கள் தெரிந்து துருத்திபோல அசைந்துகொண்டு இருந்தன. அகல்யா மேலும் அதைப் பார்க்க விரும்பவில்லை.

‘போய்ட்டு வாம்மா... உன்னை யாரும் எதுவும் பலவந்தப்படுத் தலை. இது உன் தீர்மானம். அபார்ஷன் பண்ணிக்கறதா இருந்தா சிட்டிலயே பண்ணிக்க. இல்லை, உன் படிப்பும் கேரியரும் எந்தவிதத்திலயும் பாதிக்காதபடி நாங்க இங்க தங்க ஏற்பாடு செய்யறோம். மிஞ்சிப்போனா ஆறுமாசம். அமைதியா, சுகமா யார் கண்ணிலயும் படாம ஆரோக்கியமா வாழலாம். அதில் எதுன்னு நீதான் தீர்மானிக்கணும். அதுக்கு முந்தி இதைக்

கேட்டுட்டுப் போ' என்று ஒருமுறை அந்தக் கருவியை இயக்க, தப் தப் தப் என்று ஒரு சத்தம் கேட்டது.

'உன் குழந்தையின் இதயத்துடிப்பு, நிமிஷத்துக்கு 140 தடவை!' என்றாள்.

போகும்போதுகூட ராஜேஸ்வரி ராபர்ட், 'பாரும்மா, உனக்குப் பதினேழு வயசுதான்... ஆனாலும் பெல்விஸ் எல்லாமே நல்லாவே ஃபார்மாயிருக்கு. உனக்குக் குழந்தை பெத்துக்கறதில் எந்தச் சிக்கலும் இருக்காது. இன்னிக்குகூட ஃபீட்டல் ஹார்ட் மானிட்டர் போட்டுக் கேட்டோம். எ ஹெல்த்தி சைல்டு. நல்லா யோசி...'

அகல்யா நகத்தைக் கடித்தாள். கழுத்துச் சங்கிலியைக் கடித்தாள்.

'குழந்தை பிறந்தப்பறம் அதை...'

'என்ன பண்ணுவோம்னு பாக்கறியா? முழுக்க முழுக்க நாங்க பொறுப்பெடுத்துக்குவோம். பெத்துக்கொடுத்துட்டா போதும்.'

'ஏன் இதெல்லாம் செய்யறீங்க.?'

'உயிரும்மா அது! ஆட்டோவில் போவாதே... கார் அனுப் பட்டுமா?'

'வேண்டாங்க.'

அகல்யா ப்ரோ லைஃப் கட்டடத்தைவிட்டு வெளியே வரும்போது மிகுந்த குழப்பத்தில் இருந்தாள்.

'வாங்க மாமா போவம்.'

சுந்தரேசன் அங்கிருந்த பத்திரிகைகளையெல்லாம் படித்து முடித்திருந்தார்.

'இங்க எதாவது வேலைக்குச் சேரப்போறியா?'

'சேரலாம்னு யோசிச்சுண்டு இருக்கேன் மாமா...'

'இந்த அத்துவானத்திலயா? ஆட்டோ...'

அகல்யா ஆட்டோ வேண்டாம் என்று திரிசூலம் ரயில் நிலையத் துக்கு நடந்துவந்து மின்சார ரயில் பிடித்து மீண்டும் விடுதிக்கு

வந்தாள். வெள்ளிக்கிழமை சேருவதற்கு வேண்டிய துணிமணி களை ஒரு சிறிய பெட்டியில் அடுக்கிக் கொள்ள...

'ஊருக்குப் போறியா?' என்றாள் ரூம்மேட்.

'இல்லை, அபார்ஷன் பண்ணிக்க' என்று சொன்னால் என்ன ஆகும் என யோசித்தாள்.

'கிருத்திகா மேடம் ரெண்டு முறை போன் பண்ணிட்டாங்க!'

உடனே போன் பூத்துக்குச் சென்று பேசினாள்.

'என்ன அகல்யா, போய்ட்டு வந்தியா பல்லாவரத்துக்கு?'

'போனேன் மேடம்.'

'என்ன சொன்னாங்க? ஏன் இன்னம் இந்தப் பொண்ணு அட்மிட் பண்ணிக்கலைன்னு சுபாஷிணி மேத்தா என்கிட்ட கேட்டா. உன் அபார்ஷனை திங்கட்கிழமைக்கு போஸ்ட்போன் பண்ணிட்டா. அவளுக்கு எதோ கான்ஃப்ரன்ஸ் இருக்காம்...'

'அந்த ப்ரொ லைஃப்ல கொஞ்சம் போட்டுக் குழப்பிட்டாங்க மேடம்.'

'என்னவாம்?'

'ஒரு உயிரைக் கொல்ல நமக்கு உரிமை இருக்கா மேடம்?'

'டோன்ட் பி ஸில்லி!'

'அதான் அவங்க கேட்டாங்க.'

'நீ என்ன பதில் சொன்ன?'

'என்ன பதில் சொல்றதுன்னே தெரியலை மேடம். குழம்பிப் போயிட்டேன்...'

'இதில குழப்பத்துக்கு இடமே இல்லை. இது உன் வாழ்க்கை, உன் உடம்பு, உன் எதிர்காலம். மற்றவங்க சொல்றாங்கங்கறதுக்காக நீ உன் தீர்மானத்தை மாத்திக்க வேணாம்.'

'எதுக்காக அங்க அனுப்பிச்சீங்க?'

'ஏதோ நல்லதொரு கவுன்சலிங் பண்றாங்கன்னு அனுப்பிச்சது தப்பாப் போச்சு. பாரு, உன் அபார்ஷன் திங்கட்கிழமைக்கு ஒத்திப்போட்டது ஒருவிதத்தில் நல்லதுதான். வெள்ளி, சனி, ஞாயிறு நன்னா ரெஸ்ட் எடுத்துக்க. அதைப்பத்தி மறுயோசனையே கிடையாது... ஞாயிறு மத்யானம் அட்மிட் ஆய்க்க...'

'சரி, மேடம்.'

ரகுவும் சீனுவும் திருச்சிக்குச் சென்று என்னவெல்லாம் செய்யலாம் என்பதைப் பற்றி மைதானத்தில் பேசிக்கொண்டிருந்தார்கள்

'சிந்தாதிரிப்பேட்டைல நக்கிள் கார்டுன்னு விக்கறாங்கடா... கைவிரல்ல மாட்டிக்கிட்டு பட்டா முகத்தில் ஒரு குத்து போதும். மூஞ்சி பிக்காஸோ வரஞ்ச ஓவியம் மாதிரி ஆயிரும்.'

கிரிக்கெட் டோர்னமெண்ட் நடந்துகொண்டிருந்தது. அதனுடன் எம்.சி.ஏ. மாணவர்களின் கம்ப்யூட்டர் விழாவும் நடந்துகொண்டிருந்தது.

'ரகு... உம் பேரை நோட்டீஸ் போர்டுல பார்த்தேன்' என்று ஒரு மாணவன் எதிர்ப்படும்போது குறிப்பிட்டான்.

'எம்பேரு நோட்டீஸ் போர்டுல இருக்கிறதில என்னடா புதுசா இருக்கு... போவியா...'

சீனு, 'என்னதான் இருந்தாலும் அகல்யாவுக்கு உம்மேல ஒரு இதுதான் ரகு. ப்ரமோத் மூலமாவே சொல்லி அனுப்பிச்சிருக்கா பாரு' என்றான்.

'அந்த ஒரு வார்த்தைக்குத் தாண்டா திருச்சி போறம். ஆனா, திருச்சிக்கு சேலம் வழியா பஸ்ல போறம் சீனு.'

'சேலம் வழியாவா...' என்றான் சீனு ஆச்சர்யத்துடன்.

'சேலத்துல பஸ் ஸ்டாண்டு பக்கத்துல ஒரு லாட்ஜ் இருக்குதாம்... அங்க ராத்திரி தங்கிட்டு போறம்... சும்மா ஒவ்வொரு குட்டிங்களும் அங்க நின்னு ஸ்டாண்டு கொடுத்து விளையாடுமாம். எனக்கு ஒரு பவானி பெட்ஷீட் வியாபாரி சொன்னான். 'ரகு பிரதர்! நானும் இந்தியா பூரா சுத்தி எல்லா மாநிலப் பொண்ணுங்களையும் பார்த்துட்டேன். சேலம் லாட்ஜ்தாண்டா நம்பர் ஒன். எல்லாத்துலயும் ஒஸ்தி. க்ளீன் ரூம்ஸ், க்ளீன் கர்ள்ஸ். விரும்பினா

வீணை வாசிச்சுக் காட்டும்... கவிதைகூட படிச்சுக் காட்டும்'னு சொன்னான்.'

'அதுக்கு இங்கேயே...'

'அதெல்லாம் இலவச இணைப்புடா. மெயின் மேட்டரை விட்டுராதே. சரி, நீ போய்ப் பாரு, நோட்டீஸ் போர்டுல என்ன எளுதிருக்கான் நம்மப் பத்தின்னு. ரஸ்டிக்கேஷனா, வேற என்ன மேட்டர் சமாசாரம்னு பார்த்துட்டு வா.'

ரகு சிகரெட் பற்ற வைக்கும்போது தொண்டை வலித்தது. முழு சிகரெட்டையும் தூக்கி எறிந்துவிட்டான். 'பட்டா ஒழுங்கா சிகரெட் க்வாலிட்டி தரமாட்டாங்கப்பா. மரத்தூளு மாதிரி...ச்சத்!'

சீனு போய் அறிவிப்புப் பலகையைப் பார்த்துவிட்டுத் திரும்பி வந்தான்.

'ஒண்ணுமில்லை. நம்ம பி.டி மாஸ்டர் ப்ரகான்ஸா கூப்ட்டிருக்கார், ஒன்னை...'

'ரகு...மீட் மீ இன் மை ஆபீஸ். இட்ஸ் அர்ஜெண்ட்' என்று எழுதியிருந்த காகிதத்தைக் கொடுத்தான்.

'ஜிம் டீம்ல சேர்றதுக்குக் கேப்பாரு' என்று மாஸ்டர் அறைக்கு ரகு சென்றபோது அவர் வீட்டுக்குக் கிளம்பி விட்டதாகச் சொன்னார்கள்.

'அவசரமில்லை. திருச்சி போய் வந்தப்பறம் சந்திக்கலாம்' என்றான்.

வியாழன் அதிகாலையில் அகல்யா விவரமாக ஒரு கனாக் கண்டாள். கஷ்டமாக இருந்தது. ஆனால் விக்கி விக்கி அழ வைத்த கனா. அறை, அவள் அறைதான். ஆனால் அதில் பல மலர்க்கொத்துக்கள் உள்ளன. ப்ரமோத், அம்மா, ஸ்ரீதர், சிம்ரன், எல்லோரும் சேர்ந்து கையெழுத்திட்ட ஒரே ஒரு கெட்வெல் கார்டு.

அந்த மலர்க்கொத்தை சிரமத்துடன் எடுத்து முகர்ந்து உடன் இணைக்கப்பட்டிருந்த கார்டைப் பிரிக்கிறாள். குழந்தை அழும் ஓலம் கேட்கிறது. 'தொம் தொம்' என்று அந்த இதயம் கேட்க, 'நூத்தி நாப்பது நூத்தி நாப்பது' என்று சுந்தரேசன் சொல்கிறார்.

ராஜேஸ்வரியும் கிருத்திகாவும் மாறி மாறி 'இதான் கை, இதான் விரல், இது வந்து தலை. க்யுரெட் போட்டு எடுத்துட்டோம்.'

'அப்பத்தான் ரொம்ப வலிச்சது' என்றது பாப்பா சிப்மங்க் குரலில். அதன் விரல்கள் ரோஜா நிறத்தில் இருந்தன...

'ரொம்ப மோசம் நீ. என்ன அம்மா நீ.'

அதைக் கேட்பது நானா, குழந்தையா தெரியவில்லை. சட்டென்று வியர்வை வெள்ளத்தில் எழுந்துவிட்டாள்.

'அகல்யாம்மா... உங்களைப் பார்க்கறதுக்கு ஒரு ஆளு வந்திருக்காரு!'

மெள்ள எழுந்து பல் தேய்த்து, முகம் கழுவிக்கொண்டு சட்டை மாற்றிக்கொண்டு கீழே வந்தாள். பார்வையாளர் அறையில் அவன் உட்கார்ந்திருந்தான்.

'யாரு?'

'மிஸ் அகல்யா? சர்ப்ரைஸ்! என்னை ஞாபகம் இருக்கா? ஸ்ரீதர்!'

# 14

அகல்யாவுக்கு முதலில் அவனை அடையாளம் தெரிந்துகொள்ள முடியவில்லை. ஒரே ஒரு நாள் விழாவின் இரைச்சலில் எத்தனையோ முகங் களுக்கிடையே பார்த்தது. ஏதோ ஒரு விதத்தில் அவன் அடையாளம் மாறியிருந்தான். மீசை வைத்திருந்தானோ இல்லை தலைமயிரை சுருக்கிவிட்டானோ? ஏதோ ஒன்று அடையாளத் தடை செய்தது.

'விநோதமாக பார்க்கறீங்க... நான் ஆர்.இ.ஸி ஸ்ரீதர். உங்க கூட இசைவிழாவில் முதல் பரிசு வாங்கினேன், ஃப்ளூட் வாசிச்சதுக்கு. நீங்ககூட எமிலி டிக்கின்ஸன் போயம் ஒண்ணு மொழி பெயர்த்து பிரமாதமா பாடினிங்களே.'

அகல்யா, 'தெரிஞ்சுடுத்து. ஆனா என்னவோ மாறிடுத்து' என்று தலைமயிரைப் பார்த்தாள்.

'சுவீகார அப்பா செத்துப்போய் காரியம் பண்ண மொட்டை அடிக்கும்படியா ஆய்டுத்து. இப்பத் தான் வளருது. உங்களுக்கு ஞாபகம் வரலைன்னு நினைக்கிறேன், அந்த மறக்க முடியாத இரவு. உங்களை அந்த பார்ட்டியிலிருந்து இரவில் ஸ்கூட் டர்ல கொண்டு விட்டுட்டு, ஹாஸ்டல் கேட் திறக்காம திருவல்லிக்கேணில நண்பன் ரூம்ல படுத்துண்டிருந்துட்டு... மறந்துட்டீங்களா?'

'இல்லை' என்றாள்.

'மறக்க முடியுமா அந்த இரவை? வாங்க, எங்க யாவது போகலாம். ஒரு குட் நியூஸ் சொல்ல ணும். நின்னுகிட்டே பேசவேண்டாம்.'

'இல்லை. எனக்கு வேலை இருக்கு.'

'உங்களுக்கு ஒரு நல்ல சேதி சொல்லத்தான் வந்தேன். முத முதல்ல உங்ககிட்டதான் சொல்லணும்னு.'

'என்ன?'

'அமெரிக்கா போகப்போறேன். விசா கிடைச்சுடுத்து. டெக்ஸஸ் ஏ அண்ஞ் எம்ல அசிஸ்டன்ஷிப் இருந்ததால விசா சுலபமா கொடுத்துட்டாங்க. ஜி.ஆர்.ஈ. ஸ்கோர் என்னங்கறீங்க...'

'கங்கிராட்ஸ்' என்றாள். இவனிடம் என்ன சொல்லப் போகிறேன்?

'நான் எதுக்கு வந்தேன்னா, போன உடனே உங்களுக்கு ஒரு பி.எஸ் அட்மிஷனுக்கு ஏற்பாடு பண்ணப் போறேன். அந்த விவரம் கேட்டு வெச்சுக்கத்தான் வந்தேன். உங்க மேஜர் என்ன? அகல்யா... அன்னிக்கு நான் உன்னை, ஸாரி உங்களைப் பார்த்த கணத்திலேயே என்னவோ ஒரு கெமிஸ்ட்ரி வேலை செஞ் சுடுத்து. நீதான், நீங்கதான் என் வருங்கால மனைவின்னு தீர்மானம் பண்ணிட்டேன்.' பாதியில் நிறுத்திவிட்டான்.

அகல்யாவின் கண்களில் நீர்த்த துளிகள் இயல்பாகவே உருண்டன. 'ஏன் அகல்யா, உடம்பு சரியில்லையா?'

'ஆமாம், அரை மணிதான் இருக்கு. ஆஸ்பத்திரிக்குப் போகணும்'

'எனிதிங் ராங்?'

'ஆமாம், சொல்றேன்...'

சாஸரில் டீ கொட்டி இரைச்சலாக உறிஞ்சும் ஒரு நடுவாந்திர ஓட்டலின் ஃபேமிலி ரூமுக்குச் சென்றார்கள்.

'என்னப்பா இருக்கு?'

'பொங்கல், ரவா உப்புமா, ஆனியன் ரவா, ஆறு இட்லி, ரசவடை, மைசூர் போண்டா, இடியாப்பம், குழியப்பம்' என்று ஒப்பிப்பதைத் தடுத்து, 'ஒரு காபி' என்றாள்.

'ரெண்டு காபிப்பா. ஒண்ணு சக்கரை கம்மியா. திருச்சினாப் பள்ளில பத்மான்னு ஒரு ஓட்டல் இருக்கு. அங்க கூட்டிண்டு போகணும் உங்களை.'

‘எனக்கு காபி வேண்டாம்’ என்றாள் அகல்யா.

‘என்ன சொல்லுங்க’ என்று அவள் கையைப் பற்ற, அதைப் பிடுங்கிக்கொண்டாள்.

‘அகல்யா, உங்களுக்கு என் மேல கோபம் தெரியறது. நான் பொறுப்பற்றவன். அப்படியே விட்டுவிட்டுப் போய்ட்டான்னு தானே நினைச்சீங்க? லெட்டர் கிட்டர் போடாம, நேர்ல வந்து பார்க்காம... காரணம், ஆஸ்பத்திரிக்கு அலைஞ்சுக்கிட்டு இருந் தேன் அகல்யா... சுவீகார அப்பா டயபடிக் கோமாவில... உங்களை நினைக்காத நாள் இல்லை. காஸெட்ல எல்லாத்தையும் பதிஞ்சு வெச்சிருக்கேன். என் ஃபாஸ்டர் ஃபாதர் வந்து...’

அகல்யா அவன் சொல்வதைக் கவனிக்காமல், ‘நான் கர்ப்பமா இருக்கேன்’ என்றாள்.

‘என்னது!’

‘ஆமாம். அன்னிக்கு தப்பு நடந்துபோச்சு.’

‘மை காட்! அன்னிக்கா!’

‘ஆமாம்.’

‘சரியாத் தெரியுமா.’

அவனைக் கோபத்துடன் பார்த்தாள். ‘தெரியும்! ஏன்னா நான் வேற தப்பு எதும் என் வாழ்க்கைல செய்யலை. ஒரே ஒரு தப்பு. ஒரே ஒரு கவனக்குறைவு. மாட்டினேன்.’

அவன் முகம் மாறியது. நெற்றியைச் சுருக்கிக்கொண்டான். ‘ஐயோ, என்ன இது வெடிகுண்டை தூக்கிப் போடறீங்களே?’ என்று அரை மொட்டைத் தலையை இரண்டு கைகளாலும் சொறிந்தான். புருவம் துடித்தது.

‘என்னைப் பார்த்து, ‘ஏன் என்னவோ மாதிரி இருக்கே’ன்னு கேட்டியே... இதான் பதில்.’

‘அதுக்கில்லை... நான் வந்து இப்ப செப்டெம்பர்ல அமெரிக்கா போற சமயத்தில...’

‘தாராளமா போ. படி. பாஸ் பண்ணு. நான் அதுக்குத் தடையா எதும் பண்ணமாட்டேன்.’

'கன்ஃபர்ம் ஆய்டுத்தா? என்ன என்னவோ டெஸ்ட் முறைகள் லாம் உண்டே.'

'அந்த எழவெல்லாம் ஆச்சு' என்றாள் எரிச்சலுடன். 'போலாமா?'

'இல்லை, அதுக்கு நான்தான் பொறுப்புன்னு...'

'ஆமாம், நீதான் பொறுப்பு.'

'நீங்க சொல்றதை நம்பறேன். அப்ப நான் அமெரிக்கா போகலை.'

'டோண்ட் பி ஸில்லி. நான் வேற ஏற்பாடு பண்ணியாச்சு. எங்க கிருத்திகா மேடம் உதவி செய்றாங்க. ஐம் கோயிங் டு அபார்ட் தி சைல்டு. உங்கிட்ட எதுக்குச் சொல்ல வரேன்னா, ஏதோ என் விதிப்படி நடந்து போச்சு. ஆனா அமெரிக்கால போய் இந்த மாதிரி அசால்ட்டா என்னை மாதிரி ஒரு அப்பாவி கெடைச்சா எதும் செய்துராத... அங்கே மன்னிக்கமாட்டாங்க. புழிஞ்சு எடுத்துடுவாங்க. ஏன் அழறே?'

அவன் தன் பையிலிருந்த துண்டு எடுத்து கோவைப் பழம்போல மூக்கைச் சிந்திக்கொண்டு அழுதான். லேசான பச்சைக் கண்கள். மெல்லிய உதடு. கழுத்திலும் மணிக்கட்டிலும் கறுப்புக் கயிறு. நெற்றியில் அனுமாரோ பிள்ளையாரோ ஒரு குங்குமத் தொடுகை.

'அகல்யா, என்னைத் தப்பா நெனைச்சுட்டீங்க. நான் எப்படி எப்படி...' அவன் ஜோல்னாப் பையிலிருந்து தடவித் தடவி எதையோ எடுத்தான். அவளுக்குப் பரிசாகக் கொண்டுவந்திருந்த சாக்லேட் பெட்டி.

அதன் கார்டில் 'என் வருங்கால மனைவி அகல்யாவுக்கு' என்று எழுதியிருந்தான். அதன்பின் அவன் தன் பாஸ்போர்ட்டை எடுத்துக் காட்டினான். அதைப் பிரித்து, 'பாரு அமெரிக்கன் விசா.'

'சந்தோஷம்' என்றாள்.

சற்றும் எதிர்பார்க்காமல் ஒரு பெரிய காரியம் செய்தான். புத்தம் புதிய பாஸ்போர்ட்டின் முரட்டு அட்டையின் நடுவில் கிழித் தான். பக்கம் பக்கமாக உதிர்த்தான். ஒவ்வொரு பக்கத்தையும் கிழித்து இன்னமும் சாப்பிடாத காப்பிக்குள் திணித்தான்.

'ஐம் நாட் கோயிங். தட்ஸ் ஆல்.'

'என்ன பைத்தியக்காரத்தனமா பண்றே ஸ்ரீதர்.'

'இல்லை அகல்யா. எனக்கு அமெரிக்காவைவிட நீங்க முக்கியம். நீங்க என்ன தீர்மானிச்சீங்களோ, அபார்ஷனோ என்னவோ அது முடியற வரைக்கும் மெட்ராஸை விட்டுப் போகமோட்டேன். உங்களுக்கு உறுதுணையா - பக்கபலமா இருக்கப்போறேன். ரூம் வாசல்லயே படுத்துக்கிடக்கப் போறேன். பெட்பான் வெக்கறேன். குளிப்பாட்டறேன்...'

'அதெல்லாம் ஒரு எழவும் வேண்டாம். நீ அமெரிக்காவைப் பார்க்கப் போய்ச்சேரு.'

'எங்க? இனி போக முடியாது.'

'என்ன இப்படி உளர்றே? உன் உதவியெல்லாம் எனக்குத் தேவையே இல்லை. ஞாயிற்றுக்கிழமை எல்லாம் முடிஞ்சிரும். அதுக்கப்புறம் போய்டு. நான் மறுபடி ஃப்ரீ.'

அவன், அவள் சொன்னதைக் கவனிக்காமல், 'உங்களோடயே இங்கயே இருக்கேன். இருந்து உங்களை கண்ணும் கருத்துமா பார்த்துண்டு, எங்க அப்பா அம்மாகிட்ட சொல்லிட்டு உங்களைக் கல்யாணம் செய்துண்டு, அப்புறம் மெள்ளப் பார்த்துக்கலாம். அமெரிக்காவும் வேண்டாம், ஒரு மண்ணும் வேண்டாம். என்னைப்பத்தி உங்களுக்குத் தெரியாது. மனசில ஒண்ணு தீர்மானிச்சுட்டேன்னா மாத்தமாட்டேன். நம்ம விதிகள் இரண்டும் பின்னிண்டது. ஒரு ராத்திரிக்கு மட்டும் இல்லை அகல்யா - ஒரு வாழ்நாளைக்கு. அதை நான் நிரூபிச்சே ஆகணும்.'

'திஸ் இஸ் அன்பிலிவபிள்' என்றாள் அகல்யா.

'ஐ லவ் யு அகல்யா. ரொம்ப சம்பிரதாயமான வார்த்தையா இருந்தாலும் வேறவிதமா எனக்குச் சொல்லத் தெரியலை. வாங்க, இப்பவே போய் கல்யாணம் பண்ணிக்கலாம். அதுக்கப்பறம் அபார்ஷன் பண்ணிக்கலாம். ஐ லவ் யு... லவ் யு... லவ் யு அகல்யா.'

'நீ ஒரு பைத்தியம்னு நினைக்கிறேன். பில்லு கொடுத்துட்டு வா. எனக்கு நேரமாச்சு. செக்கப் போகணும்.'

அகல்யா அவனைப் புரியாமல் பார்த்தாள்.

நிஜமானவனா இல்லை ஒரு கார்ட்டூன் சித்திரமா?

இப்படியும் ஆசாமிகள் இருப்பார்களோ?

'இப்ப என்ன செய்யணும் சொல்லுங்க அகல்யா.'

'பாஸ்போர்ட் ஆபீஸுக்குப் போயி டூப்ளிக்கேட்டுக்கு அப்ளை பண்ணு. அதான் என்னால சொல்ல முடியும்.'

'இன்னும் நீங்க என்னை புரிஞ்சிக்கலை.'

'பாரு, எனக்கு இப்ப இருக்கற ஒரே கவலை எனக்குள்ள வந்துவிட்ட வேண்டாத விருந்தாளியைப் போகச் சொல்றது. வேற எதுக்கும் நான் தயாரா இல்லை. கல்யாணமா! எனக்கு எவ்வளவு வயசு தெரியுமா உனக்கு? குழந்தையுடன் ஒரு குழந்தைங்கறாங்க கிருத்திகா மேடம்.'

அவர்கள் வெளியே வந்தபோது மோட்டார் சைக்கிளில் ப்ரமோத் வந்தான். 'அகல்யா உன்னை எங்கல்லாம் தேடறது? கிருத்திகா மேடம் கூப்டறாங்க.'

'இது யாரு' என்றான் ஸ்ரீதரை முதன் முதலாகப் பார்த்து.

'இதான் ஸ்ரீதர்' என்றாள் கலவரத்துடன்.

'ஓ ஹலோ ஸ்ரீதர்! உன்னைத் தனியா சந்திக்கணும் ஸ்ரீதர்.'

அகல்யா, 'ப்ரமோத் கொஞ்சம் வரியா' என்று அவனைத் தனியாக அழைத்து, 'இப்ப ஒண்ணும் கலாட்டா வேண்டாம். எனக்கு இருக்கற டென்ஷன் போதும்.'

'சொல்லிட்டியா?'

'ஆச்சு.'

'என்ன சொல்றான் திருடன்?'

'என்னவோ உளர்றான். பாஸ்போர்ட்டை கிழிச்சுப் போட்டுட்டான். அமெரிக்கா போகாம என்கூடவே இருக்கேங்கறான்.'

'எல்லாம் ஸ்டண்டு, டூப்ளிகேட்டா இருக்கும். இவனைக் கவனிக்கிற விதத்துல கவனிச்சுக்கறேன்.'

‘அதெல்லாம் வேண்டாம் ப்ரமோத்... எனக்கு டாக்டர் சுபாஷிணி கிளினிக்ல அப்பாயின்ட்மெண்ட் இருக்கு. அழைச்சுட்டுப் போறியா? மேடம் காத்துட்டிருப்பாங்க.’

‘அவங்கதான் உன்னை கூட்டிவரச் சொன்னாங்க. ஏம்பா ஸ்ரீதரா... உங்கூட நம்ம ஆர்கெஸ்ட்ரா நண்பர்ங்கள்லாம் பேசணும்ங்க றாங்க. சாயங்காலம் ஆஸ்டல் பக்கம் வரியா.’

‘வரேனே.’ அகல்யாவிடம் வந்து, ‘அகல்யா இவங்களுக்கெல் லாம் நம்ம சமாசாரம் தெரியாதில்லையா? தெரிஞ்சாக்கூட என்ன... நாமதான் கல்யாணம் செய்துக்கப்போறமே... உங்க அப்பா அம்மாவையும் பார்த்துரட்டுமா?’

‘வேண்டாம்!’

‘அகல்யா, நான் திருச்சி ரிடர்ன் டிக்கெட்டை, அமெரிக்கா ஏர் டிக்கெட்டையெல்லாம் கேன்சல் பண்ணிட்டு வந்துர்றேன். எங்க இருக்கு அந்த கிளினிக்?’

‘நீ காலேஜ் பக்கம் வாப்பா, அழைச்சுட்டுப் போறேன்’ என்றான் ப்ரமோத்.

‘எங்க வரணும்?’

சொன்னான்.

‘ப்ரமோத் அல்லது ரகுன்னு சொன்னா யாரும் அடையாளம் காட்டுவாங்க.’

போகும்போது, ‘ப்ரமோத், அவனை அடிக்க கிடிக்க வேண்டாம்’ என்றாள் அகல்யா.

‘கவலையே படாதே. பூ கணக்கா பாத்துக்குவான் ரகு.’

‘நடந்ததுக்கு நானும்தான் பொறுப்பு.’

‘அதுக்காக?’

ப்ரமோத்தின் மோட்டார் சைக்கிள் பின் ஸீட்டில் அகல்யா ஏறிக் கொண்டு, ஒருமுறை ஸ்ரீதரைத் திரும்பிப் பார்த்தாள். திகைப்பில் இருந்தான். அவளுக்கு வயிற்றில் கவலை கவ்வியது.

அகல்யாவை கிளினிக்கில் விட்டபின் அங்கிருந்தே ஹாஸ்டலுக்கு போன் செய்தான்.

'ரகு, நான் ப்ரமோத்ரா. அந்த பார்ட்டி ஸ்ரீதரன் நம்மைத் தேடிக்கிட்டு மெட்ராஸ்க்கே வந்துட்டான்.'

ரகு காலை எழுந்ததிலிருந்து கண் எரிச்சல், வயிற்று வலி, லேசாக ஜுரம் என்று மிகுந்த வெறுப்பில் இருந்தான். கிளாஸ் பக்கம் ஒரு வாரமாகப் போகவில்லை.

'வரச் சொல்லு. தொகையல் பண்றேன் அவனை.'

'அனுப்பியிருக்கேன். கொஞ்சம் ஜாக்கிரதையா இரு. எல்லாம் ஊமை அடியா இருக்கட்டும்' என்றான் ப்ரமோத்.

# 15

ப்ரமோத்தையும் அகல்யாவையும் அனுப்பி விட்டு, ஹாஸ்டல்போய் ரகுவைப் பார்க்கலாமா வேண்டாமா என்பதை ஸ்ரீதர் மனத்துக்குள் விவாதித்தான். 'கிளினிக் பெயர் கேட்டு வைத்துக்கொண்டிருந்தால் நேராக அங்கேயே போயிருக்கலாம். எதற்கு ஹாஸ்டலுக்கு ஒருமுறை போகவேண்டும்? மடையன் நான்' என்று எண்ணிக்கொண்டான். வேறு காரியம் இல்லாமல் ரகு என்பவனைப் பார்க்கச் சென்றான். அவன் விதி அவனைச் செலுத்தியது.

குழப்பமான பதட்ட எண்ணங்களும், அகல்யாவின் மேல் அபார ப்ரேமையும் பச்சாதாபமும் ஏற்பட்டது. இந்தப் பெண்ணைக் காப்பாற்றிக் கைப்பிடிக்க வேண்டியது என் கடமை. நான் செய்த பொறுப்பற்ற காரியத்தால்தானே இவள் இந்த கதிக்கு ஆளானாள்? இசைவிழா இரவு அவனுக்குத் தெளிவாக ஞாபகம் இருந்தது. பின்னிரவின் நிச்சலனத்தில் அபசுரமாக ஒரு ஆட்டோ ரிக்ஷா இரைச்சலாகச் செல்ல, சடக்கென்று கண்விழித்தபோது, கட்டிலிருந்து அகல்யாவின் கை தொங்கிக்கொண்டிருந்தது. அவன் தரையில் படுத்திருக்க அவன் கைக்கு மிக அருகே இருந்தது. தொட்டுப் பார்க்க உள்ளம் துடித்தது. தொட்டால் மட்டும் கோபிக்க மாட்டாள் என்று தோன்றியது.

தொடும்போது அவள் கை எதிர்க்கவில்லை. இறுகவில்லை. தொட்ட உடனே விலகாமல் சற்றுத் தயங்கியது. அகல்யாவும் விழித்திருந்

திருக்கிறாள். கைவிரல்கள் பரிச்சயம் பண்ணிக்கொண்டன. உள்ளங்கையை அறிமுகப்படுத்தின. அதன்பின் இவன் விரல்கள் அவள் முழங்கை வரை வர தைரியம் பெற்றன. எல்லாம் மௌனமாக.

மெள்ள எழுந்து கட்டிலில் அவளருகில் இடம் பண்ணிக் கொண்டு, 'தப்பா நினைச்சுக்க மாட்டீங்களே.' அதுதான் தப்பு. தடைகள் தளர்த்தப்பட்ட அந்த அரைத் தூக்க சலுகை வேளை யைப் பயன்படுத்திக்கொண்டு என்னவெல்லாம் நிகழ்ந்து விட்டது! இருவரும் முன் அனுபவம் இன்றி எங்கேயோ எதையோ பரவசத்துடன் தேடி, கால்கள் பின்னிக்கொண்ட மகா பிரவேசத்தில் நான் செய்தது மகாபாவம். அதற்குப் பிராயச் சித்தம் தேடாமல் அமெரிக்கா இல்லை. மேற்படிப்பு இல்லை. அதெல்லாம் இரண்டாம் பட்சம்தான் எனக்கு.

உலகையே வேண்டுமானால் எதிர்த்து அகல்யாவை கல்யாணம் பண்ணிக்கொண்டுதான் செல்லவேண்டும்.

ஸ்ரீதர் சென்றபோது கல்லூரி வளாகம் நிச்சலனமாக இருந்தது. ஏதோ எச்சரிக்கை இருப்பதுபோலத் தோன்றியது. வகுப்புகள் நடந்து கொண்டிருக்க, அட்மின் அலுவலகத்துக்குச் சென்று பாய்ஸ் ஹாஸ்டல் எங்கே என்று விசாரித்தான்.

'தோ பாருப்பா, செங்கல் கலர்ல பெயிண்ட் அடிச்சிருக்கே, அந்தக் கட்டடம்... நடை தூரம்தான்.'

அங்கே சென்றான்.

ஒரு சிப்பந்தி... காவலா எடுபிடியா தெரியவில்லை. மேஜை மேல் முழங்கை வைத்து தூங்கிக்கொண்டிருக்க, 'எக்ஸ்க்யுஸ் மி, இங்க ரகுன்னு...' திடுக்கிட்டு எழுந்தவனிடம் மீண்டும் 'இங்க ரகுன்னு...'

'ரெண்டாவது மாடி கோடி ரூம்.'

'இருக்காரா?'

'கிளாஸ் போவலை. இருக்காரு. உடம்பு சரியில்லை. அல்லாங் காட்டி தண்ணியடிச்சுட்டுப் படுத்திருப்பாரு!'

ஸ்ரீதர் தயக்கத்துடன் வெறுமையான ஹாஸ்டல் காரிடாரில் சொல்ல, கடைசி ரூமில் இருட்டாக இருந்தது. கதவைத் தட்ட...

'யார்றா அது?'

ரகு லுங்கியில் கதவைத் திறந்தான். பின்னால் வெற்றுடம்புடன் சீனு தெரிந்தான்.

'மிஸ்டர் ரகு... ஐ'ம் ஸ்ரீதர்.'

'நீதானா, இரு வரேன்!' சற்று நேரம் காத்திருந்தான். மைதானத்தில் ஹாக்கி ஆடிக்கொண்டிருந்தார்கள். ரகு ஒரு முரட்டுச் சட்டையை மாட்டிக்கொண்டு, வாயில் சிகரெட் தொங்க, கிளம்பி, 'வாப்பா தோஸ்த்து... படா கில்லாடியப்பா நீ. அடிமடிலயே கை வச்சட்டியே. பட்டா, இங்க ஒவ்வொருத்தன் கவாங்கவானு காத்திருக்க...' என்றான்.

'எனக்கு அகல்யாவை அட்மிட் பண்ணியிருக்கிற அந்த கிளினிக் அட்ரஸ் வேணும்!'

'ஓ! ப்ரமோத் அப்பிடிச் சொன்னானா... அங்கதான் போறேன்... வரியா?'

அப்போது அறையைப் பூட்டிக்கொண்டு சீனு வெளியே வந்தான்.

'சீனு, சார் யாரு தெரியுமா? ஸ்ரீதர். திருச்சி பார்ட்டி. அகல்யாவைப் பார்க்க வந்திருக்காரு. இவரே காதல் மன்னன்.'

'இவருதானா? என்ன வாத்யாரே நீ பாட்டுக்கு எங்க மாணவியைக் கெடுத்துட்டுப் போயிட்டியே!'

ஸ்ரீதருக்குக் கவலையாக இருந்தது. ஊர் பூரா சொல்லி வைத்திருக்கிறார்களா?

'சீனு, இவரை நாம கூட்டிட்டு போய் ஆஸ்பத்திரிக்கு வழி காட்டலாமா?'

'தாராளமா... அதைவிட என்ன வேலை?'

'உன் பைக்கை எடுத்துக்கிட்டு வந்துரு. நான் அவரைக் கூட்டிட்டு முன்னாடி போறேன். எல்லா சமாசாரமும் கொண்டாந்துரு' என்றவன் ஸ்ரீதரிடம்.

'இவன் சீனு, நம்ம தோஸ்த். உயிரையே கொடுப்பான்' என்றான்.

ஸ்ரீதருக்கு ஒன்றும் புரியவில்லை. 'நீங்க இதுக்காக வரவேண்டாம் ரகு. அட்ரஸைச் சொன்னா நான் போய்க்கறேன்.'

'சேச்சே... நீ ஒண்ணு. ஸ்பெஷல் விருந்தாளி. உன்னை கவனிச்சுக்கும்படியா அகல்யா, ப்ரமோத் எல்லாரும் சொல்லியிருக்காங்க. போறப்ப ஒரு கோக் அடிச்சுட்டுப் போலாமா?'

'அதெல்லாம் வேண்டாம், ரகு, உங்களைப் பார்த்தா உடம்பு சரியில்லை மாதிரி தோணுது... ஆர் யூ ஆல்ரைட்?'

'ஐ அம் பர்ஃபெக்ட்.'

ஸ்ரீதரை முதுகோடு அணைத்து அழைத்துச்சென்றான் ரகு.

மிக மிக சுறுசுறுப்பான சென்னை நகரில், சில தனிமையான இடங்கள் உள்ளன. வேளச்சேரி தாண்டி பள்ளிக்கரணைக்குப் போகுமுன் ஏறக்குறைய பாலைவனப் பிரதேசம் போல் சில கிலோமீட்டர்கள் உள்ளன. மழை வந்தால் இருபுறமும் குளமாகிவிடும். ஒரு மெக்காடம் கோவணம் அது. அதன் இடதுபுற வெட்ட வெளியில் கார்ப்பரேஷன் குப்பை லாரிகள் டன் கணக்காக குப்பை போட, கழுகுகள் பறந்துகொண்டு இருக்கும் பிரதேசம், தூரத்தில் கடல் தெரியும்.

'இங்க எதுக்கு?' என்றான் ஸ்ரீதர்.

'இங்கதான் ஆஸ்பிட்டல் கிட்டக்க!'

சீனு வந்து சேர்ந்ததும், 'இறங்குடா' என்றான். ஸ்ரீதரை ரகு ஒரு தள்ளு தள்ள, தடுமாறி விழுந்தான்.

'வாட்ஸ் தி ஐடியா' என்றான் நெற்றியைச் சுருக்கிக்கொண்டு.

'ஏண்டா டேய்! யாருமில்லாதப்ப அந்தப் பெண்ணைக் கெடுத்துட்டு சும்மா போவியா...'

'என்ன சொல்றீங்க! நான் அகல்யாவைக் கல்யாணம் பண்ணிக்கிறதா சொல்லியிருக்கேன்...'

'அப்படியா!' அவன் கையைப் பிடித்து பின்பக்கமாக முறுக்க, அவன் வலி தாங்காமல் ஸ்ரீதர் வீறிட்டான்.

ஸ்ரீதருக்கும் ரகுவுக்கும் பொருத்தமே இல்லை. சராசரிக்கும் குறைவான உயரம். ஒல்லியான தேகம். அவன் வளர்ச்சி

தீண்டும் இன்பம்

யெல்லாம் அறிவில், சங்கீதத்தில் ஒதுங்கிப் போக, சிறுவன் போல இருந்தான்.

ரகு ஜிம்மில் தேகப்பயிற்சி பண்ணி கோபத்தோடு சேர்த்து உடலை வளர்த்திருந்தான். சீனு தர்ம அடி அடிக்க விரும்பும் கையாள்.

இருவரும் சேர்ந்து அவனை மாற்றி மாற்றி அடித்தார்கள். விலாவில், மர்ம ஸ்தானத்தில், கன்னத்தில், முழங்கையை ஒடித்தார்கள். தாடையில் பற்களைப் பெயர்த்தார்கள்.

சட்டையெல்லாம் ரத்தம் பெருக, ரகுவுக்கு கோக் உறிஞ்சியதைப் போல இன்னமும் மூர்க்கம் அதிகமாக,

'ரகு! பஸ் வருது!' என்றான் சீனு.

மயக்க நிலையில் இருந்தவனை இருவரும் குப்பைக் குன்றின் பின் தள்ளிவிட்டு, ஒன்றுக்குப் போவதாக பாசாங்கு செய்ய, பஸ் அவர்களை விரைவாகக் கடந்து சென்றது.

'செத்துட்டானா?'

'இல்லைடா!'

'கெடக்கட்டும்.'

'ரகு, கொஞ்சம் அதிகமாகவே அடிச்சுட்ட...'

'அடில அதிகம், கொஞ்சம் கிடையாதுடா. அடி அடிதான். அவ்வளவுதான். ஒரு மினிமம் ஸ்டாண்டர்டு அடி நம்முது!' கீழே கிடந்தவனை ஒரு தடவை மிதித்து, 'ஒரு எலும்பாவது முறியணும்... ஒரு தாடையாவது களண்டுக்கணும், வா!' என்று கால்பந்து போல் உதைத்தான். பின் மோட்டார் பைக்கை உதைத்துப் புறப்பட்டான்.

சீனு தயங்கினான். 'இவனை இப்டியே விட்டுற வேணாம்பா!'

'வாடான்னா...'

'இவன் செத்துருவான் ரகு. கல்லுமோதி இப்டியே விட்டுற வேணாம்பா!'

'சாவ மாட்டான் வாடா.'

'இல்லை ரகு, ரொம்ப அடிச்சுட்டம்.'

'அப்ப இருந்து முதல் உதவி பண்ணு. நீ வரியோ வரலியோ, நான் போறேன்!' என்று புகை தொடரப் புறப்பட்டுச் சென்றான்.

போகிற வருகிற கார்களை சீனு நிறுத்த முயற்சிக்க, பலர் நிறுத்தாமல் சென்றார்கள்.

ஸ்ரீதர் 'தண்ணி தண்ணி' என்று புலம்பிக்கொண்டு நினை விழந்தான்.

டாக்டர் சுபாஷிணி மேத்தாவின் கிளினிக்கில் அகல்யாவை விட்டுவிட்டு ப்ரமோத் அவசரமாகக் கழன்றுகொண்டான். 'நான் உன்னை வந்து காலைல பார்க்கறேன் அகல்யா. டென்னிஸ் போகணும் நானு...'

'காலைல வரவேண்டாம் ப்ரமோத். இங்க எல்லாம் கவனிச்சிப் பாங்க...'

டாக்டர் உள்ளே கூப்பிடும் வரை ஒரு மணிநேரம் காத்திருக்க வேண்டியிருந்தபோது ஒரு நர்ஸ், 'யாரும்மா அகல்யா?'

'நான்தான் சிஸ்டர்...'

'ஞாயிற்றுக்கிழமை அட்மிட் ஆவுற இல்லையா?'

'ஆமா!'

கையில் இருந்த சீட்டை அவளிடம் கொடுத்தாள். அதில் 5000 என்று எழுதியிருந்தது. 'இந்த அமௌண்டை கேஷ் செக்ஷன்ல கட்டிட்டு ரசீதும் கொண்டாந்துரு!'

'இப்பவேவா?'

'அட்மிட் ஆறதுக்குள்ள.'

'ஒரு போன் பண்ணிக்கலாமா?'

'ராஜ் க்ரானைட்ஸ்? மிஸ்டர் ராமசாமிகூடப் பேசணும்' என்றாள் அகல்யா.

'அப்படி யாரும் இல்லைங்களே இங்க!'

தீண்டும் இன்பம் 121

'மிஸ்டர் ராமசாமி ராஜசேகர்!'

'நீங்க எம்.டி. கூடப் பேசணும்னு சொல்லியிருக்கலாம். யார் பேசறது?'

'அவர் மகள்!'

'ஸாரி மேடம்... ஆபீஸ்ல அவரை ராஜசேகர்ன்னுதான் எல்லா ருக்கும் தெரியும். நீங்க பேமிலி பேரை பயன்படுத்தவே...'

'அதனாலென்ன பரவாயில்லை. அவருடைய எல்லாப் பேரும் தெரியும் எனக்கு.'

'இதோ கனெக்ஷன் கொடுக்கறேன்.' டெலிபோனில் சங்கீதம்.

'குட்டி... என்ன விஷயம் சொல்லு?'

'எனக்கு ஐயாயிரம் ரூபா வேணும்...'

'கேஷாவா, செக்காவா?'

'கேஷா.'

'தரச்சொல்றேன். எப்ப வந்து என்னைப் பார்க்கறே?'

'அடுத்த வாரம். பணம் எதுக்குன்னு கேக்கலையா... நான் வந்து...'

'பாரும்மா... எங்கிட்ட நீ மனமுவந்து பணம் கேக்கறதே பெரிசு... என்ன எதுக்குன்னு நான் கேக்கப்போறதில்லை!'

'நான் சொல்றேன். ஒரு ஆபரேஷன் பண்ணிக்கறதுக்கு!'

'என்ன ஆப்ரேஷன்? பாலாஜியை இல்லாட்டி மாலாவைத் துணைக்கு அனுப்பட்டுமா?'

'வேண்டாம்!'

'நீ எங்க இருக்க?'

'டாக்டர் சுபாஷிணி மேத்தா கிளினிக்கில!'

'இரு, செக்ரெட்டரிகூட பேசு.' பஸ்ஸரை அழுத்தும் சத்தம் கேட்டது.

மௌனம் சற்று நேரம்.

'மிஸ் அகல்யா... எம்.டி. பணம் அனுப்பச் சொன்னார். எங்க கொண்டுவந்து கொடுக்கணும் சொல்லுங்க...?'

'டாக்டர் சுபாஷிணி மேத்தா கிளினிக்... நம்பர் தெரியலை... பீட்டர்ஸ் காலனி... ராயப்பேட்டா ஆஸ்பத்திரிக்கு பக்கத்தில!'

'அந்த இடம் தெரியும். பத்து நிமிஷத்தில வந்துரும்!'

'தாங்க்ஸ்... எங்கப்பாகூட பேசணும்.'

'போர்டு மீட்டிங்குக்குக் கிளம்பிட்டாரே!'

போனை வைத்ததும் சீனு அவள் எதிரே நின்றுகொண்டிருந்தான்.

தீண்டும் இன்பம்

# 16

'என்ன சீனு?' என்றாள் அகல்யா பதற்றத்துடன், அவன் சட்டையில் ரத்தக்கறை இருந்தது.

'அந்த திருச்சிப் பையன் ஸ்ரீதருக்கு ஒரு ஆக்ஸிடென்ட் ஆயிடுச்சு. பக்கத்துல ராயப்பேட்டா ஆஸ்பத்ரிலதான் அட்மிட் ஆயிருக்கான். உன்னைப் பார்க்கணுங்கறான். உடனே வர்றியா, பைக்ல கூட்டிப் போறேன்.'

'சீனு... எனக்கு இங்க கொஞ்சம் வேலை இருக்கு. எந்த வார்டு சொல்லு. நான் அப்புறம் வந்து பார்க்கறேன்.'

சீனு முகத்தைச் சுருக்கிக்கொண்டு அழுகிற மாதிரி இருந்தான். 'வான்னா உடனே வருவியா... ஆளு செத்துப்போறாப்பல இருக்கான் அகல்யா. உன் பேரையே சொல்லிக்கிட்டிருக்கான்.'

அகல்யா பதற்றப்பட்டாள். 'சிஸ்டர்... ஒரு கால் மணி நேரம் போயிட்டு வரலாமா?'

'பணம் கட்டணுமே... நாளைக்கு ஆபரேஷன் முதல் கேஸ் உன்னுதுதான்...'

'எங்க அப்பா ஆபிஸிலிருந்து ஒருத்தர் பணம் கொண்டு வருவார். அவரை இருக்கச் சொல்லுங்க. நான் பக்கத்துல ராயப்பேட்டை ஆஸ்பத்திரிக்குப் போயிட்டு வந்துர்றேன்...'

'டாக்டர் ராத்திரி எட்டு மணிக்கு ரவுண்ட்ஸ் வருவாங்க, அதுக்குள்ள வந்துரணும்மா... அவங்களே பி.பி. எல்லாம் செக் பண்ணுவாங்க...'

'சரி சிஸ்டர்.'

அவள் அருகில் வந்து, 'பண்ணிக்கிற இல்லை நாளைக்கு?'

'நிச்சயம்' என்றாள்.

'என்ன ஆச்சு?' அகல்யா மோட்டார் சைக்கிளின் பின்னால் உட்கார்ந்துகொண்டு கேட்டாள்.

சீனு தயக்கத்துடன், 'தெரியலை, ஆக்ஸிடெண்ட்னு தோணுது. சாலை விபத்து' என்றான். அவன் வியர்த்திருந்தான்.

'நீ எப்படி அவனைச் சந்திச்ச?'

'ஹாஸ்டலுக்கு வந்திருந்தான்.'

'ஆக்ஸிடெண்ட் அங்கதான் நடந்ததா?'

'ஆ...ஆமாம்.'

'சீனு, பொய் சொல்றியா?'

'இல்லைம்மா.'

'அவனை நீங்க ஏதாவது அடிச்சுகிடிச்சு...'

'சேச்சே.'

'எனக்கென்னவோ நீ படபடப்பா வந்ததைப் பார்த்தா...'

ஆஸ்பத்திரி பார்க்கிங் லாட்டில் பைக்கை நிறுத்திவிட்டு டோக்கன் வாங்கிக்கொண்டு சீனு அவசரமாக ஓடினான். அகல்யா சிரமத்துடன் அவனைத் தொடர்ந்தாள்.

காஷுவால்ட்டிக்குச் சென்றபோது ஸ்ரீதரை இன்டென்ஸிவ் கேருக்கு அனுப்பிவிட்டார்கள் என்று தெரிந்தது.

நோயின் பல அடையாளங்களைக் காட்டும் வார்டுகளைக் கடந்து ஐஸீயுவுக்கு வந்தார்கள்.

சுவரில் ஆக்ஸிஜன் லைன் அங்கங்கே கிளை பிரித்து படுக்கை படுக்கையாகக் கொடுக்க, அதில் ஒன்றில் உருத்தெரியாமல் கிடந்தவனின் சட்டை அடையாளத்தில் சீனு அருகே சென்று குனிந்து 'ஸ்ரீதர், அகல்யா!' என்றான்.

அவன் மூக்கில் குழாய் சுவாசத்துக்கு உதவிக்கொண்டிருக்க, கைகளில் ஒரு பக்கம் ரத்தம், ஒரு பக்கம் க்ளுக்கோஸ் ஏறிக்கொண்டிருந்தது. பட்டை பட்டை பாண்டேஜையும் மீறி ரத்தக் கறை. மூச்சு திணறிக்கொண்டிருக்க, மானிட்டர் பொருத்தப்பட்டு அதிலிருந்து இதயத் துடிப்புக்கு ஏற்ப வரும் ஒளி அடிக்கடி பிறழ்ந்து கொண்டிருந்தது. அவளைப் பார்த்து ஸ்ரீதர் எழுந்திருக்க முயன்று விழுந்தான். 'எந்திரிக்கக்கூடாது' என்று அதட்டியது நர்ஸின் குரல்.

அகல்யாவின் கையை நாடினான். அகல்யாவுக்கு அழுகை வந்தது. 'என்ன ஆச்சு? என்ன ஆச்சு ஸ்ரீதர்?'

அவன் அவளை அருகில் வரச் சொன்னான். அவளுடன் பேசுவதற்காக இத்தனை நேரம் மிச்ச சக்தியைச் சேர்த்து வைத்திருப்பவன் போலத் தடுமாறித் தடுமாறிக் கிணற்றுக்குள்ளிருந்து பேசினான்.

சீனு தர்மசங்கடமாக ஒதுங்கிக் கொள்ளுமுன், 'அகல்யா... ஆக்ஸிடெண்ட்டில் புத்தி பிசகி என்ன என்னவோ உளர்றான்... கண்டுக்காதே' என்றான்.

ஸ்ரீதர் நடுங்கும் கையால் சீனுவைச் சுட்டிக்காட்டி, 'ரொம்ப அடிச்சுட்டாங்க.'

அகல்யா அவன் மார்பை நனைத்தாள்.

'ஐம் ஸாரி ஸ்ரீதர்... என்னாலதானே...'

'இல்லை. தண்டனை எனக்கு வேணும்தான்.'

'இல்லை இல்லை.'

'நான் பிழைச்சு வந்ததும் கல்யாணம் பண்ணிக்கலாம். அப்பா வருவார் சொல்லிடறேன். இவதான் என் மனைவின்னு. உனக்கு இஷ்டம்தானே?'

அகல்யா திணறினாள்.

'எனக்காக வெய்ட் பண்ணு அகல்யா! சரியானதும் கல்யாணம் பண்ணிண்டுடலாம். அந்தச் சம்பவத்தால உன் வாழ்க்கை பாதிக்கக் கூடாது.'

'தொந்தரவு செய்யாதீங்கம்மா... க்ரிட்டிக்கலா இருக்காரு. சீஃப் வராரு... சத்தம் போடுவாரு... விலகிக்குங்க...'

பல டாக்டர்கள் பரிவாரமாக வந்து அவனைப் புடைசூழ்ந்து கொள்ள, சார்ட்டில் அடர்த்தியாக எழுதியிருந்ததைப் பெரிய டாக்டர் விரைவாகப் புரட்டினார். அவர்களுக்குள் பேசிக் கொண்டார்கள்.

அகல்யா விலகி நின்றாள். அருகில் சீனு தலை குனிந்து நின்றான்.

'சீனு, அவனை அடிச்சீங்களா?'

'நான் இல்லை.'

'ஏன் சீனு பொய் சொன்ன?'

'எல்லாம் ரகுதான்.'

'ப்ரமோத்தும் உண்டா இதுல?'

'ப்ரமோத்தான் ஸ்ரீதரை ஹாஸ்டலுக்கு அனுப்பினான்.'

சுற்றிலும் சக்கரத் திரை அமைக்கப்பட்டு தனி அறை போல் பண்ணினார்கள். ஒரு ஆக்ஸிஜன் சிலிண்டரை உருட்டிக் கொண்டு வந்து நட்டு கழற்றினார்கள்.

பிப்...பிப் என்று அவ்வப்போது சொல்லிக்கொண்டிருந்த ஸ்ரீதரின் மானிட்டர் பீ...ப் என்று ஒரு குரலில் ஒலிக்க, அகல்யா வுக்கு வயிற்றைக் கலக்கியது. என்னவோ இன்ஜெக்ஷன் எல்லாம் பெரிய ஊசியில் அவன் மார்பில் நேரடியாகக் கொடுக்கப்பட்டது. திரை இடைவெளியில் தெரிந்தது. அகல்யா மௌனமாக அழுதுகொண்டிருந்தாள்.

சிலிண்டர் அவசரமாகத் திறக்கப்பட்டு அதன் ட்யூப் கழன்று கொண்டு மீண்டும் இணைப்பதற்கு முன் பிஸ் என்று பெரு மூச்சுவிட்டது. உயிர் பிரியும் சத்தம்போல்!

'ஜாஸ்தி அடிச்சுட்டான்' என்றான் சீனு.

'எதுக்கு. எதுக்கு?'

'அவன் உனக்குச் செய்ததுக்கு தண்டனை கொடுக்கத்தான்...'

'நான் தண்டனை கொடுக்கச் சொன்னேனா? நான் என்ன சொன்னேன்? அடிக்காதீங்கன்னுதானே. உங்களைப் போல

கிராதகங்க இருப்பாங்களா? எம்பேர்ல தப்பு. உங்ககிட்ட சொல்லியிருக்கவே கூடாது.'

'என்ன வுட்டும்மா. நான்தான் ஆஸ்பத்திரிக்குக் கொண்டு சேர்த்தேன். இல்லைன்னா அங்கேயே செத்திருப்பான்.'

'இந்தாள் பேர் என்னாங்க?'

'ஸ்ரீதர் சார்.'

'உறவுக்காரங்க வந்திருக்காங்களா! அப்பா...அம்மா?'

'ஏன் சார்?' சீனு, அகல்யாவைப் பார்க்க,

'வந்திருக்கேங்க' என்றாள்.

'நீ யாரும்மா?'

'மனைவி.'

'தாலியைக் காணோமே?'

'சும்மார்றா டேய்' என்றான் சீனு.

'ஐம் ஸாரி மிஸஸ் ஸ்ரீதர். அவரை எங்களால காப்பாத்த முடியலை. நிறைய ரத்தச் சேதம். ஐம் வெரி வெரி ஸாரி. என்ன வயசு அவருக்கு?'

சீனு அவள் கையைப் பிடிக்க, மூர்க்கத்தனமா உதறினாள்.

'போலீஸ் வந்திருக்காங்களாப்பா? ஆக்ஸிடெண்ட கேஸ்தானே அது?'

'ஆமா சார்' என்றார் ஒரு காவல் அதிகாரி.

'இல்லை சார். அந்த ஆளை மூணு பேர் அடிச்சே சாகடிச்சிருக்காங்க. அதான் உண்மை சார்' என்றாள் அகல்யா தெளிவாக. தலையை முடிந்துகொண்டாள்.

'நீங்க பாத்திங்களாம்மா...'

'இல்லை, ஆனா...'

இதற்குள் ஸ்ரீதரின் முகம் மூடப்பட்டு படுக்கையிலிருந்து ஸ்ட்ரெச்சருக்கு நகர்த்தினார்கள். அகல்யாவை நாடிய கை தொங்கிக்கொண்டிருந்தது.

'வாரிங்களாம்மா... கையெழுத்து போடணும்.'

'செத்துட்டாங்களா?'

'ஆச்சு.'

சீனு, 'அவங்க அப்பா அம்மா வரணுங்க திருச்சிலருந்து. அது வரைக்கும் மார்ச்சுவரில வெச்சிருக்கணும்.'

'பாடிய யார் பொறுப்பேத்துக்கப் போறாங்க?'

'அவங்கதாங்க.'

'மனைவிங்கறாங்க.'

'அது வந்து வேற விசயங்க...'

'புரியுது.'

அகல்யா காற்றோட்டமாக இருந்த காரிடாரில் வந்து கைப்பிடிச் சுவரில் சாய்ந்து மார்பைப் பிடித்துக்கொண்டு மூச்சுத் திணற அழுதாள்.

ப்ரமோத் வேகமாக வந்து 'என்ன அகல்யா... என்ன ஆச்சு? சீனு என்னடா?'

'எல்லாரும் சேர்ந்து ஸ்ரீதரைக் கொன்னுட்டீங்க' என்றாள் அகல்யா.

'என்ன உளர்றே? நான் லைப்ரரில உக்காந்து படிச்சுக்கிட்டு இருந்தேன். சீனு என்னடா ஆச்சு?'

'ரகுப்பயகிட்ட நீ ஸ்ரீதரை அனுப்பிச்சியிருந்த பாரு... அவனை வேளச்சேரியாண்டை கூட்டிப்போய் கொஞ்சம் அதிகமாவே அடிச்சுட்டான். பய ரொம்ப வீக் ஹார்ட் போல இருக்கு. பொசுக்குன்னு போய்ட்டான்.'

'அடப்பாவி... நான் உங்ககிட்ட என்ன சொன்னேன்?'

'என்ன சொன்னே? லேசா தட்டி அனுப்புன்னுதானே சொன்னே.'

'லேசான்னுதானேடா சொன்னேன்... படுபாவி...'

'பாரு. என்னைப் போட்டு ரேக்காதே. ரகுவோட அகராதில லேசாங்கறதே இந்த ரேஞ்சுதான். ப்ரமோத், நீ ஏன் அவனை எங்ககிட்ட அனுப்பிச்ச?'

‘போடா, அதுக்காக இப்படியா அடிக்கிறது?’

‘ஸ்டாப் இட்!’ என்று அகல்யா கீச்சக்குரலில் அலறினாள். ‘எந்த மனிதாபிமானமும் இல்லாமல் இப்படி ஒருத்தனை அடிச்சு சாவடிச்சிருக்கீங்களே... உங்களை கடவுள் தண்டிக்க மாட்டார்னு எண்ணமா?’

ப்ரமோத், ‘ஐம் ஸாரி அகல்யா, இதுக்கு மன்னிப்பே இல்லை. நான் பண்ணது தப்பு. ஆனா, இந்த மேட்டர் இத்தனை விபரீத மாப் போகும்னு தெரிஞ்சிருந்தா...’

‘நீயே அவனை அடிச்சிருப்பியா? அதானே சொல்ல வரே?’

அவன் அவளைச் சங்கடத்துடன் பார்த்து, ‘ஐம் ஸாரி...’

‘ஸாரி! ஒரு வார்த்தைல எல்லாப் பாவமும் கரைஞ்சுருதா? பாரு ப்ரமோத். என்ன ஆனாலும் சரி, நான் போலீஸுக்கு ஸ்டேட் மெண்ட் கொடுக்கப்போறேன். நீ, ரகு, சீனு மூணுபேரும் சேர்ந்து அவனை அடிச்சுக் கொன்னுட்டதா எனக்குச் சந்தேகம் இருக்கறதா...’

‘குடு! ஆனா அதை உன்னால நிரூபிக்கவே முடியாது.’

‘குடுக்கத்தான் போறேன். நீங்கள்லாம் நாசமாப் போகணும்... கடவுள் உங்க கண்ணைப் பிடுங்கி எடுத்துக் குருடாக்கணும். அப்பதான் கடவுள் இருக்கார்னு நம்புவேன். செத்துப் போங்கடா கிராதகங்களா!’

ப்ரமோத் அவளைப் பிடிக்க முயற்சிக்க, பலவீனமாக அவன் மார்பில் குத்திவிட்டு அவன் கையைக் கடித்தாள். அவன் உதறிக்கொண்டு விலகினான். துவண்டு சரிந்து கீழே உட்கார்ந்து மூக்கைச் சிந்திக்கொண்டு அழுதாள்.

அங்கே இருந்த சாந்தகுமார் என்ற பெயர் படைத்த ‘தினவாணி’ பத்திரிகையின் நிருபர் ‘மிஸ் அகல்யா, நீங்க இந்தச் சம்பவத்தை பத்தி பத்திரிகைக்கு ஒரு ஸ்டேட்மெண்ட் கொடுக்கறீங்களா...?’

‘நிச்சயம்’ என்றாள்.

‘க்ளிக்’ என்று ஒரு ஃபிளாஷ் பிரமித்தது.

# 17

ரகு இரவு ஏழரை மணி சுமாருக்கு 'ராயல் சலூ'னிலிருந்து வெளியே வந்தான். லேசாகப் பின்பக்கத்தில் தலைமுடியைக் கொறித்துவிட்டு ஷேவ் பண்ணிக்கொண்டு கண்ணாடி பார்த்துக் கொண்டே கையை மேலே தூக்கி சோம்பல் முறித்தபோது உடம்பு வலித்தது.

அந்தப் பையன் ஸ்ரீதரை அடித்த அடி உடம்பு உருவினாற்போல ஆகிவிட்டது. அவன் வெளியே வரும்போது கிருஷ்ணகுமார் எதிர்ப் பட்டு, 'ரகு உன்னை பி.டி மாஸ்டர் ப்ரகான்ஸா அவசரமாப் பார்க்கணும்னாரு. ஜிம்ல காத்திருக் காரு. ரகு எங்க இருந்தாலும் கூட்டி வான்னார்' என்றான்.

'என்னடாது... அந்தச் சீனு பய போய் சொல்ட் டானா? சே... இருக்காது' என்று ஒரு சிகரெட் பற்ற வைத்துக்கொண்டான். பற்றவைத்ததும் அதைச் சுவைக்காமல் தூரப்போட்டான். சமீபத் தில் அவனுக்கு எப்போது சிகரெட் குடித்தாலும் மரத்தூளைக் குடிப்பதுபோல் இருந்தது.

ஜிம்மில் படுத்துக்கொண்டு தொடைத் தசைகளை வலுவூட்டிக்கொண்டிருந்தார் ப்ரகான்ஸா. ரகுவைக் கண்டதும் எழுந்து துண்டால் முகத்தைத் துடைத்துக்கொண்டு ஷ்வாஸ்னகர் படங்கள் ஒட்டின அந்த அறைக்கு அழைத்துச் சென்ற ப்ரகான்ஸா, ஒய்.எம்.சி.ஏ பனியன், அரை டிராயர் அணிந்திருந்தார். கேசம் பின்வாங்கி மண்டையை இரண்டாகப் பிரித்திருந்தது. அடர்த்தியான

மீசை, பெரிய பற்கள். 'ரகு உன்னை எத்தினி வாட்டி கூப்பிடறது... எங்கெல்லாம் தேடறது... நோட்டீஸ் போர்டு பார்க்கலையா?'

'பார்த்தேன் மாஸ்டர். கொஞ்சம் பிஸியா இருந்துட்டேன். என்ன மாஸ்டர் சமாசாரம்?' என்றான்.

'உங்கிட்ட ஒரு செய்தி சொல்லணும். அதுக்கு முன்னாடி சில கேள்விங்கல்லாம் கேக்கணும்.'

'கேளுங்க' என்றான் Man's Body என்கிற பத்திரிகையைப் புரட்டிக்கொண்டு.

'காலேஜ்ல ரத்த தான முகாம் வெச்சபோது ரத்தம் கொடுத்தேல்ல...'

'ஆமாம்.'

'உன் ரத்தத்தை ஒப்புத்துக்கறதுக்கு முன்னாடி ப்ளட் பாங்க்ல வழக்கம்போல டெஸ்ட் பண்ணிருக்காங்க.'

'சரி.'

'டெஸ்ட் பண்ணிட்டு அவங்க சில கேள்விங்கள்லாம் அனுப்பிச்சிருக்காங்க. அதுக்கு உடனே பதில் வேணுமாம். நாலு முறை போன் பண்ணிட்டாங்க.'

'சொல்லுங்க.'

'அவங்க எழுதியிருக்கறதை படிக்கிறேன். இதுக்கும் எனக்கும் சம்பந்தமில்லை' என்றார் ப்ரகான்ஸா, அவனை நேராகப் பார்க்காமல்.

'சரி.'

'சமீபத்தில் நீ யார் கூடயாவது செக்ஸ் உறவு வெச்சுக்கிட்டியா? தயங்காமச் சொல்லு. நான் யார்கிட்டயும் சொல்லமாட்டேன்.'

'வெச்சிருந்தா என்ன?'

'வெச்சிருந்தியா?'

'ம்.'

'தெரிஞ்ச ஆளா?'

'இல்லை.'

'கால்கேர்ளா?'

'ம்.'

'எச்.ஐ.வி. அல்லது எய்ட்ஸ் இருக்கிறவங்க யாரோடயாவது அந்த மாதிரி உறவு வெச்சுக்கிட்டியா... தகாத உறவு?'

'என்ன சார்! என்ன என்னவோ கேக்கறீங்க?'

'டிரக்ஸ் எடுத்துப்பியா.'

'உண்டு. என்ன சார் ஓவரா போயிட்டிருக்குது?'

'பாருப்பா. நீ குடுத்த ரத்தத்தில எலிசா டெஸ்ட் பாசிட்டிவ்வா இருக்குதாம்.'

'அது யாரு எலிசா?'

'எலிசாங்கறது ஒரு பரிசோதனைப்பா. இதான் முதல் டெஸ்ட். இதுக்கப்புறம் ரெண்டு டெஸ்ட் இருக்குங்கறாங்க. அதையும் எடுத்துக்கிட்டு அதில கன்ஃபர்ம் ஆனாத்தான்...'

'கன்ஃபர்ம் ஆனா...?'

ப்ரகான்ஸா அவன் பார்வையைத் தவிர்த்தார். 'அதைப் பத்தி இப்பவே என்ன? நீ போய் மத்த டெஸ்ட்டுங்களை எடுத்துக்க. கடவுள் புண்ணியத்துல ஒண்ணும் இருக்காதுன்னு நம்பு.'

'கடவுள் புண்ணியத்திலன்னா நான் ஆளு அம்பேலு' என்று சிரித்தான் ரகு.

'மத்த டெஸ்ட்டுங்களுக்கு எங்க போகணும்?' என்றான்.

'எழும்பூர்ல சென்டர் இருக்குது. டாக்டர் ராஜமாணிக்கம்னு ஒருத்தர் அப்பாயின்ட்மெண்ட் கொடுத்திருக்காரு...போவியா?'

'போய்த்தானே ஆகணும். என்ன விஷயம்னு பாத்துரலாமே. பாத்துத்தானே ஆகணும்?'

ரகுவின் முகம் வெளிறிப்போயிருப்பதும் மூக்கு நுனியும் உதடுகளும் லேசாகத் துடிப்பதும் அவன் மிகவும் டென்ஷனில் இருக்கிறான் என்பதை உணர்த்தின. அவன் ஜிம்மை விட்டு விலகியபோது தன் கையைக் கையால் குத்திக்கொண்டு

அமானுஷ்ய சப்தங்கள் செய்தான். சீனுவைத் தேடிச் சென்றான். அவனுக்கு ஏனோ சீனுவைக் கொல்ல வேண்டும் போல இருந்தது. 'அவன்தானே வெறுப்பேற்றி உசுப்பிவிட்டு... சே! எனக்கு எதும் வராது. வந்தாக்கூட என்ன? பேப்பர்ல பாத்தேனே ஏதோ ஒரு மூலிகை கண்டுபிடிச்சுருக்காங்கன்னு. அதை ஒரு தபா கடிச்சுக்கிட்டா போவுது. எய்ட்ஸாவது எனக்காவது!'

ஆஸ்பத்திரியில் ஸ்ரீதரின் தந்தை வந்திருந்தார். சவுக்கத்தால் வாயைப் பொத்திக்கொண்டு மௌனமாக அழுதார். நெற்றியில் ஸ்ரீசூர்ணச் சுவடு முப்பது வருஷப் பழக்கத்தைக் காட்டியது. பெரிய காதும் பற்களுமாக அழுதார். 'போன் பண்ணி சொன்னான்... 'அப்பா விசா கெடைச்சுருத்து'ன்னு. அமெரிக்கா போறதா இருந்தான் சார்' என்றார் சம்பந்தமில்லாமல் ஆஸ்பத்திரி வார்டுபாயிடம்.

'ஜி.ஆர்.ஈ.ல இந்த வருஷ ரெக்கார்டு மார்க் இவன்தானாம். அத்தனை நம்பிக்கை வெச்சிருந்தேன். இப்படிப் போய் விபத்தில... என்ன சார் ஆச்சு?' என்று மண்ணில் உட்கார்ந்து அழ ஆரம்பித்தார்.

ஆஸ்பத்திரி மக்கள் எல்லாம் வேடிக்கை பார்க்க, அவரருகில் சென்று, 'மாமா எழுந்திருங்கோ' என்றாள் அகல்யா. அவர்மேல் அனுதாபமும் பாசமும் பரிவும் ஏற்பட்டது.

'நீ யாரும்மா?'

'எம் பேரு அகல்யா.'

'உன்னைப் பத்தி சீது சொல்லியிருக்கான். நன்னா பாடுவியாமே...'

'சார்! உங்க மகன் விபத்தில சாகலை!' என்றார் சாந்தகுமார். தினவாணி நிருபர்.

'என்ன சொல்றே?'

'சார்! நீங்க என்ன பண்றீங்க... உங்க பையன் செத்தது சந்தேகத்துக்குரிய விதத்தில்னு எதுத்தாப்ல இருக்கற போலீஸ் ஸ்டெஷன்ல ஒரு எஃப்ஐ.ஆர் பதிவு செய்யச் சொல்லுங்கோ. அதுவரைக்கும் எதிலயும் கையெழுத்து போடவேண்டாம். பாடி ஒப்புத்துக்காதீங்க.'

'கையெழுத்து போட்டாச்சே.'

'டெத் சர்டிபிகேட் கொடுத்திருக்காங்களா?'

'எதோ கொடுத்தாப்பா.'

சாந்தகுமார் அதை வாங்கிப் பார்த்து, 'பாவிங்க செத்துதுக்கு காரணம் டிராஃபிக் ஆக்ஸிடெண்ட்டுன்னு கொடுத்திருக்காங்க. நீங்க என்ன செய்றீங்க... உங்க பையன் இங்க ஹாஸ்டல்ல யாரையோ பார்க்க வந்தான். ரெண்டு பசங்க சேந்துண்டு அவனை எங்கேயோ அழைச்சிக்கிட்டு போயிருக்காங்க. வேளச்சேரி யாண்ட உங்களுக்கு யாரும் உறவுக்காரங்க உண்டா?'

'வேளச்சேரியா... . அது எங்க இருக்கு? விசா வாங்க வந்தான். அவ்வளவுதான் தெரியும்.'

'மாமா! உங்க பையன் அதுக்கப்புறம் என்னைப் பார்க்க வந்தார். இங்கருந்து ப்ரமோத்னு ஒரு ஸ்டூடண்ட், ஹாஸ்டல் போகச் சொன்னான். அதுக்கப்புறம்தான்...' என்றாள் அகல்யா.

சாந்தகுமார், 'நீங்க எதுக்கும் ஒரு ரிப்போர்ட் எழுதிக் கொடுத்துடுங்க. அதுக்கப்புறம் பாடியை எடுத்துக்கங்க.'

'ஏம்ப்பா, எதுக்கப்பா போட்டுக் குழப்பறே? அது விபத்துப்பா' என்றார் அருகே இருந்த இன்ஸ்பெக்டர்.

'உங்களை எல்லாம் நிக்க வெச்சு சுடணும்.'

'இதைப்போய் பாலிட்டிக்ஸ் பண்ணாதே. பாரு, பையன் உடல் ரோட்டில கிடக்குது.'

'வேளச்சேரிக்கு அவன் போக காரணமே இல்லை சார்!'

ஸ்ரீதரின் அப்பா சங்கடப்பட்டார். 'எதுக்காகச் சிக்கல்பா. மகனே போய்ட்டான். இப்ப மறுபடியும் போஸ்ட்மார்ட்டம் பண்ணணும்னு பாடியை அவா துண்டு துண்டாக்கிட்டா, இவனம்மாவுக்குத் தாங்காதுப்பா. ஏற்கெனவே ஒரு சைடு தெரியாதபடி துணில மூடிருக்கு? பாருப்பா, நாங்கல்லாம் சண்டை போடற ஜாதி இல்லை. ஒதுங்கற ஜாதி. இவனுக்குக் காரியங்கள் பண்ணணும். காவேரிக்கரைல கொண்டுபோய் எரிக்கணும். எப்படியாவது எனக்கு பாடியை மீட்டுக் கொடுத்துரு. எங்க வேணா கையெழுத்து போடறேன்.'

'அதைச் செய்யும் முதல்ல. அகல்யா நீங்களும் கையெழுத்து போடறீங்களா?'

'தாராளமா போடறேன்' என்றாள் அவள். 'அந்த ரகு, ப்ரமோத், சீனு மூணு போரும் ஜெயிலுக்குப் போகணும்...'

'உன்னைப்பத்தி சீது நிறையவே சொல்லியிருக்கான். உன்னைத் தான் பார்க்கவந்தான்.'

'இப்ப என்ன பண்ணப் போறீங்க?'

'வேனுக்கு ஏற்பாடு பண்ணிருக்கு. அது வந்ததும் திருச்சி எடுத்துண்டு போய்டறேன். ஐயோ, இவம்மாவை எப்படிச் சமாளிக்கப் போறேனோ... எதுக்குடா சீது இந்தப் படிப்பு படிச்சே, எதுக்குடா அலமாரி நிறைய கப்பா அடுக்கி வெச்சே, எதுக்குடா அப்படி உருக உருகப் பாடினே. தினம் பதினெட்டு மைல் சைக்கிள்ல போவான் சார், பாட்டு கத்துக்க... எல்லாத்தில யும் சிறப்பா இருந்தான். 'வாடினேன் வாடி' அவ்வளவு அருமையாப் பாடுவான். பக்கத்தில வெச்சுண்டு கேக்கறதுக்கு ரங்கநாதர் அழைச்சுண்டுட்டார். பொறுக்கலை.'

'அவரு போட்டோ இருக்குங்களா?'

'திருச்சில இருக்கு.'

அந்தத் தந்தையை போலீஸில் புகார் கொடுக்கச் சொல்லிவிட்டு அந்த நிருபர் அகல்யாவிடம் வந்தார்.

'இதோட இது நிக்காதுங்க. தமிழ்நாட்டையே கலக்கப்போவுது பாருங்க. இப்பவே தலைப்புச் செய்தி கோத்துக்கிட்டு இருப் பாங்க... 'மாணவனை மாணவர்கள் அடித்துக்கொலை. மற்றொரு நாவரசா?'ன்னு பார்லிமெண்டுவரை போகும். கவலைப்படாதம்மா.'

'என் கவலை வேறங்க. பெரியவரைக் கொஞ்சம் பத்திரமா அழைச்சுட்டுப் போக ஏற்பாடு செய்யுங்க. ரொம்ப ஒடைஞ்சு போயிருக்கார்.'

'அவர் உங்க உறவா?'

'ஆமாம்' என்றாள்.

அகல்யாவுக்கு இந்த அமர்க்களங்கள் எல்லாம் முடிந்ததும்தான் தன் உடம்பை பற்றிய பிரக்ஞையே வந்தது. நாளைக்கு ஆப ரேஷன். டாக்டர் காத்திருக்கிறார். அங்கிருந்து நடை தூரம்தான் டாக்டர் சுபாஷிணி மேத்தாவின் க்ளினிக்.

அங்கே போனபோது டாக்டர் மிகுந்த கோபத்தில் இருந்தார். 'என்ன அகல்யா நீ... இந்தப் பொண்ணானா பணத்தை வெச்சுக் கிட்டு இத்தனைநேரம் காத்திருந்து காலைல வரேன்னு சொல்லிட்டு போயிருச்சு...'

'ஸாரி டாக்டர். தெரிஞ்ச பையன் ஒருத்தன் ராயப்பேட்டை ஆஸ்பத்திரில செத்துப் போய்ட்டான்.'

'அதுக்காக? உன் உடம்பு முக்கியமில்லையா. நாளைக்கு ப்ரொஸிஜரை தொடங்கறதுக்கு முந்தி எத்தனை டெஸ்ட் இருக்குது.'

'அந்தப் பையன்தான் குழந்தைக்குத் தகப்பன்.'

'அப்படியா?' என்றாள் திகைத்துப்போய். 'என்ன ஆச்சு? எதுக்காகச் செத்துப்போனான்?'

'ஏதோ ஃபவுல்ப்ளே டாக்டர். நாளைக்கு பேப்பர்லகூட வரும்.'

'பாரும்மா... அபார்ஷன் பண்ணிக்கறதுக்கு முன்னால இத்தனை அலைச்சல், டென்ஷன் கூடாது உனக்கு.'

'நான் அபார்ஷன் பண்ணிக்கப் போறதில்லை டாக்டர்' என்றாள் அகல்யா.

# 18

டாக்டர் சுபாஷிணி மேத்தாவின் முகம் மாறியது.
'அப்ப... பிள்ளை பெத்துக்கப் போறியா?'

'ஆமாம்...' என்றாள் அகல்யா அழுத்தமாக.

'பைத்தியமே, உனக்கு எத்தனை வயசு? இத்தனை சின்ன வயசுல பிள்ளை பெத்துக்கற தில உள்ள அபாயங்கள் சொல்லட்டுமா? ரமா... அந்த பாம்ப்லெட்டை எடு...'

'எல்லாம் எனக்குப் பல்லாவரத்தில நிறையவே சொன்னாங்க. என் உடல்வாகு சரியா இருக்கறதாவும்...'

'கிருத்திகாகிட்ட சொல்லிட்டியா...?'

'இன்னும் இல்லை...'

'எப்படி இப்படித் தீடீர் தீர்மானம்? எங்களால பிள்ளை பெத்துக்க உதவிதான் செய்ய முடியும்... யார் பிள்ளையை வளர்ப்பாங்க? உன் படிப்பு என்ன ஆறது... பரீட்சை என்ன ஆறது?'

'அதெல்லாம் ப்ரொ லைஃப்ல பாத்துக்கறதா சொன்னாங்க...'

'அங்க என்னதான் சொன்னாங்க. இப்படி மனசை மாத்திக்கறதுக்கு...?'

'மனசு அவங்களால மாறலை டாக்டர்...'

'அப்ப, நீ நிச்சயமா நாளைக்கு வரப்போற தில்லையா?'

‘இல்லை, நிச்சயமா...’

‘என்னைத்தான் சொல்லணும். டயத்தை வேஸ்ட் பண்ணிக் கிட்டு...’ போனை எடுத்து டயல் செய்து, ‘கிருத்திகா... உம் பொண்ணும்பியே அகல்யா... அவ என்ன சொல்றா தெரியுமா...?’

‘நானே பேசறேன் டாக்டர்...’

போனை வாங்கி அகல்யா தெளிவாகப் பேசினாள். ‘மேடம்... என் முடிவை மாத்திக்கிட்டேன். பிள்ளை பெத்துக்கறதா முடிவு பண்ணிட்டேன்.’

‘பைத்தியக்காரி, ஏன்?’ என்றாள் அதிர்ச்சியுடன்.

‘திருச்சிலருந்து ஸ்ரீதர்ங்கற பையன் வந்திருந்தான். அவன்தான் என்னுடைய நிலைமைக்குக் காரணம். அவனை அநியாயத்துக்கு எங்க ஹாஸ்டல் பையங்க ரெண்டு மூணுபேர் சேர்ந்து அடிச்சுப் போட்டுட்டாங்க. இறந்து போயிட்டான்...?’

‘அடப்பாவிங்களா... யாரு?’

‘முக்கியமா ரகுவும் சீனுவும்! ப்ரமோத் உடந்தை... ரொம்பப் பரிதாபமான நிலையில் செத்துட்டான். அதுக்கு முந்தி அவன் என்னை வந்து சந்தித்துச் சொன்னதுதான் மனசுல ஆழமா பதிஞ்சிருச்சு. தான் செய்த காரியத்துக்குப் பிராயச்சித்தமா என்னைக் கல்யாணம் கட்டிக்கறேன்னு சொன்னான். அமெரிக்கா போக இருந்தான். கான்சல் பண்ணிட்டு, விசாவையும் பாஸ் போர்ட்டையும் கிழிச்சுப் போட்டுட்டான். என்னை நிஜமா விரும்பின ஒரே ஆள் அவன்தான். மத்தவங்க எல்லாரும் செல்ஃபிஷ் ரோக்ஸ்!’

‘அதனால?’

‘அதனால... அவனுடைய ஞாபகத்தின் மிச்சமா அவன் கொடுத்த குழந்தையைப் பெத்துக்கலாம்னு தீர்மானிச்சுட்டேன்...’

‘யாரு அதைப் பொறுப்பெடுத்துப்பாங்க? ப்ரொ லைஃப்ல எதாவது சொன்னாங்களா...?’

‘ஆமாம்! அவங்க கன்ஃபைன்மென்ட்டைப் பார்த்துப்பாங்க. குழந்தையை வளர்க்கறதையும் பார்த்துப்பாங்க... என் பரீட்சைகூடப் பாதிக்காதுன்னு சொல்லியிருக்காங்க...’

‘அகல்யா, நீ செய்யறது ரொம்ப ரொம்ப ரிஸ்க்கான விஷயம். தெரிஞ்சுண்டுதானே இதைச் செய்யறே...?’

‘தெரிஞ்சு, சந்தோஷமா இதைச் செய்யறேன் மேடம்...’ என்றாள்.

அகல்யா ஹாஸ்டலுக்குத் திரும்பியபோது, அங்கு அமர்க்களமா இருந்தது.

‘எங்க போயிட்ட அகல்யா? விஷயம் தெரியுமா?’

‘என்ன?’

‘ப்ரமோத், சீனு, ரகு இவங்களை அரெஸ்ட் பண்ணிட்டாங்க... சாயங்கால பேப்பர் பார்க்கலையா நீ?’

‘என்ன?’

‘உன் ஸ்டேட்மெண்ட், போட்டாகூட வந்திருக்கே...?’

அகல்யா வளாகத்துக்குள் நுழைந்தபோது மாணவ-மாணவிகள் கொத்துக் கொத்தாகக் கூடிப் பேசிக் கொண்டிருந்தார்கள். டி.வி. கேமராக்களும் போட்டோக்காரர்களும் மரத்தடியில் நின்று கொண்டிருந்தார்கள். அகல்யா வந்ததும் அவளை அணுகிப் பேருக்குப் பேர் கேள்வி கேட்டார்கள்.

தினவாணியில் ரிப்போர்ட் வந்திருந்ததே, பார்த்திங்களா?

எப்படி அவங்க அந்தப் பையனை அடிச்சுக் கொன்னிருப் பாங்கன்னு சொல்றீங்க?’

என்ன காதல் போட்டியா?

கல்லூரிகளுக்குள்ள ரைவல்ரியா?

அகல்யா கேள்விகளுக்கிடையே இங்குமங்கும் பார்த்துத் திணறிப் போனாள். நதிராதான் அவர்களை அடக்கிச் சமாதானப் படுத்தி, ‘கொஞ்ச நேரம் சும்மாயிருந்தா, அகல்யா பேசலாம்...’ என்றாள்.

தாற்காலிகமாகக் கிடைத்த மௌனத்தில் நதிரா, ‘நீ சொல்ல வேண்டியதை ஸ்டேட்மெண்டா சொல்லிடு அகல்யா... இல் லேன்னா அவங்க போகமாட்டாங்க...’

அகல்யா மெள்ளப் பேசினாள்.

'இறந்துபோன ஸ்ரீதரனை எனக்குத் தெரியும். திருச்சியிலிருந்து ஒரு இசை விழாவில் பங்கேற்க வந்தபோது ஏற்பட்ட சிநேகிதம். அந்தப் பையன் அமெரிக்கா போக விசா வாங்க வந்திருந்தபோது என்னைச் சந்தித்தான். அதற்கப்பால் ஹாஸ்டலுக்குப் போனான். மற்ற சில நண்பர்களைச் சந்திக்க... அவனுக்கு நடக்கப்போவது என்ன என்று தெரியாமல்தான் போனான். அங்க ரகுங்கறவனையும் சீனு என்கிறவனையும் சந்திச்சிருக்கான். அப்புறம் அவங்க ரெண்டுபேரும் அவனை எங்கேயோ கூட்டிக்கொண்டு போயிருக்காங்க. அதுக்கப்புறம் அவன் சாலை விபத்துல சிக்கிட்டதா செய்தி வந்து, ராயப்பேட்டை ஆஸ்பத்திரியில போய்ப் பார்த்தேன். ரொம்ப அடிச்சுட்டாங்கன்னு சொன்னதுதான் அவன் பேசின கடைசி வார்த்தை. அவங்கப்பா ஒரு போலீஸ் கம்ப்ளெயிண்ட் கொடுத்திருக்கார்... சந்தேகத்தின் பேர்ல ப்ரமோத், ரகு, சீனு மூணு பேரையும் கைது செய்து போலீஸ் கஸ்டடியில் வெச்சிருக்காங்க.'

'இந்த கேஸ்ல அரசியல் ஏதாவது இருக்குதா மிஸ் அகல்யா? அந்த ரகுங்கற பையன் வந்து பெரிய செல்வாக்குள்ள ஆள்னு சொல்றாங்க...'

'எனக்கு அதெல்லாம் தெரியாது...'

'போலீஸுக்கு நீங்க ஸ்டேட்மெண்ட் கொடுப்பிங்களா...?'

'இப்பக் கொடுத்தேனே. அதேதான்...'

'அந்தப் பையனை அடிச்சுச் சாகடிச்சிருக்காங்கங்கறதுக்குச் சந்தர்ப்ப சாட்சியங்கள் இருக்குங்கறீங்க?'

'ஆமாம்...'

நதிரா, 'இதுக்கு மேல் ஏதும் சொல்றதுக்கில்லை. நீங்கள்லாம் போறீங்களா...?'

'இருங்க...இன்னும் ரெண்டு போட்டோ எடுத்துக்கறோம். இந்த ஸ்ரீதருடைய போட்டோ இருக்ககுதா உங்ககிட்டே...?'

'அதை திருச்சிலயில வாங்கிக்கலாம்ப்பா... எட்டு மணி நியூஸைப் பிடிக்கணும். வாங்க...'

அவர்கள் சென்றதும் கூட்டத்தின் விளிம்பில் காத்திருந்த வெள்ளைக்காரர், அகல்யாவை அணுகினார். 'டமில்' பேசினார்.

அகல்யா... வாங்க போகலாம்... எல்லாம் ஆச்சில்லை. இனி அவங்களால உங்களைக் கண்டுபிடிக்க முடியாது. வாங்க, போகலாம்...'

'யார் நீங்க?'

'ஐ'ம் ராபர்ட். நீங்க என் வொய்ஃப் ராஜேஸ்வரியைச் சந்திச்சிருக்கீங்க... ஐ'ம் ஃப்ரம் ப்ரோ லைஃப்...' என்றார். கிருத்திகா போன் பண்ணியிருந்தாங்க. யுவர் டெஸிஷன் இஸ் கரெக்ட்! நல்ல தீர்மானம்...'

'எங்க போகணும்...?'

'பல்லாவரத்துக்கு...'

வாசலில் ஒரு வெளிநாட்டு கார் காத்துக்கொண்டிருந்தது.

'இருங்க. துணிமணியெல்லாம் எடுத்துக்கிட்டு வந்துர்றேன்...'

'அதெல்லாம் தேவை இல்லை. எல்லா ஏற்பாடும் செய்தாகிவிட்டது...'

காரில் தெளிவான ஆங்கிலத்தில் ராபர்ட் பேசினார். அவர் குரலில் ஒரு வசீகர சக்தி இருந்தது. 'இனி உன்னை யாரும் அணுக முடியாது. பத்திரிகை, டி.வி. தொந்தரவு ஏதும் அங்கே கிடையாது. நல்ல விஷயங்கள்தான் நடக்கும். நல்ல சங்கீதம், நல்ல வாசகங்கள் கேட்பாய். நல்ல காற்றைச் சுவாசிப்பாய்... நல்ல எண்ணங்கள்தான் தோன்றும். நன்றாகத் தூங்குவாய். உனக்கு இயற்கை பணித்த ஒரே பாத்திரத்தைப் பொறுப்பாகச் செய்வாய்...' என்றார்

காரினுள் லேசான இதமான யான்னியின் சங்கீதம் கேட்டது.

அகல்யாவுக்கு முதன் முறையாக மனநிம்மதி பிறந்தது.

காவல் நிலையத்தில் சீனு, ரகு, ப்ரமோத் மூவரும் பெஞ்சில் உட்கார்ந்திருந்தார்கள்.

ஸ்டேஷன் ரைட்டர் பெரிய ரெஜிஸ்தரில் எழுதிக் கொண்டிருந் தார்... பேர், அப்பா பேரு, ஊரு, வயசு, விலாசம் என்றெல்லாம்!

'சார்! எங்களுக்கு ஒண்ணுமே தெரியாது சார்... அந்தப் பையன் வேத்தூரு பையன். அவனை யாருன்னே தெரியாது. இது என்ன சார் அநியாயம்?' என்று சீனு அழுதான்.

'பாருப்பா, உங்களுக்கு ஒண்ணும் தெரியாதுன்னா அதை எழுதிக்கறேன். கையெழுத்து போட்டுக் கொடுத்துடுங்க...'

'போட்டா உடனே விட்டுடுவீங்களா?'

'அதெப்படி! எதுக்கும் நாளைக் காலைல மாஜிஸ்திரேட் கோர்ட்ல ப்ரொட்யூஸ் பண்ற வரைக்குமாவது இங்கதான் இருக்கணும்... பாரு தம்பி, எதாவது செய்திருந்தீங்கன்னா, உண்மையைச் சொல்றது நல்லது. எதாவது எக்குத் தப்பா யிருந்தா, இப்பவே ஒப்புக்கறது நல்லது. எதோ அவன் திட்டி னான்... இவன் திட்டினான்... ஒரு அடி அடிச்சான். திருப்பி அடிச் சேன். கை சண்டை முத்திருச்சு. பொட்ல பட்டுடுச்சு... அவ் வளவுதான்... இது திட்டமிட்ட கொலை இல்லேன்னு கொண்டு போயிடலாம்...'

ப்ரமோத், 'போன் பண்ணிக்கணும்...' என்றான்.

'தாராளமாக...'

சீனு, 'நான் எதுவுமே செய்யலை சார்... எல்லாம் இவன்தான்...' என்று அழுதுகொண்டிருந்தான்.

அவன் சட்டை நனைந்திருந்தது. அதிகம் அழுததில் முகம் வீங்கி யிருந்தது. ரகு வெற்றுப்பார்வை பார்த்துக் கொண்டிருந்தான்.

'புலம்பாதறா... எங்கப்பா வக்கீல் வெச்சுடுவாரு. காலைல வந்துடுவாரு...' என்றான் ப்ரமோத்.

அவன் போனை வைத்ததும் ரகு ப்ரகான்ஸாவுக்கு போன் செய்தான்.

'சார், ரகு பேசறேன்... நாம அன்னிக்குப் பேசின அந்த மேட்டரைப் பத்தித்தான்...'

'என்ன ரகு?'

'ரெண்டாவது டெஸ்ட் எடுத்துட்டாங்களா...?'

'ஆமாம்ப்பா! எதோ கேள்விப்பட்டேன். ஹாஸ்டல்ல அரெஸ்ட் ஆயிடுத்துன்னு... நான் ஸ்டேடியம் போயிருந்தேன்.'

'டெஸ்ட் என்ன ஆச்சு? அதைச் சொல்லுங்க...'

'ரகு, மனசைக் கல்லா வெச்சுக்க... இந்த அதிர்ச்சியைத் தாங்கிக்க ஆண்டவன் உனக்கு மனோபலம் கொடுக்கட்டும். அன்னிக்கு மீண்டும் ரத்தம் வாங்கிட்டுப்போயி வெஸ்டர்ன் ப்ளாட்னு ஒரு டெஸ்ட் எடுத்தாங்க பாரு... அதுலயும் உனக்கு பாஸிட்டிவ் தான்!'

'என்ன சொல்றீங்க?'

'எய்ட்ஸ்ப்பா உனக்கு. கன்ஃபர்ம் ஆயிடுச்சு!'

'சரி, அதை இங்க போலீஸ் ஸ்டேஷன்ல வந்து சொல் றீங்களா...?'

''போலீஸ் ஸ்டேஷனா?'

'ஆமா, எங்க மூணு பேரையும் கைது பண்ணியிருக்காங்க...'

'இப்பவே வரேன். இடம் சொல்லு...' என்றார்.

'சார், ஐயா, ஹலோ போலீஸ்! இது என்ன போலீஸ் ஸ்டேஷன்...?'

'ராயப்பேட்டைப்பா...'

'ப்ரகான்ஸா சார்... ராயப்பேட்டை...'

போனை வைத்ததும், 'சீனு, உங்க கேஸெல்லாம் எப்படியோ... ராத்திரிக்குள்ளே என்னை வெளியே விட்டுடுவாங்க... என்ன பந்தயம்?' என்று சிரித்தான் ரகு.

# 19

அந்த போலீஸ் நிலையத்துக்குள் ப்ரகான்ஸா நுழைந்ததை ரகு லாக்-அப்பிலிருந்து வேடிக்கை பார்த்துக்கொண்டிருந்தான்.

'அஞ்ச நிமிஷத்தில் என்னை வெளியே விட்டு வாங்க பாரு' என்றான் ரகு.

சீனு, 'ரகு ரகு... எனக்கும் சொல்லேண்டா'

இன்ஸ்பெக்டர் 'இஸிட்' என்று யோசித்தவாறே இருக்கையிலிருந்து எழுந்தார்.

'இன்ஸ்பெக்டர் நேரா இங்க வருவான் பாரு... யாருப்பா ரகுன்னு கேப்பான் பாரு...'

'ஏன் சார், நான்தான்' என்று சொல்லிவிட்டு, சீனுவைப் பார்த்துக் கண்ணடித்தான் ரகு.

'நீ டிபன் கிபன் சாப்பிட்டியா?' என்று கேட்டார் இன்ஸ்பெக்டர்.

'ஆமா சார். கான்ஸ்டபிள் கொண்டு வந்து கொடுத்தாரு. ரவா தோசை, அப்புறம் காபி...'

'டம்ளரை எங்கே வெச்சிருக்கே?'

'எல்லாம் கலந்துபோச்சு சார்!'

'சரி, நீ வெளியே வா. அவங்க ரெண்டு பேரும் இருக்கட்டும். உன்னை தண்டையார்பேட்டையோ எக்மோரோ கூட்டிக்கிட்டுப் போவாங்க. த, அப்படிப் போய் உக்காரு.'

சீனு ஏறக்குறைய அழுதான். 'ஏன் சார் அவனுக்கு மட்டும் இந்த பாரபட்சம்? எங்களையும் வுட்டுருங்க சார்...'

'இவனை யாரும் வெளியே விடலைப்பா. இடம் மாத்தறோம்.'

ரகு புன்னகையுடன், 'சீனு டாட்டா, ப்ரமோத் டாட்டா' என்று சொல்லிக்கொண்டே பெஞ்சில் உட்கார்ந்தான்.

'துரோகி... இவனுக்கு யாரோ மினிஸ்டரைத் தெரியும்போல, அதான் அவனை மட்டும் வெளியே விடறாங்க. இது அநியாயம்!' என்றான் சீனு.

ரகு புறப்படுமுன், 'சீனு, இதான் உன்னைய கடைசி முறையா பார்ப்பேன்னு தோணுது' என்றான்.

'போடா, எங்கூட பேசாதே.'

அவன் ஜீப்பில் உட்கார, இன்ஸ்பெக்டர் 'பக்கத்தில உக்காரா தீங்க' என்றார்.

'அப்புறம் அந்த டம்ளர்ங்க எல்லாத்தையும் எடுத்து உடைச் சுருப்பா!' என்றார்.

தண்டையார் பேட்டை ஆஸ்பத்திரியில் கான்ஸ்டபிள் சற்று தூரத்தில் நிற்க, டாக்டர் வடிவழகன் என்பவர் அவனை பல்ஸ் பிடித்துப் பார்த்தார். 'ஏம்பா... உனக்கு பி.24ன்னு ஒரு ஆண்டி ஜென் டெஸ்ட் எடுத்தாங்களா?'

'தெரியலை டாக்டர், எலிசான்னு சொன்னாங்க, அதுக்கப்புறம் ரெண்டு முறை ரத்தம் எடுத்தாங்க.'

'பாஸிட்டிவ்னாங்களா?'

'ஆமாம்!'

சற்று நேர மௌனத்துக்குப் பிறது 'டாக்டர்... நான் செத்துரு வனா' என்றான் ரகு?

'இ.ஐ.ஏன்னு ஒரு டெஸ்ட் எடுத்துர்றோம். அவங்க இதுவரை எடுத்துது இம்யுனோ சப்ரஸ்ஸண்ட். இப்ப இம்யுனோ அப்ஸார் பண்ட் அஸ்ஸே. அதுல பாஸிட்டிவ்வா இருந்தா நிச்சயம் நீ எய்ட்ஸ் ஆசாமிதான்!'

'நான் செத்துருவனா?'

'நாம் எல்லோரும் சாகப் போறவங்கதாம்பா. இட்ஸ் எ மேட்டர் ஆஃப் டைம்... உன்னைப் பொருத்தவரையில...'

'என்னைப் பொருத்தவரையில...'

'சீக்கிரம் செத்துருவே. அவ்ளவ்தான். எவ்வளவு நாள் வாழறோம்ங்கறது முக்கியமில்லை. எப்படி வாழறோம்ங்கறதுதான் முக்கியம்!'

'எவ்வளவு சீக்கிரம்?'

'சொல்ல முடியாது. ஒரு மாசம். ஆறுமாசம். ஏன் மூணு வருஷம்! என்ன வயசு உனக்கு?'

'இருபத்திரண்டு'

'ச்ச்ச்... இருபத்திரண்டு வயசில கீட்ஸ் உலக இலக்கியம் படைச்சுட்டான்!'

'நான் எதும் உலக இலக்கியம் படைக்கறதா இல்லை...'

'ஒண்ணு பண்ணு. சாவைப்பத்தி நினைக்காதே. அது வரும் வரலை அதைப் பத்தி கவலைப் படாத. உன் படிப்பைத் தொடர்ந்து செய். நீ இதுக்கு முன்னாடி என்ன என்ன காரியங்கள் செய்துக்கிட்டு இருந்தியோ, தொடர்ந்து செய்யி...'

'நான் இதுக்கு முன்னாடி அடாவடி பண்ணிக்கிட்டு, பொண்ணுங் களை டாவடிச்சுக்கிட்டு ரௌடியா இருந்தேன்...'

'அதெல்லாம் விட்டுரு. அதெல்லாம் செய்யவும் முடியாது. வீக் ஆயிருவே. விளையாட்டு எதும்!'

'ஜிம்ல விளையாடுவேன். கிரிக்கெட்ல கொஞ்சம் போலிங் போடுவேன். பாஸ்கெட் பால் ஆடுவேன்.'

'அதெல்லாம் செய்யலாமே...'

'சேத்துப்பாங்களா?'

'நிச்சயம் சேத்துப்பாங்க. இது தொட்டா ஒட்டறதில்லை. முத்த மிட்டாக்கூட ஒட்டறதில்லை...'

‘பின்னே டம்ளரையெல்லாம் உடைச்சாங்க போலீஸ் ஸ்டேஷன்ல...’

‘நான்சென்ஸ்! ரத்தக்கலப்பு இருந்தாத்தான் பரவும். நான் ப்ரகான்ஸாகிட்ட சொல்றேன். அதுக்கு முன்னாடி மெடிக்கல் சர்டிஃபிகேட் கொடுத்துட்டு உன்னை பெயில்ல எடுக்கணும். இப்ப எப்படி இருக்கு? அடிக்கடி சளி கிளி புடிக்குதா? எதும் எக்ஸ்போஸ் பண்ணாதே...எப்பவும் ஸ்வெட்டர் போட்டுக்க. பச்சைத் தண்ணில குளிக்காதே. பழைய பழக்கங்கள் எல்லாத்தை யும் நிறுத்திரு. பொண்ணுங்ககிட்ட போவாதே. எல்லாருக்கும் பரத்திருவே. டிரக்ஸ் ஏதும் எடுத்துக்காதே. என்னை வந்து வாராவாரம் பாரு. ஊரை விட்டுப் போகக்கூடாது.’

‘சரி’ என்றான் ரகு. ‘தண்ணி அடிக்கலாமில்லையா?’

‘அளவா ஏதும் செய்யலாம்.’

காலை எழுந்தபோது அகல்யாவுக்கு வேறு உலகத்தில் இருப்பது போல் பட்டது. எங்கிருந்து என்று தெரியாமல் லேசாக சங்கீதம் ஒலிக்க... அவளுக்கு ஆரோக்கியமான வெளிர் பச்சை உடைகள் கொடுக்கப்பட்டன. வெயிட் எடுத்தார்கள். கம்ப்யூட்டரில் எதையோ உள்ளிட்டார்கள்.

மேற்கத்திய கார்ன்ஃப்ளேக், தென்னிந்திய இட்லி, பலகாரம், ஆரஞ்ச் ஜூஸ், மைலோ என்றெல்லாம் விதவிதமாக வைத்து உண்ணக் கொடுத்தார்கள். ஆரஞ்சு ஜூஸ் ஆஸ்திரேலியாவில் இருந்து வந்திருப்பது அட்டைப் பெட்டியின் முத்திரையில் தெரிந்தது. உன்னிப்பாகப் பார்த்ததில் அங்கிருக்கும் அத்தனை பொருள்களும் வெளிநாட்டு சமாசாரங்கள் என்பது தெரிந்தது. கூலர் ஜப்பான், மின்விசிறி கொரியா. சாக்லேட்டில் அரபு எழுத்துக்கள். அங்கு எவ்வளவு பேர் வசிக்கிறார்கள் என்பது முதலில் தெரியவில்லை. காலை ஒன்பதுக்கு ஒரு ஹாலில் உடற்பயிற்சிக்காகக் கூடியபோதுதான் தன்னைப்போல் வேறு வேறு சைஸில் வயிற்றைச் சாய்த்துக்கொண்டு அங்கே எட்டு பெண்கள் இருப்பதையும், அவர்களுக்குப் பணிவிடை செய்யும் சிப்பந்திகள் இருபது பேர் இருந்ததையும் உணர்ந்தாள். ஒரு சிறிய காகிதத்துண்டு கீழே கிடந்தாலும் உடனே ஒரு வேலைக்காரி எங்கிருந்தோ தோன்றி பெருக்கிவிட, தரை மிக மிகச் சுத்தமாக ஆனால், வழுக்காமல் இருந்தது. ஒவ்வொரு பொருளும்

சாதனமும் சௌகரியமும் பார்த்துப் பார்த்து நடைமுறைப் பிரயோகத்துக்கு ஏற்பாக இருந்தது. ராபர்ட் முதலில் கிளாஸ் நடத்தினார். எப்படி கர்ப்பம் ஏற்படுகிறது, ஆணின் விந்து விலிருந்து கோடானுகோடி உயிரணுக்கள் நீந்திச் சிரமப்பட்டு சில சென்டிமீட்டர் பயணத்தின் இறுதியில் ஒரே ஒரு விந்தணு பெறும் வெற்றியும், அதற்காகக் காத்திருந்த முட்டை புதிய வரவு ஏற்பட்டதும் எத்தனை விரைவாக இரட்டிப்பாகிறது என்பதை யும் பக்கத்திலேயே இருந்து படம் எடுத்ததுபோல் காட்டி னார்கள்.

முதல் வாரம், இரண்டாம் வாரம், மூன்றாம் வாரம்... கரு எப்படி வளர்கிறது என்பதெல்லாம் ட்ரைமெஸ்டர்களாகப் பிரிப்பது பற்றிச் சொன்னார்கள். இறுதியில் அந்த வெள்ளைக்காரப் பெண்மணி தெளிவான தமிழில் பேசினது ஆச்சரியமாக இருந்தது.

'பிள்ளை பெறுவது என்பது மிக மிக இயற்கையான விஷயம். அதற்குத்தான் கடவுள் பெண்ணைப் படைத்திருக்கிறார். மற்ற பாசாங்குகள் சமூகத்தின் தேவைகளால் பெண்ணின்மேல் திணிக்கப்பட்டவை. இத்தனை இயற்கையான அந்த அனுப வத்தை ஒரு பெண்ணுக்கு மறுப்பது கடவுளுக்கு எதிரான குற்றம். உருவான கருவைக் கலைப்பது அதனினும் குற்றம். காரணம், அது கோடானுகோடி வருடங்களாகப் பரிணமித்து வந்திருக்கும் ஓர் அற்புதம். க்ரோமோஸோம் உயிரணுக்களில் பொதிந்துள்ள மரபுச் செய்தியின் டி.என்.ஏ சங்கிலியின் அடர்த்தியில் ஒவ்வொரு கருவும் ஒரு மனித சரித்திரம். கடவுளின் கையெழுத்து' என்றாள்.

மத்யானம் ஒரு மணி நேரம் தூங்கி எழுந்ததும் அவளுக்கு, பிரார்த்தனை, மாலை வாக், அதன்பின் வகுப்புகள் நடந்தன. கிருஷ்ணமாச்சாரி என்பவர் 'கால் மி சாரி' என்று சொல்லிக் கொண்டு 'உன் பாட புத்தகங்கள் எல்லாம் எங்கே?' என்று கேட்டு, 'உனக்கு தினம் இரண்டு வேளை டியூஷன். போர் அடிச்சுதுன்னா சொல்லிடு. பாடறேன். நல்லாப் பாடுவேன். பரீட்சையில் பாஸ் பண்றதைவிட படிப்பைத் தொடர்றது ரொம்ப விவேகம்னு ப்ரோ லைஃப்ல நம்பறாங்க.'

'சார், உங்ககிட்ட ஒண்ணு கேக்கணும்.'

'தெரியுமே. இவங்கள்ளாம் கிறிஸ்தவ இயக்கமா அதானே?'

'ஆமா...'

'பாரும்மா. இதுல ரிலிஜன் கிடையாது. எல்லா மதமும் சம்மதம் தான். உனக்கு ப்ரேயர்ல சொல்லப்பட்ட விஷயம் என்ன? அது கீதை, மதம் இல்லை. இங்கே மனுஷத்தனம்தான் உண்டு. உன் வாழ்க்கையில் ஏற்பட்ட மிகப் பெரிய அதிர்ஷ்டம் இங்க வர சம்மதிச்சது. உன் எதிர்காலம் பொன்மயமா இருக்கப் போறதுங் கறதுக்கு அறிகுறி இது.'

'இங்க பிள்ளை பெத்ததும் என்ன செய்வா?'

'எல்லாம் அவங்களே பார்த்துப்பாங்க. ஏன் கவலைப்படறே? உன் கடமை என்ன? நல்லாச் சாப்பிட வேண்டியது, படிக்க வேண்டியது. தூங்க வேண்டியது. உரிய காலத்தில் வலியெடுத்து பிள்ளை பெறவேண்டியது!'

'அதுக்கப்புறம்?'

'ரெண்டு, மூணு ப்ளான் இவங்க வெச்சிருக்காங்க... அதை யெல்லாம் விவரமாச் சொல்வாங்க' என்றார். இந்தக் கேள்விக்குப் பதில் சொல்வதில் அவருக்குச் சற்று தயக்கம் இருப்பதாகப் பட்டது.

கிருத்திகா சாரி அவளை ஒரு வாரம் கழித்து வந்து பார்த்தபோது, 'மைகாட்! ஜொலிக்கிறேம்மா அகல்யா... நல்ல ஊட்டம்போல.'

'சும்மா சாப்டுட்டு சாப்டுட்டு தூங்கறேன் மேடம்!'

'இந்தா... போன மூணு வருஷத்துக் கேள்வித்தாள்கள் எல்லாம் இருக்கு. இதுக்கெல்லாம் ஆன்சர் பாத்துரு. இதிலிருந்துதான் வரும்.'

அகல்யா அவற்றைப் புரட்டிக்கொண்டிருக்கும்போது, 'அகல்யா, உங்கம்மாவுக்குச் சேதி சொல்லட்டுமா? அவ வந்தா தெம்பா இருக்கும்' என்றாள் கிருத்திகா.

சட்டென்று, 'வேண்டாம் வேண்டாம்' என்றாள். 'மேடம், உங்ககிட்ட ஒண்ணு கேக்கணும். இந்த இடத்தைப் பத்தி உங்க ளுக்கு யார் சொன்னா?'

கிருத்திகாவின் முகம் சட்டென்று மாறியது. 'ஏன் கேக்கறே?'

'இல்லை. முதல்லருந்தே உங்களுக்கு நான் அபார்ஷன் பண்ணிக்கிறதில இஷ்டமில்லைதானே?'

'சேச்சே... என்ன அப்படிக் கேக்கறே... இந்த இடத்தைப் பத்தி ஒரு விசிட்டிங் ப்ரொஃபசர் சொன்னார். 'நல்லா தைரியம் கொடுப்பாங்க'ன்னு... அதனால நான் அனுப்பிச்சேன். சுபாஷிணிக்கும் இதைப்பத்தித் தெரியும். பாரு, எல்லாமே உன் இஷ்டம்தான். உன்னை இங்க யாரும் பிள்ளை பெத்துக்கிட்டுத்தான் ஆகணும்னு வற்புறுத்தறாங்களா?'

'இல்லை. இருந்தாலும் கொஞ்சம் பயமா இருக்கு.'

'அதெல்லாம் சரி பண்ணிடுவாங்க!'

'எப்படிச் சொல்றீங்க?'

'சரி பண்ணிடுவாங்கன்னு நினைக்கறேன்.'

'இதுக்கெல்லாம் பணம் எவ்வளவு கொடுக்கணும்னு விசாரிக்கறீங்களா?'

'எல்லாமே ஃப்ரீ.'

'அதான் நம்ப முடியலை!'

'இவங்களுக்கு எக்கச்சக்கப் பணம் இருக்கு. வெளிநாட்டிலிருந்து நிறைய நன்கொடை வருதாம்...'

'அதுக்கு நான் என்ன செய்யணும் இவங்களுக்கு...'

'அவங்களே சொல்வாங்க' என்றாள் கிருத்திகா.

# 20

அகல்யாவுக்கு அந்த உயிர் வளர்வது முதலில் தெரியவில்லை. ப்ரொ லைஃபில் படம் போட்டெல்லாம் காட்டினார்கள். வீடியோ காட்டினார்கள். முட்டைக்குள் ஸ்பெர்ம் நுழைந்து ஒரு செல்லாகி, பாதி பாதியாகப் பிரிந்து, இரண்டு, நாலு, எட்டு, பதினாறு என்று பெருகிக்கொண்டு, ஒரு மாசத்துக்குள் கால் இஞ்ச் சைஸுக்கு வந்து, அதிலேயே துளியூண்டு தலை, வேலை செய்யும் ஒரு மினியேச்சர் இதயம், கொஞ்சம் ரத்தம், பேருக்குக் கை, கால்கள், வயிறு, மூளை... ஏன் ஒரு தேவை இல்லாத வால்கூட... ப்ளசெண்டா வழியாக ரத்தம் வாங்கிக்கொண்டு அதை தொப்புள்கொடி மார்க்கமாக உள்ளே சேர்த்துக்கொண்டு... அடிக் கடி தொட்டுப் பார்த்துக்கொண்டாள். 'இருக்கி றாயா... சௌக்கியமா?' என்று விசாரித்தாள். 'உன் பேர் என்ன வைப்பேன்? எந்தப் பேர் வைத்தாலும் அதில் ஒரு ஸ்ரீதரை ஒட்ட வைப் பேன். பெண் என்றால் வைஜெயந்தி ஸ்ரீதர். ஆண் என்றால் சுரேஷ் ஸ்ரீதர், இல்லை, மகாலிங்கம், இல்லை மனோண்மணி, இல்லை மனோபாலா. இல்லை முருகன் என்று முன்பெயரை மாற்றிக்கொண்டே வந்தாள்.

மூன்றாவது மாசத்தில் ஜீரண உறுப்புகள், எலும்பின் ஆரம்பங்கள் ஏற்பட்டுவிட்டன என்று சொன்னார்கள். ஒரு அடி உயரம், ஒரு பவுண்டு.

அவளுக்கு இயற்கையாகப் பிரசவிப்பதைப் பற்றிப் பல பாடங்கள் கொடுக்கப்பட்டன. நீச்சல்

உட்பட பல தேகப் பயிற்சிகள் கொடுத்தார்கள். இடையே வேளைக்கு வேளை சாப்பாடு, வேளைக்கு வேளை உடை மாற்றம், குளிப்பாட்டல், டால்கம் பவுடர் போட்டு மணக்க மணக்க அவளையே குழந்தைபோல வைத்துக்கொண்டிருக்க, சாயங்காலங்களில் வெளிச்சத்தின் அருகில் அவளுக்கு பாடப்புத்தகங்கள் கொண்டுவந்து உறுத்தாமல் எகனாமிக்ஸ், ஸ்டாடிஸ்டிக்ஸ், சோஷியாலஜி எல்லாம் வகுப்பு எடுத்தார்கள். ஐ.ஏ.எஸ். பிரிலிமினரி பற்றி அறிமுக வகுப்பு ஒன்று நடந்தது. என்ன என்ன புத்தகங்கள் சேகரித்து என்ன என்ன படிக்க வேண்டும், ஷேக்ஸ்பியரின் ஜூலியஸ் சீஸர், நான்-டி டெய்ல் டெக்ஸ்டில் தாகூரின் காபுலிவாலா சிறுகதை எடுத்தார்கள். அந்தக் கதையில் உள்ள சோகத்தைக் குறைத்துச் சொன்னார்கள், உணர்ச்சிவசப்படக்கூடாது என்று!

ப்ரமோத், சீனு இருவரையும் சந்தர்ப்ப சாட்சியங்கள் சரியில்லை என்று மாஜிஸ்திரேட் கோர்ட்டில் விடுதலை பண்ணிவிட்டாலும் அவர்களை கஸ்டடியில் வைத்து நிறைய அடித்திருந்தார்கள். இருவருக்கும் ரகுவின்மேல் மிகுந்த வெறுப்பு ஏற்பட்டது. 'நம்மை மாட்டிவிட்டு இவன் தப்பிச்சுட்டான் பாத்தியா ப்ரமோத்? என்ன ஃப்ரெண்டு இவன்? இவனுக்காக என்ன வெல்லாம் செய்திருக்கேன்னு சொன்னா உனக்கு மலைப்பா இருக்கும்' என்று சீனு அழுதான்.

'உலகமே இப்படித்தாண்டா. ரகுவை நான் பழி வாங்கலே, என் பேர் ப்ரமோத் இல்லை. முதல்ல அகல்யாவை பார்க்கணும்.'

'அவ என்ன ஆனா?'

விசாரித்ததில் க்ளாஸுக்கே வரவில்லை என்று தெரிந்தது. கிருத்திகா சாரி மேடம், 'எனக்குத் தெரியாது' என்று சொல்வது ஆச்சரியமாக இருந்தது.

மைதானத்தில் ரகு தனியாக பாஸ்கெட் பால் ஆடிக்கொண்டிருந் தான். மற்ற ஆட்டக்காரர்கள் வரக் காத்திருந்தான்.

'ஹாய் ஃப்ரெண்ட்ஸ், எப்ப ஜெயில்லருந்து வந்தீங்க?'

'கேப்படா...'

'ப்ரமோத், எப்டி இருக்கே? ஏன் வாயைப் பொத்திக்கிட்டே பேசற...'

'அவனுக்கு ரெண்டு பல்லு போச்சு' என்றான் சீனு.

'உனக்கு?'

'அடிச்ச அடில சரியா ஒண்ணுக்குப் போக முடியலை.'

'வெரிகுட்' என்றான் ரகு, பந்தை ட்ரிபிள் பண்ணிக்கொண்டே.

'உன்னை நிக்கவெச்சு சுடணும்டா.'

'சுடு.'

'சுடத்தான் போறேன்.'

'நீ ஒரு நா லாக்கப்ல இருந்து பாத்தியா? அந்த மூத்திர நாத்தம், சாராய நெடி, முட்டில அடி...'

'அதைவிட அடிவாங்கியாச்சு.'

'ஆமா வாங்கின! போடா போடா' என்றான் சீனு.

ப்ரமோத்துக்கு அவன் மேல் உலகளவு ஆத்திரம் வந்தது. ஒரு கோபப் புயலின் தாக்கலில் அவன் காலரை சேகரித்து துவட்டி மூச்சை இறுக்கினான்.

ரகு வினோதமாக நடந்துகொண்டான். அவன் அதை எந்தவிதத்திலும் எதிர்க்கவில்லை. 'கொன்னுடு' என்றான். 'ம் கொன்னுடு... இன்னும் இறுக்கு? பரவால்லை... இறுக்கு...'

ப்ரமோத் தயங்க, சீனு, 'கொல்ரா அவனை' என்றான்.

'சேச்சே! மாட்டிப்பம். இவன் ஏதோ பிளான் வெச்சுருக்கான்.'

'ஒரு பிளானும் இல்லை. கொல்லுங்கடா. பரவாயில்லை' என்றான் ரகு.

இப்போது பாஸ்கெட் பால் ஆட மற்ற ஆட்டக்காரர்கள் சேர்ந்துகொள்ள, ரகுவைப் பார்க்கத் தயங்கினார்கள்.

ரகு அவர்களிடம் பந்தை எறிய, ப்ராக்டீஸ் விளையாட்டு தொடங்கியது. அவர்கள் சாமர்த்தியமாக எப்போது ரகுவிடம் பந்து வந்தாலும் விலகிச் சென்றார்கள். அவன்கிட்டே வரவே

தயங்கினார்கள். ரகுவிடம் பந்து வந்தபோதெல்லாம் அவனால் பாஸ்கெட் போட முடிந்தது. மிகையாகக் கைதட்டி உற்சாகப் படுத்தினார்கள்.

'இவங்களைக்கூட எதிர்த்து ஆடாம பயப்படுத்தி வெச்சிருக்கான் பாரு... என்னா ரௌடி இவன்...' என்றான் ப்ரமோத்.

'இவங்களும் விட்டுக்குடுக்கறாங்க பாரு' என்றான் சீனு.

'இல்லைடா சீனு. இவன் என்னவோ மாறிட்டான்.'

'இவனாவது மார்றதாவது. அந்த ஸ்ரீதரைப் போட்டு அடிச்ச அடியைப் பார்க்கணும். எத்தனை வெறுப்பு இவனுக்குள்ள இருக்கு தெரியுமா! இவன் ஒரு மிருகம்டா.'

ரகு அப்போது ஒரு வினோதமான காரியம் செய்தான். ஆட்டத் திலிருந்து விலகி, 'ஏண்டா கிட்ட வர மாட்டேங்கறீங்க?' என்றான். மைதானத்தின் ஓரத்துக்குச் சென்று சட்டையை உயர்த்தி கண்ணீரைத் துடைத்துக்கொண்டு பிரவாகமாக அழுதான்.

ஸ்ரீதரைச் சந்தித்த நாளிலிருந்து இருநூற்று எழுபதாவது நாளில் அகல்யாவுக்கு ஒரு பெண் குழந்தை பிறந்தது. முதலில் அவளுக்கு வலி வந்ததே தெரியாமல் பூனைப் பாதங்களில்தான் வந்தது. பின் அலை அலையாக, அலை அலையாக வந்த வலி 'இதோ இப்போது செத்துப் போகிறேன், இப்போதே செத்துப் போகிறேன்' என்று மீண்டும் மீண்டும் வந்த அலறல்... 'புஷ் புஷ்' என்று யாரோ சொல்வது கேட்டுக்கொண்டிருக்க, உலகமே ஒரு கணத்தில் ஸ்தம்பித்துவிட்டு, தன்னை ஒரு விளிம்பின் விளிம்புக்கு அழைத்துச்சென்று தள்ளிவிடுவதற்கு முன்னால், 'போனால் போகிறது பிழைத்துப்போ' என்று சொல்வது போல் எல்லா வலிகளும் ரத்தாகின.

பிறந்தவுடன் தொப்புள் கொடியை வெட்டாமல் கொஞ்ச நேரம் அவள் மீது விட்டார்கள்.

அந்தக் குழந்தை சின்னக் குரலில் அழ, கண்கள் இடுக்கி கொசகொசவென்று கறுப்பு உதடுகளுடன் உலகத்திலேயே அழகாக இருந்தது. இதுவா என் குழந்தை! அதை ராஜேஸ்வரி அப்படியே ஒரு கையால் எடுத்து, 'பொட்டைப்புள்ளைனு எங்க ளுக்கு அப்பவே தெரியும்! சந்தோஷம்தானே?' என்றாள்.

தலையை ஆட்டினாள் அகல்யா.

'என்னவோ பயந்தியே. சிஸேரியன் இல்லாம, கத்தி வெக்காம இயற்கையா பிறந்ததா இல்லையா? இயற்கை! இதான் இயற்கை...'

'இன்னிக்கு என்ன தேதி...?'

'அதெல்லாம் கரெக்டா பதிவாகியிருக்கும். கவலைப்படாதே.' பாப்பாக்குட்டியின் தொடையில் *1378* என்று ஸ்டிக்கர் ஒட்டினார்கள்.

நர்ஸ், குழந்தையை எங்கோ ஒற்றைக்கையால் எடுத்துக் கொண்டு போக, 'எங்க போறது பாப்பா?' என்றாள்.

'வெயிட் எடுக்க. பயப்படாதே. இனி அது உன் குழந்தையே இல்லை. யூ அர் ஃப்ரீ' என்றாள்.

என்னவோ உறுத்தியது.

மேட்ரன்தான் அடிக்கடி அவளை வந்து பார்ப்பாள். 'உன்னை கூட்டி வந்தாரே... மாமான்னோ என்னவோ சொன்னாரே... மூணு முறை வந்து விசாரிச்சாரு. நாங்கதான் இங்க நீ இல்லைன்னு சொல்லிட்டோம். இருந்தும் அவருக்குச் சந்தேகம் போவலை... உங்க அப்பா அம்மா யாருக்காவது குழந்தையைக் காட்ட விரும்பறியா?'

'வேண்டாம்' என்றாள்.

'கிருத்திகா சாரி மேடம்?'

'இப்ப வேண்டாம்.'

'காட்டறா இருந்தா சீக்கிரமே காட்டிர்றது நல்லது.'

'ஏன்?'

நிமிர்ந்து பார்ப்பதற்குள் அவள் போய்விட்டாள்.

அகல்யா முதல் வாரத்தில் அவள் குழந்தையைத் தினம் மூன்று முறைக்குமேல் பார்க்கவில்லை. முலைப்பால் சுரந்தபோது

முதல் மூன்று நாள்கள் அடிக்கடி குழந்தையைக் கொண்டுவந்து அவளிடம் கொடுத்துக் கொடுத்து எடுத்துச் சென்றார்கள். மிகுந்த ஜாக்கிரதையாக அவள் மார்பகத்தைப் போற்றி பாதுகாத்தார்கள். அதற்கென்று பலவிதமான விசேஷ ஆடைகள் எல்லாம் கொடுத்து அவளுக்கு ஜலதோஷம் போன்றவை பிடிக்காமல் பார்த்துக்கொண்டார்கள்.

கொஞ்சம் கொஞ்சமாக அந்த சிசு நிறத்துக்கு வந்தது. கண், மூக்கு போன்றவை தீர்க்கமாக அவளையே பார்த்தது. தலையில் நிறைய மயிர் வைத்துக்கொண்டிருந்தது. அதன் விரல்கள் வாச்சையாக இருந்தன. கொஞ்சம் நீளமான குழந்தை. வெயிட் எல்லாம் சரியாக இருப்பதாகச் சொன்னார்கள். அதற்கு என்ன பெயர் வைத்துக் கூப்பிடுவது என்று தெரியாமல் 'அம்முக்குட்டி அன்னுக்குட்டி' என்று இஷ்டத்துக்குக் கூப்பிட்டாள். அவளை உலகத்தில் உள்ள ஒரே பிரஜைபோல் கண்ணைச் சுருக்கிக் கொண்டு பார்த்தது. ஏதோ சிரிப்பு போல ஒன்று வைத்துக் கொண்டிருந்தது.

'அய்யோ! உன்னைப்போய் கொல்ல இருந்தேனே... என்ன ஒரு கண்ணுடி உனக்கு. என்ன ஒரு காது, என்ன மூக்கு, என்ன முழி, அங்கச்சி... அப்புக்குட்டி... தேன்குட்டி... மான்குட்டி...' என்று அதை முத்தமழையால் நனைத்தாள். முகத்தைச் சுருக்கிக் கொண்டது. பாட்டி பாடுவாளே அந்தப் பாட்டு மனதில் சுரந்தது.

வாசலிலே வன்னிமரம்
வம்சங்க ராஜகுலம்
ராஜகுலம் பெத்தெடுத்த
ரத்தினமே கண்ணுறங்கு...

'நல்லா பாடறியே!'

'இதுக்கு ரத்தினம்னு பேர் வெக்கப் போறேன் சிஸ்டர்!'

'அதுக்குப் பேரு ஸேரா' என்றார் அருகே அதை அணைத்து வாங்கிக் கொண்ட நர்ஸ்.

'யார் சொன்னா?'

'ரிஜிஸ்தர்ல அதான் பதிவு செய்திருக்காங்க.'

'யாரு?'

'ராஜேஸ்வரி அம்மா.'

'யார் பேர் கொடுத்தா?'

'அவங்கதான்.'

'அவங்கதான்னா...'

'இதை எடுத்துப் போகப் போறவங்க' என்றாள்.

# 21

அகல்யாவுக்கு இவர்கள் குழந்தையைத் தன்னிடமிருந்து பிரிக்கப்போகிறார்கள் என்பது மட்டும் புரிந்தது. எப்படி என்பதெல்லாம் தெளிவாகவில்லை. அந்தக் குழந்தை அவளுக்கு ஒரு ரசிகர் மன்றம் அமைத்தது போல் கண் கொட்டாமல் அவளையே பார்த்துக்கொண்டிருக்க, தன்மேல் வைத்துக்கொண்டு அதை வெளி உலகுக்குக் காட்ட விரும்பாமல் மூடிக் கொண்டாள்.

முடிந்தால் மீண்டும் வயிற்றுக்குள் அனுப்பினாலும் அனுப்பிவிடுவாள் போல! அதன்மேல் பிரவாகமாகப் பொங்கிய பாசம் அவள் ரத்தத்தில் ஊறி, காதுக்குள் அலை ஓசை போலக் கேட்டது. அதன் சின்ன அழுகுரலில் உலகத்தின் சங்கீதம் எல்லாம் வீணாயின. இரவின் தனிமையில் அங்கச்சிக்குட்டி (அன்றைய அவள் பெயர்) கண்ணை மூடிக்கொண்டு உறங்க, எப்போதாவது தூக்கிவாரிப் போடும்போது முதன் முதலாகப் புன்னகைத்தது. அதன் உறக்கத்தில் தெய்வம் இருந்தது.

சாலை வழியுறங்க
சமுத்திரத்தில் மீனுறங்க
நாடெல்லாம் தூங்க
நடுக்கிழவி நெல்லுறங்க
பாலில் பழம் தூங்க
பாதி நிலாதான் தூங்க
பொற்கொடியாள் தாலாட்டப்
புத்திரியே நித்திரை செய்.

பின்னால் லேசாகக் கைதட்டும் சத்தம் கேட்டது.

ராஜேஸ்வரி மேடமும் ராபர்ட்டும் விளக்கு வெளிச்ச விளிம்பில் நின்று கொண்டிருந்தார்கள். 'ரொம்ப நல்லாப் பாடறே நீ. பாட்டும் அருமையா இருக்கு... யார் சொல்லிக் கொடுத்தது?' என்று கேட்டாள் ராஜேஸ்வரி.

'எங்க பாட்டி பாடுவா. வீட்டில யாருக்காவது பிரசவம் நடந்து கிட்டே இருக்கும். தூளிய ஆட்டிட்டே பாடுவாங்க. பல பாடல் கள் பதிஞ்சு போச்சு...'

'அதை இத்தனை சீக்கிரம் நீயே பயன்படுத்துவேன்னு எதிர் பார்த்திருக்க மாட்டேல்ல?' என்றார் ராபர்ட்.

'ஆமா சார்...!'

'ராஜி, சொல்லிரலாமா?' என்றார்.

'இப்பவேவா?'

'ஆமா... இப்பவே சொல்லிர்றதுதான் நல்லது!'

'என்ன சொல்லணும்?' என்றாள் அகல்யா பயத்துடன்.

'அகல்யா... இந்தக் குழந்தையை எடுத்துப் போக ஒரு ஜோடி வரப்போறாங்க...'

'எதுக்கு?'

'இந்தக் குழந்தை மேல எல்லா உரிமைகளையும் நீ எழுதிக் கொடுத்திருக்கே, அதை அவங்க எடுத்துகிட்டுப் போய்...'

'எதுக்கு?'

'என்னம்மாது... தெரியாதா? அவங்க வளர்க்கப் போறாங்க!'

'எவங்க?'

'வெளிநாட்டிலிருந்து ஒரு ஜோடி வராங்க... அவங்கதான் ஸேரான்னு பேர்வெச்சு, இன்டர்கன்ட்ரி அடாப்ஷன் பேப்பர்ஸ் எல்லாம் தயார் பண்ணிக் கொடுத்திருக்கோம். ஸோஷல் வெல் ஃபேர் டிபார்ட்மெண்ட் க்ளியரன்ஸ் வாங்கியாச்சு...'

'அப்ப குழந்தை... குழந்தை என்னுது இல்லையா?'

'இல்லை. இன்னிக்குத்தான் கடைசி தினம். உன் உடம்பு நல்லாத் தேறிடுச்சு. இன்ஃபாக்ட் குண்டாயிட்டே. தனி பளபளப்பு, மினுமினுப்பு வந்து அழகாயிட்டே. சாப்பாட்டை இனிமே குறைக்கணும். நாளைக்கு உன்னை ப்ரொ லைஃபிலிருந்து டிஸ்சார்ஜ் பண்றப்ப உனக்கு பத்தாயிரம் ரூபாய்க்கு செக் கொடுப்பாங்க. நீ இனிமே சுதந்தரப் பறவை. நடந்ததைக் கெட்ட கனவா நினைச்சு மறந்து நேரா காலேஜ் போ. அட்டன்டன்ஸ் கொடுத்துருவாங்க. யாராவது 'எங்க இத்தினி நாளா காணம்'னு கேட்டா, 'வெகேஷன் போயிருந்தேன்'னு சொல்லு... கொஞ்ச நாளைக்கு மார்ல பால் கட்டிக்கிட்டு வலிக்கும். அந்த ஒரு உபத்திரவம்தான். அதனால இந்த ட்ராப்ஸை விடாம சாப்பிடணும். லாக்டேஷனை சப்ரஸ் பண்ணும். எப்பவும் இந்த ஸ்பெஷல் கார்ஸெட்டைப் பயன்படுத்து. இல்லைன்னா முலைக் காம்பெல்லாம் ஈரமாயிரும்...'

'மாட்டேன்... நான் குடுக்க மாட்டேன்.'

'எல்லாரும் இப்படித்தான் சொல்வாங்க. குடுத்துருவாங்க.'

'இல்லை. நான் வளர்க்கிறேன்!'

ராஜேஸ்வரி சிரித்தாள். 'பைத்தியம்... உன்னால ஒரு மணி நேரம் வளர்க்க முடியாது!'

'முடியும். குழந்தையைக் கொடுக்க மாட்டேன். இதை மட்டும் தொட்டீங்க... அப்புறம் என்ன ஆகும்னு எனக்கே தெரியாது.'

'என்ன நீ குழந்தையாயிட்டியா? அவங்க நாளைக்கு வராங் கம்மா... ஸ்விஸ் நாட்டிலருந்து ப்ளேனைப் புடிச்சு...'

'வரவேண்டாம்னு சொல்லிடுங்க...'

'பைத்தியம் மாதிரி உளறாதே!'

'இல்லை, நான் குடுக்க மாட்டேன். வளர்ப்பேன்!'

'எப்படிம்மா... எப்படி?'

'எங்கம்மாவைக் கூப்பிட்டு வெச்சுக்கறேன்...'

‘உங்கம்மாவைப் பத்தி எல்லாம் விசாரிச்சு வெச்சுட்டோம். அவங்களுக்கு ஜின் சாப்பிடவே நேரம் பத்தாது...’

‘இல்லை... நான் சொன்னாக் கேப்பா! நான் போன் பண்றேன். இப்பவே போன் பண்றேன்...’

‘சரி, உங்கம்மா ஒப்புக்கலைன்னா கொடுக்கறியா?’

‘இல்லை... எந்தக் காரணத்துக்கும் கொடுக்கமாட்டேன். எனக்கு இவ வேணும்!’

‘டோண்ட் பி ஸில்லி. நாங்ள்லாம் பைத்தியக்காரங்களா? இந்த ஆஸ்பத்திரில உன்னைச் சேர்க்க ஒப்புக்கிட்ட காரணம் குழந்தையைக் கொடுக்கறதாத்தான் பேச்சு. பிறந்த ரெண்டாவது நாள் பிரிச்சிருக்கணும். இல்லை செத்துருச்சுன்னு சொல்லியிருக்கணும். போனாப் போவுதுன்னு ஒருவாரம் கொஞ்ச விட்டது தப்பா போச்சு. இதுவரைக்கும் உன்மேல ஒண்ணரை லட்சம் ரூபா செலவழிச்சு உன்னை ராணி மாதிரி போத்தி பாதுகாத்ததுக்கு இப்படி ப்ராப்ளம் கொடுக்கறியே... குடு குழந்தையை...’

‘மாட்டேன்... எங்கப்பாகிட்ட பணம் வாங்கி கொடுத்துர்றேன்!’

‘பணம் பெரிசில்லைம்மா. இந்த சென்டருக்கு கோடிக்கணக்கில் பணம் வந்து கொட்டுது. கொடுத்த வார்த்தைதான் முக்கியம்...’ என்ற ராஜேஸ்வரியின் உதடுகள் துடித்தன.

ராபர்ட் குறுக்கிட்டார். ‘ராஜி... அகல்யா சொல்றதிலயும் நியாயம் இருக்குது. அவ வளர்க்கணும்னா வளக்கட்டும். நாம ஃபோர்ஸ் பண்ண முடியாது. பாரும்மா, கவலைப்படாதே... உன் குழந்தையை உங்கிட்டருந்து பிடுங்க விரும்பலை. உன் சம்மதம் இல்லாம கொடுக்கமாட்டோம். கவலைப்படாம படுத்துத் தூங்கு. காலைல பேசிக்கலாம். அவங்க வந்தா நான் ஏதாவது சொல்லி திருப்பி அனுப்பிர்றேன்...’

இருவரும் சைகையில் பேசிக்கொண்டார்கள். அறையைவிட்டு விலகும்போது அகல்யாவுக்கு உள்ளமெல்லாம் துடித்துப் பதறியது. ‘என் செல்லம்’ என்று குழந்தையை அழுத்தி முத்தம் கொடுத்தாள்.

குழந்தை கண்ணால் கேட்டது, ‘என்னை விட்டுருவியாம்மா?’

'மாட்டேன்டி.'

நர்ஸ் வந்து பச்சை மாத்திரை கொடுத்தாள்.

'இது எதுக்கு சிஸ்டர்...'

'வைட்டமின் மாத்திரைம்மா...'

'சிஸ்டர்... எனக்கு ஒரு போன் பண்ணிக்கணும்...'

'தாராளமா... மேட்ரன் மேஜை மேல இருக்குது பாரு... ஜீரோ போட்டு நம்பரைச் சுத்து...'

'நதி... நான் அகல்யா பேசறேன்!'

'ஹாய்! எங்கடி போய்ட்டே இத்தன நாளா? செத்துக்கித்துப் போய்ட்டியோன்னு...'

'அப்புறம் விவரமா சொல்றேன் நதி. நீ ஒரு ஹெல்ப் பண்ணணும் எனக்கு. கிருத்திகா சாரி மேடம் நம்பர் தெரியலை. ராத்திரிக்குள்ள அவங்களை எபபடியாவது காண்டாக்ட் பண்ணி உடனே ப்ரொ லைஃப்லருந்து என்னை அழைச்சுகிட்டுப் போகச் சொல்லு... ரொம்ப ரொம்ப அவசரம்னு சொல்லு...'

'ப்ரொ லைஃப் எங்கருக்கு...?'

'பல்லாவரத்திலே! அவங்களுக்கு எடம் தெரியும்...'

'நானும் வரலாமா?'

'யோசித்தாள். 'வா!'

'என்ன விஷயம்?'

'நதி... விஷயம் ரொம்பச் சிக்கலானது.'

'என்னவோ கேள்விப்பட்டேன். அதெல்லாம் நிஜமா? ப்ரமோத் கிட்ட சொல்லிட்டு அவனைக் கூட்டிவரவா?'

'வேண்டாம். பாய்ஸ் யாரும் வேண்டாம். நான் ஆபத்துல இருக்கேன் நதி...'

'என்னை உதவி கேக்கறப்பவே உன் டெஸ்பரேஷன் தெரியுது. அகல்யா, பயப்படாதே. நான் ஒண்ணும் அவ்வளவு கெட்டவ இல்லை...'

'தெரியும் நதி... எங்கம்மாவைக்கூட கேக்காம உன்னைத்தானே கேக்கறேன். நீ உடனே மேடத்தைக் கண்டாக்ட் பண்ணு...'

'உடனே.'

அவள் போனை வைத்தாள். தன் மார்பைத் திறந்து குழந்தையின் வாயில் வைத்து அழுத்தி 'குடிடீ' என்றாள்.

போனில் எக்ஸ்டென்ஷனில் கேட்ட கிளிக்கை அவள் கவனிக்கவில்லை.

ராஜேஸ்வரி சிரித்தாள்.

'என்ன ராஜி... என்ன சொல்றா?' என்றார் ராபர்ட், பைப் பற்ற வைத்துக்கொண்டு, லண்டன் டைம்ஸ் புரட்டிக்கொண்டு, காலை முன்னிருக்கையில் நீட்டிக்கொண்டு, பி.பி.சி பார்த்துக்கொண்டு இருந்தார்.

'கிருத்தியை உதவிக்குக் கூப்பிடறா...'

'அதற்குள் நீயே போன் பண்ணிடேன்...'

'அதைத்தான் செய்கிறேன்' என்று டயல் செய்தாள்.

'எனக்கென்னவோ இதை மென்மையாகச் செய்யலாம் என்று தோன்றுகிறது. இரண்டு தினம் தொடர்ந்து பேசினால் ஒப்புக்கொண்டுவிடுவாள்...'

'நேரமில்லை ராபர்ட்! ஸ்விஸ் தம்பதியினர் வந்துவிட்டார்கள்...'

'ஒருவாரம் காத்திருக்கட்டும். மூன்று வருஷம் காத்திருந்தவர்கள்...'

டெலிபோனில் எதிர்முனையில் கிருத்திகா சாரி மேடம் வந்தாள்.

'கிருத்திகா... நான் ராஜேஸ்வரி பேசுகிறேன்...'

'சொல்லு ராஜி.'

'அகல்யா கொஞ்சம் தகராறு பண்ணுகிறாள்...'

'சொன்னேன் பாத்தியா...நீ பிள்ளையைக் கண்ணிலேயே காட்டியிருக்கக்கூடாது...'

'ப்ரெஸ்ட் ஃபீடிங் ரொம்ப அவசியம்மா. இல்லைன்னா அடாப்ஷன் எடுத்துக்கவே மாட்டாங்க. இப்போ ஒரு சிநேகிதி மூலம் போன் வரும் உனக்கு.'

'வந்துவிட்டது. நதிரா போன் பண்ணினாள்' என்றாள் கிருத்திகா.

'என்ன செய்யப் போகிறாய்?'

'காலைல வரேன். பயப்படாதே. அவளைச் சம்மதிக்க வைப்பது என் பொறுப்பு!'

ப்ரமோத் ஹாஸ்டல் அறையில் உலுக்கி எழுப்பப்பட்டான்.

ரகு!

'பாரு ரகு, என்ன சண்டை போடணும்னாலும் காலைல வெச்சுக்கலாம். உன்னோட பேஜாராப் போச்சு...'

'நான் சண்டை போட வரலைடா...'

'போய்த்தூங்கு பின்ன!'

'ப்ரமோத்... உங்கிட்ட ஒண்ணு சொல்லியே ஆகணும். தலை வெடிச்சுரும்...'

'காலைல, காலைல...'

'ப்ரமோத்... எனக்கு எய்ட்ஸ்ங்கறாங்கடா...'

'என்னது?'

'ப்ரமோத் தம்பி... உங்களுக்கு போன் வந்திருக்கு' என்று வாட்ச்மேன் அழைத்தான்.

ப்ரமோத் ஆஸ்டல் போனை நோக்கிப் படிகளில் இறங்கும்போது ரகு தாழ்குரலில் பேசிக்கொண்டே வந்தான். 'மூணு டெஸ்ட் எடுத்துட்டாங்க. கன்ஃபர்ம் பண்ணிட்டான். அந்த பி.டி மாஸ்டர் எல்லாருக்கும் பரப்பிட்டான். யாரும் என்கூட வரமாட்டேங் கறாங்க. சீனு பதர்றான். நாசூக்கா அவாய்ட் பண்றாங்க. க்ளாஸ்ல நுழைஞ்சதும் உடனே எல்லாம் கப்சிப்னு ஆயிடறாங்க. ஆயிரம் வகையில என்னைக் கொல்றாங்கடா. தற்கொலை பண்ணிக்கத் தோணுது. இவங்களுக்கெல்லாம் வெச்சிருக்கேன்...'

'இரு' போனை எடுத்துக் கேட்டான்.

'ப்ரமோத்... நான் நதிரா பேசறேன். அகல்யாகிட்டருந்து போன் வந்தது. அவ எங்கருக்கான்னு தெரிஞ்சுபோச்சு...'

'அகல்யாவா?' என்றான் ப்ரமோத்.

'அகல்யாவா?' என்றான் ரகு.

# 22

காலை ஒரு கனவின் விளிம்பில் எழுந்தாள் அகல்யா. தூளியில் குழந்தையை ஆட்டிக்கொண்டிருந்தாள். அதனுடன் பேசுகிறாள்! 'நான் உன்னை விடமாட்டேன். வளர்க்கப்போகிறேன்' என்று திரும்பத் திரும்ப அதனிடம் சொல்லிக் கொண்டிருக்கிறாள். 'என்ன இது... கொஞ்ச நேரமா நான் அழவே இல்லையே. திறந்துதான் பாரேன். என்ன அம்மா நீ' என்று சின்னக்குரல் கேட்க, தூளியைப் பிரித்துப் பார்த்தபோது குழந்தைக்குப் பதில் ஒரு தலையணைதான் இருக்க, திடுக்கிட்டு எழுந்தாள்.

படுக்கை அருகே பட்டனை அழுத்தினாள். சற்று நேரத்தில் தாதிப்பெண் வந்தபோது 'மங்களா, எங்க குழந்தை?' என்றாள்.

'குளுப்பாட்ட எடுத்துப் போயிருக்காங்கம்மா.'

'எனக்கு இப்பவே குழந்தையைப் பார்த்தாகணும்னு ராஜேஸ்வரி மேடம்கிட்டச் சொல்லிடு...'

'சரிம்மா...'

'இப்பவே வேணும்...'

'சரிம்மா... இப்பவே' என்று அலட்சியமாகச் சொல்லிவிட்டு அவள் சென்றாள்.

சற்று நேரத்தில் ராஜேஸ்வரி மேடம் வந்தாள். 'என்ன அகல்யா... மங்களாகிட்ட சத்தம் போட்டியாமே?'

'மேடம், என் குழந்தை எங்கே?'

'அதான் சொன்னமே நேத்து படிச்சுப் படிச்சு.'

'என்ன சொன்னீங்க?'

'அதை வளக்கப் போறவங்க ஷுல்ஸ்னு தம்பதிங்க... ஸ்விஸ் நாட்டிலருந்து வந்தாச்சு...'

'குடுத்தாச்சா?' என்றாள் திடுக்கிட்டு.

ராஜேஸ்வரி, 'பாரும்மா, சுலபமாச் செய்யவேண்டியதை ரொம்பக் கஷ்டமாக்கிக்கிற...'

'குடுத்தாச்சா? நான் அதை ஒரு முறை கண்ணால பார்க்க வேண்டாமா?'

'இத்தனை நாள் பார்த்தாச்சேம்மா...'

'நான் சொன்னேனே, எங்க ஃப்ரெண்ட்ஸ் உதவியோட வளர்க்கறேன்னு திருப்பித் திருப்பிச் சொன்னேனே மேடம்!'

'அதில்லைம்மா பேச்சு. அதில்லைம்மா ஒப்பந்தம். உனக்கு இங்க வசதிங்க செய்துகொடுத்தது ஒரே கண்டிஷன் பேர்ல, பிறந்ததும் அதை நீ மறந்துரணும்.'

'அப்படி நீங்க சொல்லவே இல்லையே...'

'நீ எழுதிக் கொடுத்த டாகுமெண்டைக் காட்டறேன். பாரு அகல்யா... உனக்கு நல்லதுதான் செய்யறோம்ங்கறது ஏன் புரிய மாட்டேங்குது? இந்த வயசில குழந்தையை வெச்சுக்கிட்டு கல்யாணமும் ஆகாம எப்படி வளப்பே, முட்டாள்! என்ன செய்வ நீ? அப்பா அம்மா சகாயமும் இல்லாம என்ன செய்வ? பைத்தியம் மாதிரி உளறாதே. பிராக்டிக்கலாப் பேசு.'

'எனக்குத் தெரியாது... என் குழந்தையை நான் பாத்தாகணும்.'

'சரி, காட்டறேன்' என்று அவள் வெளியே சென்று ஒரு மணி ஆயிற்று. இரண்டு மணி ஆயிற்று... யாரும் குழந்தையைக் கொண்டுவரவில்லை. ப்ரேக்ஃபாஸ்ட் கொண்டுவந்த வசந்தி, 'எனக்குத் தெரியாதும்மா அதெல்லாம்' என்றாள். அவளைப் போய் சத்தம் போட்டாள். சாப்பிட மறுத்தாள். 'குழந்தையைக் காட்டறவரைக்கும் தண்ணிகூடக் குடிக்கமாட்டேன்' என்றாள்.

'நீ பட்டினி கெடந்தா எனக்கென்னம்மா' என்று வசந்தி போய் விட்டாள்.

ராபர்ட் வந்தார், 'என்ன அகல்யா, ரொம்ப ப்ராப்ளம் கொடுக்கறியா?' என்றார். அவர் குரல் இப்போது கடுமையாக இருந்தது.

அகல்யா அவருடன் முதலில் பேசவே இல்லை. அரைமணி இருந்துவிட்டு புறப்படுமுன் அவர் காலைக்கட்டிக் கொண்டாள். 'என் குழந்தையைக் காட்டுங்க சார். ஒரு முறை காட்டுங்க சார்.'

'காட்ட முடியாது!'

'எடுத்துட்டுப் போய்ட்டாங்களா?'

'பார்க்கறேன். ரிஜிஸ்தரைப் பார்க்கறேன்' என்றார் அவர். சட்டென்று விலகினார்.

அகல்யா இப்போது காட்டுக் கத்தலாக, 'என் குழந்தை, என் குழந்தை' என்று அலறினாள்.

இருவர் வந்து அவளைப் பிடித்துக் கொண்டு ஊசி போட்டார்கள். கண்ணைச் சுழற்றியது. தூக்கத்தை மிகவும் சிரமப்பட்டு ரத்து செய்தாள். விழித்திருக்கப் பிரயத்தனம் செய்ய வேண்டி யிருந்தது. கனவா நனவா, காலையா மாலையா என்று சொல்ல முடியாத அவஸ்தை நிலையில் கண் விழித்தாள்.

'அகல்யா!' என்று ஒரு மென்மையான, பரிச்சயமான குரல் கேட்டது.

கிருத்திகா சாரி மேடம்!

அவளைப் பார்த்ததும் அவள்மேல் சாய்ந்துகொண்டு அத்தனை துக்கத்தையும் கொட்டிப் பிரவாகமாக அழுதாள்.

'மேடம், இந்த எடம் சரியில்லை. இந்த எடத்தில் குழந்தைங் களை வியாபாரம் பண்றாங்க. விக்கறாங்க. என்ன என்னவோ நடக்குது. என் குழந்தையைக் கொடுக்க நான் சம்மதமே கொடுக்கலை. கையெழுத்து எதில் போட்டேன்னு தெரியலை. என் குழந்தையை நான் பார்க்கணும்...' என்றாள்.

'அவ்வளவுதானே. பாரு நல்லாப் பாரு... இதோ.'

தீண்டும் இன்பம் 169

'எங்க?'

'முட்டாளே, கைல வெச்சுருக்கேனே... தெரியலையா பைத்தியமே...'

அப்போதுதான் சாரியின் கையிலிருந்த மகளை முதலில் கவனித்தாள்.

'அய்யோ... இங்க இருக்கியாடி! மேடம் தாங்ஸ், தாங்ஸ்' என்று அதை எடுத்து முத்த மழையால் நனைத்தாள்.

அதுவும் மூச்சுத் திணறினாலும், அழாமல் கண்ணைக் கொட்டி அவளையே பார்த்தது.

'பாப்பாக்குட்டி, வெல்லக்கட்டி என் செல்லமே! உன்னை விடமாட்டேன்.'

கிருத்திகாவைப் பார்த்தாள். 'வாங்க போகலாம். அவங்களுக்கு எத்தனை பணம் கொடுக்கணுமோ கொடுத்துரலாம். அப்பா கிட்ட ஏற்பாடு செய்துர்றேன். கார்லதானே வந்திருக்கீங்க? வாங்க போகலாம்...'

'போகலாம் இரு. பாரு, அகல்யா... நான் இவங்ககூட பேசிட்டேன். உனக்குக் குழந்தையைக் கொடுக்கறதில இஷ்டமில்லைன்னு தெரியறது. இப்ப கொடுக்க இஷ்டமில்லையா, இல்லை எப்பவுமே கொடுக்க இஷ்டமில்லையா?'

'எப்பவுமே...'

'எப்படி வளர்ப்பே?'

'வளர்க்கறேன். அதைவிட எனக்கு வேறு என்ன வேலை.'

'நடைமுறையில் அது சாத்தியமா... யோசிச்சுப் பாரு... ஆப்ஷனை விட்டுராதே. இவங்க ஒண்ணும் கெட்டவங்க இல்லை. உனக்கு அத்தனை அற்புதமாப் பிரசவம் பார்த்திருக்காங்க. இவங்களைத் திட்டாதே. உனக்கு மறுவாழ்வு... ஸ்விட்ஸர்லாந்துல ராணி மாதிரி வளறப் போவுது. அவங்க ஒண்ணும் பாவம் செய்யலை. உதவி செய்திருக்காங்க!'

அகல்யா சரியாகக் கவனிக்காமல் குழந்தைக்குப் பால் கொடுத்தாள்.

'பாரு. ஒண்ணு வேணா பண்ணலாம். இன்னும் ஒரு நாள் ரெண்டு நாள், மிஞ்சிப்போனா ஒரு வாரம் கழிச்சுக் கொடுக்குமாறு சொல்றேன். என்ன? அதுவரை குழந்தையை வெச்சுக் கொஞ்சு. எனக்கென்னவோ அது விவேகமாப் படலை. பாசம்தான் அதிகமாகும்.'

அகல்யா பதிலே சொல்லாமல் தன் உயிரின் திரள்போன்றிருந்த அந்தச் சிசுவைக் கண்ணால் அளந்துகொண்டிருக்க, அது அவள் மார்புச் சட்டையைச் சின்ன விரல்களால் பற்றிக் கொண்டிருந்தது.

நீண்ட பெருமூச்சுடன் கிருத்திகா சாரி அந்த இடத்தை விட்டு விலகினாள்.

சற்றுநேரம் உலகமே அமைதியாக இருந்தது அகல்யாவுக்கு. மற்ற எதும் முக்கியமில்லாமல் தேடலின் முடிவுக்கு வந்தது போன்ற மன அமைதி கிடைத்தது.

மெள்ளத் தன் குழந்தையைத் தோளில் சாத்திக்கொண்டு நடந்தாள். அந்த ஹாலின் முடிவில் விளக்கொளி சிந்தும் அந்த அறைக்குச் சென்றாள். கிருத்திகா மேடம் குரல் கேட்டது. ராஜேஸ்வரியின் குரலும் கேட்டது. தயங்கிக் கவனித்தாள்.

'பாரு, என்ன இவ்வளவு ட்ரபிள் கொடுக்கறா? மற்ற பிள்ளைங்கள் எல்லாம் பெத்துப் போட்டதும், 'அப்பாடா... பாரம் தொலைஞ்சது'ன்னு, எப்ப வீட்டுக்கு அனுப்புவாங்கன்னு துடிக்கும். குழந்தையைச் சீந்தக்கூடச் சீந்தாது. பெத்துப்போட்ட உடனே விட்டுதுரா சனியன்னு கிளம்பிப் போயிரும். இவ என்னடான்னா ஆகாத்தியம் பண்றாளே...'

'ராஜி, இதில ஒரு சிக்கல் இருக்குது. பிள்ளைக்கு அப்பன் இறந்து போயிட்டான். எதோ ஒரு சென்டிமெண்ட்...'

'அங்க ஓட்டல்லருந்து ஷூல்ஸ் அரை மணிக்கு ஒரு தடவை போன் பண்ணிக்கிட்டு இருக்காங்க. 'எப்ப வரட்டும்...எப்ப வரட்டு'ம்னு தம்பதிங்க துடிக்கிறாங்க. புதன்கிழமை ரிட்டர்ன் புக்கிங் எல்லாம் செய்துட்டாங்க. ஒரு சின்னப் பொண்ணை வேறு கூட்டியாந்திருக்காங்க. எனக்கென்னவோ இப்பவே புடுங்கிர்றதுதான் நல்லதுன்னு தோணுது...'

'ஒரு நாள் விட்டுப் பார்க்கலாம் ராஜி... எவ்வளவு தர்றாங்க?'

‘அம்பதாயிரம் யு.எஸ். டாலர்ல தராங்க. அப்றம் ஒரு இன்குபேட்டர் டொனேஷன் தர்றதாச் சொல்லியிருக்காங்க. பணத்துக்கு பிராப்ளம் இல்லை. குழந்தைதான்.’

‘வேற குழந்தை காட்டிரேன்...’

‘எல்லாம் புக் ஆயிருச்சு. அதும் இதுதான் வேணும்பாங்க. பாத்ததுமே ரெண்டு பேருக்கும் புடிச்சுப் போச்சு. நீ குழந் தையைப் பார்த்தே இல்லை... செக்கச்செவேல்னு, தலைல நிறைய முடி வெச்சிகினு... அந்தம்மாவைப் பார்த்து ஒரு சிரிப்பு வேற சிரிச்சுருக்கு. ஜெர்மன் பாஷையில, ‘இதான் என் குழந்தை’ன்னு புளகாங்கிதமாயிட்டாங்க. கண்ணு மட்டும் ஜொலிக்குது. கொஞ்சம் அன்டர்வெய்ட், அதெல்லாம் அங்க தேத்திருவாங்க.’

நதிராவும் ப்ரமோத்தும் பல்லாவரம் பழவந்தாங்கல் சாலையில் திரும்பினார்கள். ‘ப்ரோ லைஃப்’ என்கிற இடம் எங்கிருக்கிறது என்று உள்ளூர்க்காரர்களுக்கே தெரியவில்லை.

‘கல்லு உடைக்கிற இடங்களா?’

‘இல்லைப்பா. ஒரு கட்டடம். ஒரு எடம். நமக்குத் தெரிஞ்ச பொண்ணு அங்கிருந்து போன் பண்ணிச்சு...’

‘வெள்ளக்காரங்க வந்து போறாங்களே... அதுவா?’

‘இருக்கலாம்.’

‘நேராப் போனா மலை தெரியுது பாருங்க... அந்தப் பாதையில் சைடுகட்டி ஒரு கட்டடம் பாத்திருக்கேன். ஏதோ ஆராய்ச்சி பண்றாங்கன்னு சொன்னாங்க’ என்றார் லாட்டரி சீட்டு விற்பவர் ஒருவர்.

‘ரிஸர்ச்ல சேர்ந்துட்டாளா என்ன?’ என்றான் ப்ரமோத்.

‘முதல்ல அந்த எடமா பார்க்கலாம்...’

தாழ்வான விமானங்களின் வயிற்று விளக்குகள் இறக்கை விளக்குகளுடன் மாறி மாறிப் பளிச்சிட... அந்தக் கட்டடம் இருப்பது பாதி இருட்டில் லேசாகத்தான் தெரிந்தது. மோட்டார் சைக்கிள் புழுதி தணிந்தது. ‘ப்ரோ லைஃப்’ என்று சிறியதாகத் தான் போர்டு இருந்தது. இரும்புக் கதவு சாத்தியிருந்தது.

அதை அசைத்துத் தட்டினான் ப்ரமோத்.

'வாட்ச்மேன் இல்லையா... ஹலோ... ஹலோ எனிபடி ஹோம்?' என்றான்.

யாருமே இல்லை.

சற்று நேரம் காத்திருந்தான். 'என்ன செய்யறது?'

'உள்பக்கம் பூட்டியிருக்குமோ?'

'ஏறிக் குதிக்கட்டுமா?' என்றான் ப்ரமோத்.

'இரு. பின்பக்கம் எதாவது வாசல் இருக்கா பார்க்கலாம்...'

ப்ரமோத் காத்திருக்க, நதிரா மெள்ள அந்தக் கட்டடத்தின் காம் பவுண்டு வளைவைச் சுற்றி வந்தாள். கடுமையாக வேலியிடப் பட்டிருந்தது. உள்ளே புல்வெளியும் மிக அமைதியான கட்டட மும் தெரிந்தது. நடமாட்டம் இருந்தாலும் இங்கிருந்து தெரியாது போல உள்ளுக்குள் அழுந்தியிருந்தது. 'இந்த இடம்தான் போல. இதில் அகல்யா என்ன செய்கிறாள்? வேலைக்குச் சேர்ந் திருக்கிறாளா? அவள் குரலில் அவசரம் இருந்ததே...'

'நதி!' குரல் கேட்டுத் திடுக்கிட்டாள்.

அகல்யா அலங்கோலமாக நின்றுகொண்டிருந்தாள்.

அவள் கையில் துணி சுற்றி ஒரு... அது என்ன?

தீண்டும் இன்பம் 173

# 23

'முதல்ல போய் ஒரு ஆட்டோ எடுத்து வரேன்...' என்றான் ப்ரமோத்.

'இல்லை, இல்லை... அதுக்குள்ள அவங்க வந்துருவாங்க... எப்படியாவது நான் இந்த இடத்தைவிட்டு ஓடியாகணும்...'

'கவலைப்படாதே அகல்யா... இப்படிப் போனா வேளச்சேரி தாம்பரம் ரோட்டைப் பிடிச்சுரலாம். முதல் ஆட்டோ ரிக்ஷா பார்த்ததும் கூட்டி யாந்துர்றோம். இங்கேயே இரு' என்றாள் நதிரா.

'சீக்கிரம் வந்துரு' என்றாள் அகல்யா. அவளுக்குப் பயமாக இருந்தது. இருந்தும் வேறு மார்க்கம் தெரியவில்லை. குழந்தையைக் கையில் வைத்துக்கொண்டு அவ்வளவு தூரம் நடக்க முடியாது. மோட்டார் சைக்கிள் பின்னால் எடுத்துச் செல்வது ரிஸ்க். இருட்டிவிட்டது. இதயம் தொண்டைக்குழி வரை வந்துவிட்டுது. தூரத்து ரயில் நீண்ட மின்சாரப் புழுவைப் போல ஊர்வது தெரிந்தது. பயிற்சி விமானத்தின் ஓசை தேனீ போலக் கேட்டது.

ப்ரோ லைஃப் கட்டடம் மௌனமாக, ஜன்னல் ஜன்னலாக விழித்தது.

வாயேன். வாயேன். வந்து தொலையேன். எத்தனை நேரம் எடுத்துக்கொள்வீர்கள். பாழாய்ப் போன ஆட்டோ கொண்டுவர ஏன்... முட்டாள் நான். நதிராவை இருக்கச் சொல்லி ப்ரமோத்தை அனுப்பியிருக்க வேண்டும். ஏன் அது

தோன்றவில்லை. ஒருவேளை அவர்கள் ஏதோ பேசிக்கொள்ள விரும்பினார்களோ?

பாப்பாவை முழுவதுமாக மறைத்துக்கொண்டாள். அது சிணுங்கியது. சின்னதாக ஒரு தும்மல் போட்டது. மெள்ள நடந்தாள். கொஞ்ச நேரத்தில் அவளை நோக்கி ஒரு ஜிப்சி வண்டி வந்தது.

அப்பாடா. ஜிப்சியே கொண்டுவந்துவிட்டான். நல்லதாகி விட்டது. 'ஏன் இத்தனை நாழி?' என்று கேட்டாள்.

உள்ளே ஏறிக்க, சொல்றேன்' என்றார் ராபர்ட்.

அய்யோ! அப்போதுதான் வண்டியில் ப்ரமோத்தும் நதியும் இல்லை என்பது தெரிந்து.

அவள் ஓடத்தான் நினைத்தாள். அதற்கென தெம்பு உடலில் இல்லை. ஒரு தாதி, 'கொண்டாம்மா குழந்தையை' என்று பிடுங்கிக்கொள்ள, ஒரு முரட்டுக்கை அவளை வண்டியின் பின்பக்கத்தில் இழுத்துப் பிடித்துத் தள்ளியது.

'ஓட்டுரா வண்டியை...!'

ஊசியின் காட்டம் குறைய எத்தனை மணி நேரமாயிற்று என்று தெரியவில்லை. மெள்ள அவள் கண்விழித்தபோது இருட்டு விலகியிருந்தது. ஜன்னலோரம் சூரிய ஒளி எட்டிப் பார்க்க, கண்ணாடிக்கு வெளியே பழகிவிட்ட பறவைக் குரல்கள் கேட்க...

'என் குழந்தை... என் குழந்தை!' என்றாள் அகல்யா.

எதிரே டாக்டர் ராஜேஸ்வரி, ராபர்ட், கிருத்திகா சாரி மூவரும் நின்று கொண்டிருந்தார்கள்.

'ப்ரேமா... பிள்ளையைக் கொண்டுவா!'

கொண்டுவந்தாள்!

'இந்தாம்மா உன் பிள்ளை! என்ன பைத்தியக்காரித்தனம் செய்ய இருந்தே... இந்நேரம் அது செத்திருக்கும். பச்சைக் குழந்தை யைக் கைல வெச்சிக்கிட்டுச் சுவரேறிக் குதிச்சு...எதுக்கு இந்த ஸ்டண்ட் வேலையெல்லாம்? எதுக்குங்கறேன்?'

அகல்யா பேசவில்லை.

'நாங்க என்ன பிள்ளை புடிச்சு வியாபாரம் பண்ற கும்பல்னு நெனைச்சியா? இது ரொம்பப் பெரிய, மரியாதைக்குரிய, சென்ட்ரல் கவர்ன்மென்ட்ல சர்டிஃபிகேட் வாங்கின இடம்மா. நீ வந்து புள்ளையை அபார்ட் பண்ணிக் கொல்ல விருப்ப மில்லைன்னு தெரிவிச்சதாலதானே எல்லாப் பொறுப்பையும் ஏத்துக்கிட்டோம்? அதுவுமில்லாம நீ கையெழுத்து போட்டுக் கொடுத்தப்பறம்தான் அடாப்ஷனுக்கும் ஏற்பாடு செய்தோம்' என்றாள் ராஜேஸ்வரி.

கிருத்திகா, 'அகல்யா... உன் நல்லதுக்குத்தான்மா இவங்க எல்லாம் செய்தாங்க. அதை முதல்ல புரிஞ்சுக்க. நான் எதுக்கு, உன்னை கவுன்சலுக்கு அனுப்பினேன்?' என்றாள்.

'சரியாக் காதில வாங்கிக்க... உன் குழந்தை...எங்களுக்கு உன் இஷ்டமில்லாம அது வேண்டாம். அதை நாங்க பிடுங்கிக்கப் போறதில்லை. அவ்வளவு பாசம்னா வளத்துக்க. தெம்பிருந்தா, மனசிருந்தா வளத்துக்க. எங்களுக்கு ஒருவித ஆட்சேபமும் இல்லை. உனக்காக ஆன செலவை தர்மமா எண்ணிக்கறோம். பணம் ஏதும் கொடுக்க வேண்டாம் நீ. யு ஆர் ஃப்ரீ. ஆனா, எங்ககிட்ட திரும்ப வராதே. உன் மூஞ்சியே பிடிக்கலை. இனி அந்தக் குழந்தையுடைய தலைவிதிக்கு நீதான் பொறுப்பு. தாராளமா எடுத்துக்கிட்டு போ. ஆனா, இந்த மாதிரி திருட்டுத் தனமா துணில சுத்தி எடுத்துக்கிட்டுப் போகாதே. நல்ல ஏஸி வேன்ல கொண்டுவிடறோம். எங்கன்னு சொல்லு. எல்லா உடைகள், இன்ஸ்ட்ரக்ஷன், டயட் சார்ட், அதுக்கு எப்ப போலியோ ட்ராப் கொடுக்கணும்... எப்ப ட்ரிப்பிள் ஆன்ட்டிஜென் கொடுக்கணும் எல்லாம் குறிச்சுக் கொடுத்து அனுப்பறோம். மூணு மாசத்துக்கு உண்டான ஃபார்முலா... நாங்க ஒண்ணும் கெட்டவங்க இல்லைம்மா. இப்ப எங்க போவே சொல்லு. உன் ஃப்ரெண்ட்ஸ் வந்து ஆய் உய்ன்னு சத்தம் போட்டாங்க. அந்தப் பெண்ணை வரச் சொல்லிருக்கேன். ரிசப்ஷன்ல காத்திருக்காங்க. ரைட் ராயலா வசதியா வெளியே போ. திருட்டுத்தனமா இல்லை.'

அகல்யா மௌனமாகவே இருந்தாள்.

'இப்ப எங்க போவே?' என்றாள் சாரி.

எங்க போவேன்?

'உங்கம்மா வீட்டுக்குக் கொண்டுவிடச் சொல்லட்டுமா? இல்லை. திருச்சில அந்தப் பையன் வீட்டுக்கு?'

'இல்லை, இல்லை' என்றாள் அவசரமாக. 'எனக்கு நதியைப் பார்க்கணும்.'

'ரிசப்ஷன்லதான் இருக்கா.'

நதிரா கட்டி அணைத்துக் கொண்டாள். 'இவங்க குழந்தையைப் பறிச்சுக்க மாட்டாங்க அகல்யா, சொன்னாங்க.'

'நதி, நீ எனக்கு ஒரு ஹெல்ப் பண்ணணுமே. எங்கூட இருக்கணும். முதல்ல ஒரு ஓட்டல் ரூமைப் பாத்துறேன்...'

'அதெல்லாம் வேண்டாம். நான் கூட்டிட்டுப் போறேன் மேடம்.'

'எங்க கூட்டிட்டுப் போவே?'

'எங்க ஜீஜாஜி ஃப்ளாட் இருக்குது. சாவி எங்கிட்டதான் இருக்குது, முதல்ல அங்க போயிர்றோம்.'

'தாங்க்ஸ் நதி' என்றாள் அகல்யா.

'ரெண்டு ரூம் இருக்குது. வா. சமாளிக்கலாம்.'

அபிராமபுரத்தில் இருந்தது அந்த ஃப்ளாட். மொத்தம் எட்டு ஃப்ளாட்கள் ஒன்றோடு ஒன்று சம்பந்தமில்லாமல் இருந்தன. முதல் மாடியில் காற்றோட்டமாக இருந்தது. எல்லா வசதிகளும் இருந்தன. ஹால், பெட்ரூம், விஸ்தாரமான சமையலறை, அலமாரி முழுவதும் டயப்பராக, குழந்தை பாட்டிலாக, ஃபார்முலா டின்களாக நிரப்பி விட்டாள்.

'யுவர் பேபி' என்கிற தடினமான புத்தகத்தில் அத்தனை குழந்தைகளும் புஷ்டியாக இருந்தன. நதிரா பொட்டலத்தில் டிபன் வாங்கிக் கொடுத்துவிட்டு சாயங்காலம் வருகிறேன் என்று போனாள். 'ப்ரமோத்கிட்ட சொல்லிருக்கேன். உன் புக்ஸ் மற்றதெல்லாம் கொண்டு வருவான். இங்க எத்தினி நாள் வேணும்னாலும் இருக்கலாம். அவங்க யு.எஸ் போயிருக்காங்க.'

நதிராவைக் கட்டிக்கொண்டு மறுபடி ஒரு பாட்டம் அழுதாள்.

'நீ மட்டும் இல்லைன்னா...'

‘எனக்கென்னவோ நீ செய்யறது சரியாப் படலை, அகல்யா... வளப்பியா? பாப்பா அழகாத்தான் இருக்கு. என்ன பேரு?’

‘இப்போதைக்கு அங்கச்சிக்குட்டி...’

‘அங்கச்சிக்குட்டி’ என்று படுக்கையில் கிடத்தி அதன் முன் விரலைச் சொடுக்கினாள் நதிரா. அதற்கேற்ப அது கண்ணைச் சிமிட்டியது. புன்னகைத்தது. அன்றைய கடைசிப் புன்னகை.

‘ப்ரமோத் வந்து பார்த்துப்பான். அப்புறம் ஸ்வீட்டின்னு ஒரு பொண்ணு வருவா. முத ராத்திரியைச் சமாளிச்சுரலாம். ராத்திரி படுத்துக்க வரேன்.’

அவள் போனதும் வெறிச்சென்று இருந்தது. குழந்தையைப் படுக்கையில் கிடத்தினாள். அதைச் சரியாகத் தாங்கவே தெரிய வில்லை. ஆயா உதவியுடன் அதை நாசூக்காக எடுப்பாளே, அது வரவில்லை. தலை நிற்கவில்லை. எதாவது ஆகிவிடுமோ என்று பயமாக இருந்தது.

இப்போது குழந்தை கைகொள்ளாமல் அழுதது. அதை எடுத்துக்கொண்டு நடந்து பார்த்தாள். மார்மேல் வைத்துப் பார்த்தாள். பால் குடிக்க மறுத்தது. நிப்பிளைத் திணித்து பார்த் தாள். முடியவில்லை, ‘சரி... நானும் உன்னோட சேர்ந்து அழறேன்’ என்று கண்ணீர் விட்டாள். கொஞ்ச நேரத்தில் அதுவே தீர்மானித்து அழுகையை நிறுத்திவிட்டுத் தூங்க ஆரம்பித்தது. ஒருவழியாக நிம்மதி கிடைத்து பாப்பாவைப் படுக்கையில் கிடத்தி, சுற்றிலும் தலையணை வைத்துவிட்டு, ஃப்ளாட்டை முற்றும் பார்த்தாள்.

அலங்கார மேஜைமேல் கம்ப்யூட்டர் போர்த்தியிருந்தது. ஸிடி, எல்டி ப்ளேயர், பெரிய டி.வி இருந்தது. போட்டோவில் இளம் தம்பதி அமெரிக்காவில் எங்கோ சிரித்துக்கொண்டிருக்க, கெட்டி அட்டை பொம்மைப் புத்தகங்கள் அலமாரியை நிரப்பியிருந்தன. வசதியுள்ள இடம்தான். பக்கத்தில் ஓட்டல் எதும் இருப்பதாகத் தெரியவில்லை. முதலில் தண்ணீர் கொதிக்க வைப்பதற்கே பாத்திரம் எங்கிருக்கிறது என்று தெரியவில்லை. ஃபார்முலா கரைப்பதற்கும் பாத்திரம் இல்லை. மெள்ள பக்கத்து ஃப்ளாட்டில் கேட்கலாம் என்று தோன்றியது. பார்க்கலாம்...

கொஞ்ச நேரம் தூங்குகிறாள். தூங்கட்டும்... சுற்றி இரைந்திருந்த அத்தனை குழந்தை சாமான்களையும் சாதனங்களையும்

வெறுமையுடன் பார்த்தாள். எத்தனை தூரம் என் வாழ்க்கை சிக்கலாகிவிட்டது. எதற்காக இந்தப் பிடிவாதம் என்று தோன்றியது.

இன்று ஒரு நாள்தான். புது இடமாதலால் பழகுவதில் சங்கடம் இருக்கிறது. குழந்தை அடிக்கடி தும்முகிறது. கவலையாக இருந்தது. டாக்டரை விசாரிக்க வேண்டும். ஃபேனைப் போட்டாள். கொசு இருக்கும்போல இருந்தது. கொசுவலை வாங்க வேண்டும்.

ஃப்ளாட்டில் போன் இருந்தது. தந்தைக்கு அந்த நேரத்திலும் போன் செய்யலாம். பணம் அனுப்புவார். நம்பர் மறந்து போய்விட்டது. ஹாஸ்டலில் டைரியில் எழுதி வைத்திருக்கிறாள்.

வாசலில் வடக்கத்திய கல்யாண ஊர்வலம் சென்றது. பால்கனியிலிருந்து வேடிக்கை பார்த்தாள். ஒரு சக்கர வண்டியில் பாண்டு வாத்தியம் 'தீதி தேரா தேவர் திவானா.' இளைஞர்கள் கன்னா பின்னா என்று ஆடிக்கொண்டு ரூபாய் நோட்டை கிளாரினெட்காரனிடம் தலையைச் சுற்றிக் கொடுத்துக்கொண்டிருந்தார்கள். அனைவரும் பான் போட்டிருந்தார்கள். பட்டாசு வெடித்தார்கள். திடுக்கிட்டுக் குழந்தை எழுந்துவிட்டது. அப்போது அழத் தொடங்கியது... விடாமல் அழுதது. வேறுவிதமான அழுகை. எதோ வலி இருக்க வேண்டும். சிணுங்கல் அழுகை இல்லை. ப்ரொலைஃபில் இந்த மாதிரி அது அழுது அவள் பார்த்ததே இல்லை. முகத்தை அஷ்ட கோணலாக்கிக்கொண்டு சின்னச் சின்ன சத்தங்களுடன் வீர் வீர் என்று ஒரு கணம் மூச்சின் மேல்புறத்துக்குச் சென்று மூச்சு நின்றுவிட்டது என்றே எண்ணினாள். இருக்கிற பிள்ளையாருக்கெல்லாம் வேண்டிக்கொண்டாள். இது அழுகிற ஓசையில் வாசலின் அழைப்புமணி ஒலிப்பதைக் கேட்கவில்லை. ஜன்னல் வழியாக எட்டிப்பார்த்து நதிரா, 'அகல்யா!' என்று அழுத்தமாகக் கூப்பிட்டதும்தான் கதவைத் திறந்தாள்.

'பாப்பா அழுவறது தெருக்கோடில கேக்குது. அடிச்சியா அதை?'

'சேச்சே...எதுக்கு இப்படி அழறதுன்னே தெரியலை நதிரா...'

'பக்கத்து வூட்டுல பாட்டி இருக்காங்க. ரொம்ப கடுப்பாய்ட்டாங்க. தூக்கம் கெட்டுப்போவுதாம். ஜன்னலை எல்லாம் சாத்திரு. ஏ.ஸி.போட்டுக்க...'

'சளி புடிச்சுருமோன்னு பயமா இருக்குது. எனக்கு ரெண்டு மூணு பாத்திரம் வேணும் நதி. எங்க வெச்சிருக்கு...'

'பாத்திரத்துக்கு என்ன... வேண மட்டும் இருக்குது.'

அலமாரியைத் திறந்து கொடுத்தாள். மினரல் வாட்டரைக் காய்ச்சிக் கொடுத்தாள். ஃபார்முலாவைக் கரைத்தார்கள். சிந்தி சிந்தி சரியாகவே வரவில்லை. நதிரா 'ராத்திரி நான் வரணுமா?' என்றாள்.

'வரணும்... ஏன்?'

'ஒரு பார்ட்டிக்குப் போறேன். லேட்டாகும்.'

'எத்தனை லேட்டானாலும் வந்துரு நதி. என்னால தனியாப் படுத்துக்க முடியாது...'

'வாட்ச்மேன் கதவைச் சாத்திருவானே?'

'என்னவோ பண்ணு. சொல்லிவிட்டுப்போ. என்னை விட்டு ராதே நதி' என்றாள் அழாக்குறையாக.

'நான் அப்ப போய்ட்டு வரேன்...'

பாட்டில் முழுவதையும் குடித்து முடித்தது. அழுகை நின்று போய்விட்டது. பசி! மெள்ள சின்ன விரல்களைத் திறந்து அவள் மூக்கைத் தொட்டது.

'ஏண்டி ப்ராணனை வாங்கறே... குட்டிப் பிசாசே' என்றாள் அதனிடம்.

'ங்' என்றது.

அதை கையைவிட்டு படுக்கையில் வைத்தாள். சிணுங்க ஆரம்பித்தது. எப்போதும் கையிலேயே வைத்துக்கொண்டிருக்க வேண்டும் என்றது. இத்தனை சிறிய குழந்தைக்கு இத்தனை பிடிவாதமா என்று ஆச்சரியமாக இருந்தது. கை முழுவதும் வலித்தது. மார்மேல் போட்டுக்கொண்டு முதுகைத் தட்டிக் கொண்டே நடந்தாள். அரை மணி நடந்ததும் தூங்கியது. மெள்ள மிக மெள்ள அதைப் படுக்கையில் கிடத்தினாள்.

உடனே அழ ஆரம்பித்தது. அந்த அழுகை ஓய பத்து நிமிஷம்... இவ்வாறு இரவைக் கழித்தாள்.

நதிரா காலைவரை வரவே இல்லை!

# 24

அகல்யாவுக்கு அந்தக் குழந்தையின்மேல் கோபம் வந்தது. ராத்திரி பூராவும் கண்விழித்துக் கொண்டிருந்துவிட்டு இப்போது அயர்ந்து தூங்குகிறது. ஒரு நிமிஷம் அதைவிட்டு நகர முடியவில்லை. எப்படியோ அதற்கு உள்ளுணர்வு சொல்லிச் சிணுங்க ஆரம்பித்து விடுகிறது. இத்தனை சிறிய பெண்ணுக்கு இத்தனை மூளையா என்று ஆச்சரியப்பட்டாள்.

பிரம்மாண்டமான தப்புக் காரியம் செய்துவிட்டேன். உதவிக்கு யாரும் இல்லாமல், எந்தத் தைரியத்தில் குழந்தையுடன் யாரோ வீட்டில் தாற்காலிகமாக வந்து, வளர்க்கவும் தெரியாமல்... என்ன செய்து தொலைப்பேன்? ப்ரோலைஃபிலும் சண்டை போட்டுக்கொண்டு வந்தாயிற்று. அந்தப் பக்கம் போனால் கட்டை எடுத்து அடிப்பார்கள்.

ஹாஸ்டல் போன் என்கேஜ்டாகவே இருந்தது. ரொம்ப நேரம் கழித்துக் கிடைத்தபோது நதிரா ரூமில் இல்லை என்றார்கள். என்ன பொறுப்பில்லாத பெண். ராத்திரி வருகிறேன் என்று சொல்லிவிட்டு வரவும் இல்லை. என்னை அப்படியே த்ராட்டில் விட்டுவிட்டுப் போய்விட்டாள்.

கதவைத் தட்டும் சத்தம் கேட்டது.

திறந்தால் வயதான ஒரு மாது எட்டிப் பார்த்தாள்.

'எதுத்த ஃப்ளாட்டில் இருக்கேன். ராத்திரி பூரா தூங்க முடியாம குழந்தை அழற சத்தம் கேட்டுது. உன் குழந்தையா?'

'ஆமாம் மாமி...'

'நீயே குழந்தை போல இருக்கே?' கழுத்தைப் பார்த்து தாலி இல்லை என்பதைக் குறித்து வைத்திருப்பாள்.

'வீட்டுக்காராளுக்கு வேண்டப்பட்டவளா?'

'ஆமாம்.'

'உன் ஆம்படையான் எங்கே?'

'செத்துப்போய்ட்டார்.'

அவள் முகத்தில் பரிவு தெரிந்தது. 'அதான் கழுத்தில் தாலியைக் காணம். உனக்கு என்ன வயசு?'

'வந்து... இருபத்திரண்டு...'

'பார்த்தா சொல்ல முடியலை. எத்தனை நாள் குழந்தை அது? உங்கப்பா அம்மாவெல்லாம் எங்க... உள்ள இருக்காளா?'

'இல்லை!'

'தனியாவா இருக்கே?'

'ஃப்ரெண்டு வருவா!'

'குழந்தையைப் பாத்துக்கறதுக்கு யாரும் இல்லையா?'

'இல்லை.'

'என்ன தைரியம்மா உனக்கு...'

'தைரியம் இல்லை மாமி. கட்டாயம்...'

இதற்குள் குழந்தை அழ ஆரம்பித்தது. அதற்குப் பாலைக் கரைத்துக்கொண்டு வருவதற்குள் அலறித் தள்ளியது.

பாட்டி கொஞ்சம் தயக்கத்துக்குப் பிறகு அதைக் கையில் எடுத்தாள். சட்டென்று குழந்தை சுவிட்ச் போட்டாற்போல் அடங்கிவிட்டது.

'முதல்ல குழந்தையை எடுத்துக்கறதுக்கே ஒரு முறை இருக்கு. இப்படித்தான் ஏந்தினாப்பல வெச்சுக்கணும். அதனுடைய

எல்லா அவயவங்களும் புதுசு. தலை உச்சில பாரு... இன்னம் சரியா மூடக்கூட இல்லை. உன்மாதிரி தூக்கினா வலிக்கும். டயப்பர் இருக்கா?'

'இருக்கு மாமி... அதைக் கட்டத் தெரியலை. ரொம்ப பெரிசா இருக்கு...'

'சைஸ் தப்பு. சத்தியத்துக்கு ஒரு துணியைச் சுத்திவை. மஞ்ச மசக்கப் போறது பாரு. டாக்டர்கிட்ட காட்னயா? மருந்தெல் லாம் கொடுத்தாச்சா?'

குழந்தையை அந்தப் பாட்டி கையில் வைத்துக்கொண்டிருக்கும் அழகே தனியாக இருந்தது. அவள் கண்களையே ஆர்வத்துடன் பார்த்துக்கொண்டு ஒரு சத்தமும் வராமல் அவள் கொடுத்த பால் புட்டி முழுவதையும் குடித்துவிட்டு கையைக் காலை உதைத்துக் கொண்டு விளையாட ஆரம்பித்தது. அதைத் தரையில் விட்டாள்.

'எப்பப் பார்த்தாலும் தூக்காதே. பழக்கம் வந்துத்துன்னா பிடி வாதம் பிடிக்கும்...'

'பாட்டி! நீங்க இங்கயே இருந்துருங்களேன்... இல்லை... இந்தக் குழந்தையை எடுத்துட்டுப் போய்டுங்களேன். எனக்கு வேண்டாம்...'

பாட்டி சிரித்தாள். 'பொண்ணாத்துக்கு ஒரு வாரத்துக்கு வந்திருக் கேன். உனக்கு ஏதாவது ப்ராப்ளம்னா சொல்லு. நான் நாலு பிள்ளை பெத்தவ. எனக்குப் பதினாலு பேரன் பேத்தி.'

அதற்குள் நதி செருப்பைக் கழற்றிக்கொண்டு ஏராளமான பொருள்களுடன் வந்தாள். அகல்யாவுடைய டிரஸ், புத்தகங்கள், எல்லாம் மூட்டையாகக் கட்டிக் கொண்டு வந்திருந்தாள். பெரிய டிபன் பாக்ஸில் சாப்பாடு கொண்டு வந்திருந்தாள். பால் பாக்ஃபுட்டை ஃப்ரிஜ்ஜில் வைத்தாள்.

'ரொம்ப சாரி அகலி... ராத்திரி லேட்டாயிருச்சு. காலைல பஸ் கிடைக்கறதுக்குள்ள உசிருபோய் வந்தது. எப்பிடி இருக்குது பாப்பா? பாட்டி யாரு?'

'எதித்த ஃப்ளாட்... நல்லா பாத்துக்கறாங்க!'

'பாட்டி... ரொம்ப தாங்ஸ்... எங்களுக்குக் குழந்தை வளர்க்கற துன்னா என்னன்னே தெரியாது!' என்றாள் நதிரா.

தீண்டும் இன்பம்

'அதெல்லாம் உங்களால ஆறது இல்லை. முதல்ல ஒரு ஆயாவை வெச்சுக்கோ...'

'சொல்லிருக்கேன். சாயங்காலம் ஒரு பொண்ணை அனுப்பறேன்னிருக்கா எங்க வீட்டு வேலைக்காரி!'

'நீ யாரு அக்காவா?'

'இல்லை. ஃப்ரெண்டு.'

'இவ அம்மா அப்பா வரலையா?'

'வரலை மாமி.'

'சண்டையா?'

'அகல்யா, மேடம் சொன்னாங்க... நாளைக்கு சோஷியாலஜி செமஸ்டர் எக்ஸாம் இருக்காம். கட்டாயம் எழுதிரச் சொன்னாங்க. இந்தா புக்ஸ். மார்க் பண்ணி வெச்சிருக்கறதை மட்டும் படிச்சா போதுமாம்!'

'இந்தக் குட்டிப் பிசாசை வெச்சுக்கிட்டா?'

'ஆளை அனுப்பறேனே. வரட்டுமா-'

'எங்க போறே?' என்றாள் அகல்யா பதற்றத்துடன்.

'காலேஜ், எங்களுக்கு இன்னிக்கு இங்கிலீஷ் செகண்ட் பேப்பர். இந்தா உன் பரீட்சை டைம்டேபிள். வேற எதாவது வேணுமா, பாட்டியைப் புடிச்சுக்க... ஹெல்ப் பண்ணுவா. ராத்திரி சத்தம் போட்டது அந்த வீட்டு மாமாதான்.'

'நான் வரேன்மா. உம்பேரு அகல்யாவா?'

'ஆமா!'

'அகல்யான்னு பேர் வெச்சாவே துன்பம்தான். கந்தசஷ்டி ஏதாவது தெரியுமா?'

'தமிழ்ப்பாட்டு தெரியும் மாமி!'

'பாடு... மனசில பாரம் குறையும்!'

பாட்டி போனதும் குளிக்கலாம் என்று வெந்நீர் போட்டுக் கொண்டாள். குழந்தையைக் கட்டிலில் கிடத்தி, பக்கத்தில் தலையணை வைத்தாள். அது தேவதைத் தூக்கம் தூங்கிக் கொண்டிருந்தது.

குளிக்க ஆரம்பித்தவுடன் அழ ஆரம்பித்தது. அவசரமாகக் குளித்து துண்டைச் சுற்றிக்கொண்டு வந்து அதை எடுத்து வைத்துப் பால் கொடுத்துப் பார்த்தாள். மறுத்து முகத்தைத் திருப்பியது.

'என்னடி உனக்கு!' என்று அதட்டினாள்.

அழுகை அதிகமாயிற்று. வந்த கோபத்தில் ஒருமுறை உலுக்கி னாள். இப்போது அது உச்சகட்டத்தில் அழுதது. சின்னச்சின்ன ஏற்ற இறக்கங்களில் உயிர் போவது போல் அழுதது. என்ன செய்வது என்று தெரியாமல் அதை எடுத்து வைத்துக்கொண்டு நடந்தாள். அழுகை நின்றது. இவள் நின்றால் அது அழுதது. நடந்துகொண்டே இருக்க வேண்டும் என்று பிடிவாதம் பிடித்தது. இப்போது அவளுக்கு ஒரு புதுக்கவலை ஏற்பட்டது. குழந் தையைத் தொட்டுப் பார்த்தால் ஜுரம் போல இருந்தது. மெள்ள அதை முதுகில் தட்டிக் கொண்டே தகிடு தத்தமாக உடை மாற்றிக்கொண்டு, எதிர் ஃப்ளாட்டுக்கு வந்து அதன் வாசல் பொத்தானை அழுத்தினாள்.

'யெஸ்!' என்று அரை டிராயரில் ஒருவன் கையில் 'டைம்ஸ் ஆஃப் இண்டியா' பத்திரிகையுடன் கதவைத் திறந்தான்.

'பாட்டி இருக்காங்களா?'

'பாட்டி?!' அவன் அவளை ஏற இறங்கப் பார்த்த பார்வையில் பரிவோ, அங்கீகாரமோ இல்லை.

'தூங்கறாங்க. என்ன வேணும்?'

'திஸ் சைல்டு இஸ் நாட் வெல். வீப்பிங் ஆல் தி டைம்!' இங்கி லீஷில் பேசினால் பச்சாதாபம் கிடைக்குமோ?

'ஸோ?'

'ஐ நீட் ஹர் அட்வைஸ்!'

'வி ஆர் நாட் ரன்னிங் எ க்ரிஷ் ஹியர்...'

'அவங்கதான் வந்திருந்தாங்க. எதாவது ஹெல்ப் வேணும்னா...'

'பாரும்மா, அந்தம்மாவுக்கு வேற வேலையில்லை. உன் குழந்தை அழுவுதுன்னா தட்ஸ் யுவர் ப்ராப்ளம். டாக்டர்கிட்ட கூட்டிப்போ. லெட் மி டெல் யு சம்திங். நாங்க ராத்திரி பூரா தூங்கவே இல்லை. ஏ.ஸி.யும் ஒர்க் பண்ணாம உன் குழந்தை வ்ராட் வ்ராட்னு கத்திக்கிட்டு இருந்து, நான் அசோஸியேஷன்ல கம்ப்ளெயிண்ட் கொடுத்திருக்கேன்...'

அகல்யா கண்களில் நீர் புறப்பட்டதைப் பார்த்து அவன் சற்றே சங்கடப்பட்டு சுருதி இறங்க 'ஸாரி' என்றான்.

பின்னாலிருந்து ஒரு பெண் குரல். 'ஷங்கி, யாரு வாசல்ல?'

'சம் கர்ள் வித் எ சைல்டு!'

'பெகர்ஸ் எல்லாம் அலோ பண்ணாதேன்னு வாட்ச்மேன்கிட்ட ஸ்டிரிக்ட்டா சொல்லிருக்கோம்...'

'நாட் எ பெகர் டியர். எதுத்த வீட்டில நேத்து ராத்திரி சத்தம் போட்டுதே. அந்தப் பாப்பாவும் அதும் அம்மாவும்...'

'இங்க எதுக்கு வராங்க... பகல் தூக்கத்தையும் கெடுக்கவா?'

பாட்டி எட்டிப்பார்த்தாள்... 'என்னம்மா பண்றது. கொஞ்சம் வேணா சர்க்கரை தண்ணி போட்டுப் பாரு. தாகமா இருக்கும்!' என்றாள்.

'அம்மா, நீங்க இங்க வந்திருக்கறது ஒரு வாரத்துக்கு. இதெல்லாம் என்கரேஜ் பண்ணாதீங்க. போங்க, போய் உங்க கந்தசஷ்டியைப் படிங்க...' என்றான்.

பாட்டி அவளைப் பரிதாபத்துடன் பார்த்து, 'நான் அப்புறம் வரேம்மா' என்று சொல்லி முடிப்பதற்குள் கதவு அகல்யாவின் முகத்தில் சாத்தப்பட்டது.

திரும்ப வந்தாள்.

படுக்கையில் குழந்தையை வைத்துவிட்டு, சற்றுநேரம் அழுதாள்.

கண்ணைத் துடைத்துக் கொண்டு சோஷியாலஜி நோட்ஸை எடுத்து வைத்து கொண்டாள். Influence on perception and cognition through social norms... கண்ணீரால் எழுத்துகள் கரைந்தன. அடிக்கடி துடைத்துக்கொண்டு பார்த்தாள்.

செல்வி என்கிற பெண் சாயங்காலம் வந்தாள். 'எங்கக்கா அனுப்ச்சாங்க. புள்ளையைப் பார்த்துக்க...'

'நீ புள்ளையைப் பாத்துக்க வேணாம். கூடமாட ஒத்தாசை செய்தா போதும்.'

'இன்னா செய்ணும்?'

'முதல்ல இந்தத் துணியெல்லாம் துவைச்சுப்போடு...' என்றாள்.

'அய்யோ... பீத்துணி...'

'ஆமா!'

'அக்கா சொல்லவே இல்லியே?'

'என்ன சொன்னா உங்க அக்கா?'

'புள்ளையை வெச்சுக்கிட்டு கெம்முனு கெட. மித்த வேலைங்கள் லாம் அவங்க பாத்துக்குவாங்க... ரெண்டு வேளை காபி, சாப்பாடு, நாஷ்தா கொடுப்பாங்க. மின்னூரு ரூபா சம்பளம் கொடுப்பாங்கன்னு சொல்லி அனுப்பிச்சாங்க...'

'இப்ப துணி எல்லாம் துவைக்கணுமே!'

'உங்க துணி துவைக்கறேன்!' என்றாள்.

தலை பரட்டையாக கிழிந்த சட்டையுடன் ஊக்குப் போட்ட பாவாடையுடன் இருந்த அந்தப் பெண்ணிடம் குழந்தையைக் கொடுக்கவேண்டியிருந்தது. அகல்யா தீர்மானித்தாள். டெலி போன் செய்தாள்.

'அம்மா... நான் அகல்யா பேசறேன்.'

'என்னடி என்ன? இப்ப பணம் வேணுமா? உங்கப்பன் கிட்ட கேட்டியா?'

'அம்மா... நீ என்னோட வந்து இருக்கணும்...'

'எதுக்கு...?'

'என் குழந்தையைப் பாத்துக்க!'

# 25

'குழந்தையா?' என்றாள் மரகதம். குரலில் அவள் அதிகம் ஆச்சரியம் காட்டவில்லை. இதை ஒருவாறு எதிர்பார்த்தவள் போலத்தான் பேசினாள். 'நீ கடைசில அபார்ஷன் பண்ணிக்கலையா? கையெழுத்தெல்லாம் வாங்கிண்டு போனியே? எம்பொண்ணுதானே... எதிலயாவது மாட்டிப்பே... லேட்டாயிடுத்தா? என்ன ஆச்சு?'

'வேணும்னுட்டுத்தான் பண்ணிக்கலைம்மா...' என்றாள் அகல்யா எரிச்சலாக.

'இப்ப என்ன? கைல குழந்தையா?'

'ஆமா...'

'நாசமாப்போச்சு? ஆணா...பெண்ணா?'

'பெண்...'

'பொட்டை வேறயா? எத்தனை நாளாச்சு?'

'இன்னும் ஒரு மாசம் ஆகலை. வளக்கறதுக்கு ரொம்பக் கஷ்டமா இருக்கு...'

'குடுத்துர வேண்டியதுதானே? ஆர்ஃபனேஜ் எத்தனை இருக்கு... ஏற்பாடு பண்ணட்டுமா?'

'வேண்டாம்... இப்ப நீ ஒரு மாசத்துக்காவது எங்கூட வந்து இந்தக் குழந்தையை என் பரீட்சை முடியறவரைக்கும் பாத்துப்பியான்னு கேக்கத் தான் போன் பண்ணேன்...'

'நானா?!'

'ஆமாம்! நீதான்... நீ என் அம்மா, ஞாபகம் இருக்கா?'

'உங்க அப்பன் என்ன சொல்றான்?'

'பணம் கொடுத்துருவார். அவர்கிட்ட சொல்லலை...'

'அவனைக் கேட்டுப் பாரேன். ஒரு தாதியை ஏற்பாடு பண்ணுவான். வேணுமட்டும் பணம் இருக்கு...'

'உங்கிட்ட போய்க் கேட்டேன் பாரு... என் புத்தியைச் செருப்பால அடிக்கணும்...'

'ஏம்மா, கோர்ட்ல நீ சொன்ன சாட்சியெல்லாம் மறக்க முடியுமா கண்ணு...' என்றாள்.

'தேவசகாயம் ஜார்ஜ் என்பவருடன் ஒரே படுக்கையில் படுத்திருப்பதைப் பார்த்தது உண்மைதானே?'

'ஆம்.'

'பார்த்ததைத்தானே சொன்னேன்...'

'உங்கப்பன் மூணு பேரை வெச்சுண்டிருந்தானே, அதைப் பார்க்கலையா?'

'எனக்கு எதிரே இல்லை. பாரும்மா... எனக்கு வாய்ச்ச ரெண்டு பேரும் உத்தமம் இல்லை. அதனாலதான் நான் இந்த மாதிரி அப்பாவும் இல்லாம அம்மாவோடயும் இல்லாம ஹாஸ்டல்லயும் ஒண்ணுவிட்ட உறவுக்காரங்ககிட்டயும் சீரழிஞ்சு பலனை இப்ப அனுபவிக்கிறேன். குழந்தை வந்தாச்சு. அதைத் தூக்கிண்டும் வந்தாச்சு. பளிச்சுனு சொல்லிடு. உதவி பண்ணுவியா இல்லையா? பணம் பிரச்னை இல்லைம்மா...'

'குழந்தையைப் பார்க்கறதுக்கு ஒரு குட்டியை அனுப்பறேன்...'

'வேண்டாம், வேண்டாம். செல்வின்னு ஒரு பொண்ணு இருக்கு. நீ வந்து பாத்துப்பியா தெரியணும்...'

'நான் வர முடியாது. குழந்தைக்கு உடம்பு கிடம்பு வந்தா எனக்குக் கையும் ஓடாது. ஏற்கெனவே ராத்திரி ரெண்டு கிளாஸ் ஜின்னு

உள்ள போனாத்தான் எனக்குக் கை நடுக்கமே குறையறது. அப்படிப் பழக்கி வெச்சிருக்கான் ஜார்ஜி...'

'என்ன மாதிரி அம்மாம்மா நீ! உலகத்துல ஒவ்வொருத்தியும் பொண்ணுக்கு என்னவெல்லாம் செய்யறா? ஒரு நெருக்கடில உதவிபண்ண மாட்டியாம்மா? நான் என்ன பாவத்தைப் பண்ணேன்?'

'நீ பண்ண பாவம் என் வயிற்றுல பிறந்ததுதான். ஒரு குப்பத்துல பிறந்திருந்தாகூடப் பெருமையா வளர்ந்திருப்பே. இங்க வந்து பொறந்தே... முதல்ல நல்லாத்தானேடி வளர்ந்தே! பாட்டி உன்னை எப்படியெல்லாம் தாலாட்டினா! உண்மை தெரியாம மாமியாரும் பிள்ளையுமே சேர்ந்து என்னை வீட்டை விட்டுத் துரத்தி... பாரு கண்ணு, உனக்குச் சின்ன வயசுல நடந்த பல விஷயங்கள் தெரியாது. ஒரு நாள் சொல்றேன். தொடைல, மார்ல போட்ட சூட்டுத் தழும்பைக் காட்டியிருக்கேனா?'

'எல்லாம் காட்டியாச்சும்மா. என் மனசுல ஏற்பட்ட தழும்பைத்தான் நீ பார்க்கலை!'

'இப்பவே வரட்டுமா குழந்தையைப் பார்க்க? எங்க இருக்கே சொல்லு...'

'என்னவோ பண்ணு...' என்று போனை வைத்தாள். அந்தப் பெண் செல்வி, குழந்தையை வைத்திருக்கும் தோரணையே சரியில்லை. கைகொள்ளாமல் அழுதது. அதை அவளிடமிருந்து பிடுங்கிக் கொண்டாள்.

வாசல் மணி ஒலித்தது.

குழந்தையை மீண்டும் செல்வியிடம் கொடுத்துவிட்டுத் திறந்தாள்.

ரகு!

'ஹாய்!' என்றாள்.

அவனைக் கண்டதும் முதலில் பயம்தான் தோன்ற, கதவைச் சார்த்தினாள். ரகு காலால் தடுத்து நிறுத்தினான். முகத்தில் மூன்று நாள் தாடி இருந்தது. என்னவோ போல் இருந்தான். திகிலாக இருந்தது அகல்யாவுக்கு. டெலிபோனை நாடினாள்.

தீண்டும் இன்பம் 191

‘போலீஸுக்கு போன் பண்ணுவேன். இங்கருந்து போய்டு...’

தூக்கமில்லாத கண்களின்கீழ் நிழல்கள் தெரிந்தன...

‘நீ இங்க இருக்கேன்னு நதிரா சொல்லிச்சு...’

‘ஐயையோ. அதை ஏன் உன்கிட்ட சொன்னா? ரகு ப்ளீஸ்... இன்னும் யார் யாரைப் பழி தீர்க்கணும்? யாரைக் கொல்லணும்?’

‘உனக்கு உதவி செய்ய வந்தேன் அகல்யா!’

‘நீ செய்த உதவி போதாதா? ஸ்ரீதரனை நீதானே... போடா... எனக்கு கடவுள் நம்பிக்கையே போச்சு... உன் மாதிரி ஆளுங்க ஜெயில்ல இல்லாம வெளியே உலா வராங்க பாரு!’

‘கோர்ட்ல சாட்சி பத்தாதுன்னு வெளியோ விட்டுட்டான் அகல்யா...’ என்று இருமினான். ‘அகல்யா, மன்னிப்பு கேக்கறதுக்குத்தான் இங்க வந்தேன். உன்னைய ஒண்ணும் செய்யமாட்டேன்...’

‘மன்னிப்பா? எதுக்கு?’

‘நடந்ததுக்கெல்லாம். உன்னை டீஸ் பண்ணதுக்கு, அடாவடி பண்ணதுக்கு, அந்தப் பையனை அடிச்சுப் போட்டதுக்கு. என்னை நம்பு அகல்யா... அவனைக் கொல்லணும்னு உத்தேசத் தோட அழைச்சுட்டுப் போகலை. ப்ரமோதும் சீனு பையனும் தான் உசுப்பிவிட்டாங்க. ரெண்டு தட்டி தட்டி அனுப்பறதாத்தான் இருந்தேன் அந்த ஸ்ரீதரை. உனக்கு ஒரு புள்ளையைக் கொடுத் துட்டு பொறுப்பில்லாம புறப்பட்டுப் போனது எங்களுக்கெல் லாம் ரொம்பக் கடுப்பு. அதுக்காகத்தான் அவனை அடிச்சேன். கொலை பண்ற உத்தேசமே இல்லை. ஏதோ ஒரு வெறி, ஒரு பிசாசு எனக்குள் புகுந்துகிட்டு அப்படியே ஆட்டிருச்சு. உண்மை யிலேயே நான் நல்லவன் அகல்யா...’

‘ஐயோ என்னை விட்டிருப்பா... ரொம்ப நொந்து போயிருக் கேன்’ என்று அவனை வணங்கினாள்.

‘அப்படிப் பண்ணாதே அகல்யா. எனக்குத் தண்டனை கிடைச் சிருச்சு அகல்யா...’ என்றான்.

அப்போது சற்றும் எதிர்பாராத ஒரு காரியம் செய்தான். தரையில் உட்கார்ந்து தலையைப் பிடித்துக்கொண்டு விசித்து விசித்து அழுதான். எல்லாமே அவளுக்கு விநோதமாக இருந்தது. என்ன நாடகம் இது! 'வேற கோர்ட்ல தண்டனை கிடைச்சுருச்சு அகல்யா...'

'சந்தோஷம்!'

'என்ன தண்டனை தெரியுமா?'

'எனக்குத் தெரிஞ்சுக்க இஷ்டமில்லை. ஐ ஜஸ்ட் டோண்ட் கேர். நீ இப்ப போறியா?'

குழந்தையைப் பார்த்தான். இவளுக்குப் பதற்றம் அதிகரித்தது. அதைப் பிடுங்குவானோ?

'இதானா பாப்பா? உம்மாதிரியே இருக்குதே!'

அகல்யா அதிர்ந்து போய், 'ப்ளீஸ், குழந்தையை ஒண்ணும் பண்ணாதே!'

கிட்டே வந்தான். அகல்யா நடுநடுங்கி, 'செல்வி! பக்கத்து வீட்ல யாரையாவது கூட்டிட்டு வா. இவன் கொலைகாரன்' என்று பதறினாள். செல்வி வெளியே ஓடினாள்.

'இதுக்கு ஏதாவது ஃபேரெக்ஸ் வாங்கி வரணுமா? கிலு கிலுப்பை?'

'ஐயோ ரகு! என்னை ஏன் இப்படி போட்டு சித்ரவதை பண்றே...?'

'சித்ரவதை பண்ணலை அகல்யா... உனக்கு நிசமாவே ஒத்தாசை செய்ய விரும்பறேன்... ஏன்னா?'

'நான்சென்ஸ்... ஐயோ போயிடு... செல்வி! அவங்க வந்தாங்களா இல்லையா?'

'வூடு பூட்டியிருக்குதும்மா. எல்லாரும் வெளியே போயிருக்காங்களாம்...'

'அப்ப கூர்க்காவைக் கூப்பிடு... கூர்க்கா... கூர்க்கா...!'

'கூர்க்கா வேண்டாம் அகல்யா. ஐ மீன் நோ ஹார்ம்...'

அகல்யா வீறிட்டு அழுதாள். 'ஐயோ! விட்டுரு ரகு என்னை...'

'இல்லை... உண்மையாகத்தான் கேக்கறேன் அகல்யா... உனக்கு ஏதாவது உதவி செய்தாகணும். உனக்கு காவலாவது இருக்கேன். இல்லை, ஏதாவது சின்ன பாப்பாவுக்கு வாங்கிட்டு வரேன். ஏதாவது பண்றேன். நீ என்னை ஒரே ஒரு தடவை மன்னிச்சேன்னு சொன்னா போதும். போற வழிக்குப் புண்ணியம் உண்டு!'

ரகு பேசுவது முழுவதுமே அகல்யாவுக்குக் கிண்டலாகப்பட்டு பயம் அதிகரித்தது. மனத்தில் எண்ணங்கள் மின்னல் வேகத்தில் ஓடின. இவன் பைத்தியக்காரன். இவன் ஒரு சைக்கோபாத். என்னையும் என் குழந்தையையும் கொல்ல வந்திருக்கிறான். முதலில் குழந்தையைக் காப்பாற்ற வேண்டும். எனக்கு என்ன ஆனாலும் சரி.

சமையலறைப் பக்கம் ஓடினாள்.

ரகு அவளைத் தொடர்ந்தான். 'சொல்றதைக் கேளு! அகல்யா.'

சமையலறையிலிருந்த கத்தியை எடுத்தாள்.

'ஏதாவது கறிகாய் நறுக்கணுமா?'

இதற்குள் செல்வி கூர்க்காவை அழைத்து வந்திருந்தாள். 'அம்மாவை திருடன் உள்ளார புகுந்து கொல்ல வரான்...' என்றதும் கூர்க்காவும் மற்ற இரண்டு ஆட்களும் தடதடவென்று நுழைந்தார்கள்.

'எங்க அவன்?'

'அகல்யா, எனக்கு எய்ட்ஸ் வந்திருக்கு. கொஞ்ச நாள்தான் இருப்பேன். செத்துப் போறதுக்குள்ள உங்கிட்ட ஏதாவது ஒருவிதத்தில் மன்னிப்பு இல்லைன்னாலும் நல்ல பேராவது வாங்கணும்னு மனசு கிடந்து அலையுது அகல்யா...!' என்றான் ரகு.

'இவன்தாங்க...' என்று சொல்லி கூர்க்காவை அழைத்து வர...

அகல்யா 'இருங்க' என்று சொல்வதற்குள் அவன் மண்டையில் பெரிய கழியால் ஒரே அடி.

ரகு அந்த இடத்திலேயே சுருண்டு விழுந்தான்.

போலீஸுக்கு யாரோ போன் செய்ய,

அகல்யா பிரமிப்புடன் இருந்த இடத்திலேயே நின்றாள்.

'யாரும்மா இவன்...?'

'ஒரு ஃப்ரெண்டு...' என்றாள்.

# 26

ரகுவை அவர்கள் மேற்கொண்டு எதுவும் செய்யாமல் பயந்து விட்டுவிட்டார்கள். தலையைச் சிலுப்பிக் கொண்டு எழுந்திருந்தான். 'அம்மா! என்ன அடி அடிக்கறீங்கப்பா, உதவி செய்ய வந்தவனை.'

அகல்யாவுக்கு இப்போது அவன்மேல் வெறுப்பு விலகிவிட்டது. காபி கலந்து கொடுத்தாள். கொடுக்கும்போது விரல்கள் அவனைத் தொடத் தயங்கின. தம்ளரை மேசையில் வைத்தாள்.

தலையைப் பிடித்துக் கொண்டு உட்கார்ந்தான்.

'மே ஜாவும்? தெர்ஞ்ச ஆளா?' என்று கூர்க்கா கேட்டான்.

'ஆமாப்பா. ஸாரி... உனக்கு ட்ரபிள் கொடுத் துட்டேன்.'

'கோயி பாத் நஹி... ஊட்டுக்காரர் இல்லையா?'

'இல்லை!'

அவன் சென்றதும் ரகு, 'முன்னைப்போல இருந்தா ஒரு சவட்டு சவட்டியிருப்பேன். இப்பல்லாம் முடியலை. ரொம்ப டயர்டாயிடுது உடம்பு. என்னைத் தொடவே எல்லாரும் பயப்படறாங்க அகல்யா! இதைப்போல கொடுமை இருக்க முடியாது. எல்லாருக்கும் தெரியும். ஆனா, வெளிப்படையாஒருத்தனும் கண்டுக்கமாட்டான். யாரும் அதைப்பத்தி பேசறதில்லை. அகல்யா உனக்கு எய்ட்ஸ் பத்தி என்ன தெரியும்?'

'அதுக்கு மருந்தே இல்லைன்னு...'

'எப்படிப் பரவுதுன்னு தெரியுமா? என்ன ஒரு தப்பான பிரசாரம் தெரியுமா? ஒருத்தனை கல்லால அடிச்சே கொன்னுட்டாங்க. ஒருத்தனை அயனாவரத்தில பத்த வெச்சுட்டாங்க. என்னையே மிருகம்போல பார்க்கறாங்க... விளையாட வரமாட்டேங் கறாங்க. க்ளாஸ் போனா எழுந்து போய்டறாங்க. நானும் லெக்சர ரும் மட்டும்தான். அகல்யா, எனக்கு அனுதாபம் வேண்டாம். நான் செய்த குற்றத்துக்கு மிக மிக அதிகமான தண்டனை கெடைச்சுருச்சுன்னுதான் சொல்ல வந்தேன். பிராயச்சித்தமா உனக்கு உதவி செய்ய விரும்பறேன். அதுக்குத்தான் வந்தேன். உன் உள் மனசில என்மேல இருக்கற பயம் நியாயமானதுதான். நான் வரேன்... உகாண்டாவுக்கு போகணும்...'

'உகாண்டாவா?'

அவன் தீவிரமாகத்தான் பேசினான். 'உகாண்டா தேசத்தில கம்பாலாவுக்கு பக்கத்துல காட்டஜூலான்னு ஒரு கிராமத்தில் ஒரு லேடி இருக்காங்களாம். அவளைப் பார்க்க தினம் 200 எய்ட்ஸ் பேஷண்ட் வர்றாங்களாம். கத்தோலிக்க பிரார்த்தனை, மழை நீர் இதை வைத்து சிகிச்சை கொடுக்கறாளாம். சரியாப் போய்டுதாம். அங்க போறதுக்கு முந்தி உன்னை ஒரே தடவை பார்த்து பேச ணும்னு தோணிச்சு. ஸாரி, உனக்கு ட்ரபிள் கொடுத்துட்டேன்.'

அவன் நடத்தை ஸ்திரமற்று இருந்தது. கண்களில் எப்போதும் நீர் காத்திருந்தது. ஒரு மாத இடைவெளியில் ஒரு ஆசாமி இப்படி மாறிப்போவானோ? பாதியாக இளைத்து கண்களின் கீழ் கருநிழல் படிந்து.

'என்ன உதவி வேணும்னாலும் கேளு அகல்யா... போலீஸ்கூட என்னை அரெஸ்ட் பண்ண பயப்படறாங்க. இப்ப நான் ரொம்ப ஃப்ரீயா இருக்கேன்...'

மாலையில் நதிரா வந்திருந்தாள். வாசனையாக நிறைய பவுடர் போட்டுக்கொண்டு உதட்டில் சாயமும் கைகளில் மணிவளையல் களும் பவழ மோதிரமும்.

'பாத்தியா அகல்யா... புதுசா வந்திருக்கு இந்த டிரஸ்... அங் கங்கே சின்ன சின்னதா மிர்ரர் பதிச்சு...'

'வெரி ப்ரெட்டி...'

தீண்டும் இன்பம்  197

'எப்படி இருக்கா அங்கச்சி மூத்ர ராணி! செல்வி வந்துச்சா?'

'வந்தது... ஆனா, அத்தனை பிரயோசனமில்லை...'

'சமாளி... ரகு வந்து ரொம்ப கலாட்டா ஆயிருச்சாமே?'

'ஆமாம்! ரகுவுக்கு எய்ட்ஸ். உனக்குத் தெரியுமோ?'

'காலேஜ் பூரா இதான் தலைப்பு செய்தி. ஸ்டூண்ட் கவுன்சில்ல அவனை ரஸ்டிகேட் பண்ணணும்னு தீர்மானம் பண்ணிருக்காங்க... நல்லா வேணும்!'

'சீ, பாவம்டி அவன்...'

நதி அவளை ஆச்சரியத்துடன் பார்த்தாள். 'யூ ஆர் அன்பிலிவபிள்.'

'நதி, நாளைக்கு செமஸ்டர் பரீட்சை எனக்கு. ராத்திரி குழந்தையையும் பார்த்துகிட்டு படிக்கறது கஷ்டம். இன்னிக்கு ராத்திரி மட்டும் இங்க தங்கறியா?'

'தாராளமா! இந்த ராதிகா தயாளுடைய பார்ட்டிக்கு போய் தலையைக் காட்டிட்டு வந்துர்றேன்' என்று சென்றாள்.

களைப்பாக இருந்ததால் செல்வியை அனுப்பி டிபன் வாங்கிவரச் சொன்னாள் அகல்யா. பாலைக் காய்ச்சி பாட்டிலை ஸ்டெரிலைஸ் பண்ணிக்கொண்டாள். குழந்தைக்கு டயப்பர் மாற்றினாள். தூங்கிக்கொண்டிருந்தது. மெள்ள விழித்து அவளைக் கண்கொட்டாமல் பார்த்தது.

அதைத் தோளில் போட்டுக்கொண்டு நடந்துகொண்டே பாடப் புத்தகத்தை எடுத்து வைத்துப் படித்தாள். தன்னிரக்கம் மிகுந்தது. நதிரா போன்றவர்கள் எத்தனை உற்சாகமாக இருக்கிறார்கள். வாழ்வு அவர்களுக்கு இப்போதுதான் தொடங்குகிறது. இந்த இளம் வயதின் வசந்த காலத்தின் அத்தனை சந்தோஷங்களையும் அனுபவிக்கக் கொடுத்து வைத்திருக்க வேண்டும். ஒரு சில மாதங்களுக்கு முன் என் வாழ்க்கையும் இப்படித்தானே இருந்தது? எத்தனை எதிர்பார்ப்புகள்! இசை விழாக்களில் பரிசு, டெல்லிக்கு போய் மற்ற மாநிலங்களின் இளைய சமுதாயத்தின் பிரதிநிதிகளை சந்தித்து விகற்பமில்லாமல் அளவளாவி... அத்தனையும் இந்தக் குட்டிப் பிசாசு வந்து கெடுத்தது. வாழ்வு முடிந்துவிட்டது. எண்பது வயசு போல் உணர்ந்தாள்.

குழந்தையை வெறுப்பாகப் பார்த்தாள். நாற்றமடித்தது. டயப்பர் மாற்றவேண்டும். படுக்க வைத்து மாற்றுவதற்குள் கைகொள்ளாமல் அழுது காலால் உதைத்துக்கொண்டது.

என்னத்தைப் படித்து, என்னத்தை பாஸ் பண்ணி, என்ன ஒரு கேவலமான பிழைப்பு!

நதிரா போன்றவர்களை எவ்வளவுதான் தொந்தரவு செய்ய முடியும். மனத்துக்குள் இறந்துபோனாள். எனக்கு மட்டும் ஏன் இப்படி? என்ன பாவம் செய்தேன். என்ன அநியாயம் இது! ஒரே ஒரு கவனக்குறைவான அனுபவத் தேடலுக்கு இத்தனை பெரிய தண்டனையா?

மேலும் கீழும் நடந்து பார்த்தாள். குழந்தை அழுகை நிற்கவில்லை. தாகமோ என்று தண்ணீர் கொடுத்துப் பார்த்தாள்.

மறுத்தது.

வலியோ பசியோ இல்லை. இந்த அழுகை, பிடிவாதம். என் உயிரை வாங்கி என்னை உண்டு இல்லை என்று பண்ணத் தீர்மானித்துவிட்டது இந்தக் குழந்தை. அதன் அழுகை அதிகமாக அதிகமாக அடுத்த ப்ளாட்டிலிருந்து போன் வந்தது. 'ஏம்மா... நாங்கள்லாம் தூங்கவேண்டாமா? இப்படி அழுவுதே குழந்தை. அதுக்கு ஏதாவது பிராந்தி கீந்தி கொடுத்து தூங்கப் பண்றது தானே?'

'ஸாரி...' என்றாள்.

போனை வைத்துவிட்டு, 'ஏண்டி ராட்சசி இப்படி பாடாய்ப் படுத்தறே...'

அதன் அழுகை அதிகமாக, ஒருமுறை அதை இரு கைகளாலும் எடுத்து தன்முன் வைத்துக்கொண்டு கோபமாக அதை உற்றுப் பார்த்தாள்.

'இப்ப அழுகையை நிறுத்தப் போறியா இல்லையா?' என்று கேட்டாள். அதற்கு பதில் சொல்லத் தெரியவில்லை.

அகல்யாவை எந்த சைத்தான் ஆட்கொண்டதோ தெரியவில்லை. உதட்டை ரத்தம் வரக் கடித்துக்கொண்டு அப்படியே அந்தக் குழந்தையைப் போட்டு உலுக்கு உலுக்கு என்று உலுக்கினாள்.

உலுக்கிக்கொண்டே ‘பிசாசே! ராட்சசி! மூதேவி! செத்துத் தொலையேன். செத்துத் தொலையேன்’ என்று மேலும் உலுக்கினாள்.

குழந்தையின் அழுகை ஸ்விட்ச் போட்டதுபோல் நின்றுவிட்டது.

அதை எடுத்துப் படுக்கையில் விட்டாள். நல்லவேளை, தூங்கி விட்டது என்று பாடப் புத்தகத்தை எடுத்து வைத்துக்கொண்டாள். படிக்கத் தொடங்கினாள். நதிரா வழக்கம்போல் வரவில்லை. அவள் மேல் கோபம் வந்தது. வருகிறேன் என்று சொல்ல வேண்டாமே? எதற்காக ஏமாற்றுகிறாள். காலை வந்து ஏதாவது சாக்கு சொல்வாள், ரொம்ப லேட்டாகிவிட்டது என்று. எப்படியோ குழந்தை தூங்குகிறது. அதற்குள் சோஷியல் ஸ்ட்ரக்சர் கேள்விகளுக்கு விடைகளை ஒருமுறை எழுதிப் பார்த்துவிடலாம்.

குழந்தை அசங்காமல் இருந்தது. அதனருகில் சென்று சொப்பு உதடுகளை நிரடி, ‘ஸாரிடி கண்ணு... உன்னை ரொம்ப திட்டிட் டேன். அம்மாக்கு ரொம்ப தொந்தரவு கொடுக்கலைன்னா உன்னை ஒண்ணும் செய்யமாட்டேன் கண்ணு... செல்வி... அந்தக் குட்டி தலையணையை எடுத்துவா...’

செல்வி எடுத்துவந்தபோது கதவு மணி ஒலித்தது.

‘நதிராதான்...திற.’

செல்வி கதவைத் திறக்க, ‘அம்மா, அவுரு!’

ரகு!

‘ரகு, என்ன இந்த நேரத்துல?’

ரகு குடித்திருந்தான்.

‘உனக்கு எதாவது செய்தே ஆகணும்னு மனசு கிடந்து அலைந்தது. உன் குழந்தைக்கு ஒரு டிரஸ் கடை மூடற சமயத்தில அவசரத்தில வாங்கிட்டு வந்தேன்’ என்று கொடுத்தான். அகல்யா அதைப் பிரித்துப் பார்த்தாள்.

‘இதை பாப்பா போட்டுக்கறதுக்கு ஒரு வருஷம் ஆகணும். அவ்வளவு பெரிசு...’

படுக்கையில் கிடந்த குழந்தையைப் பார்த்தான் ரகு.

'அம்மா, குழந்தை சரியில்லைம்மா!' என்றாள் செல்வி.

'என்னடி சரியில்லை?'

'என்னவோ சரியில்லைம்மா…'

அப்போதுதான் அகல்யா உற்றுக் கவனித்தாள். குழந்தையின் மூச்சு மிக மிக லேசாக இருந்ததையும் கண்கள் செருகியிருந்ததையும் பார்த்தாள். உடலில் மின்சாரம் பாய்ந்தாற்போல் உணர்ந்தாள்.

அதை கரங்களில் தூக்கிப் பார்த்தாள். தலை துவண்டது.

'ஏய்! அங்கச்சி கண்ணு! பாப்பாக்குட்டி! இந்த காரியம் மட்டும் செய்யாதேடி, ப்ளீஸ்… எனக்கு வந்த கஷ்டம் போதும்டி…' என்று பதறினாள்.

'ரகு, ரகு… ஏதாவது செய்யேண்டா… செல்வி, ஓடி பக்கத்து ப்ளாட்டுக்குப் போய் டாக்டர் நம்பர் அவசரமா வேணும்னு சொல்லு. குழந்தை உடம்பு சரியில்லை, அவசரம்னு சொல்லு…'

இப்போது அதற்கு லேசாக வலிப்பு வந்தது. கை,கால் உதறியது. விக்கல் ஆரம்பித்தது.

'ஐயோ செல்வி… ஓடிப்போய் அழைச்சுட்டு வா செல்வி… ஐயோ' என்று கதறினாள்.

செல்வி பதட்டத்துடன் ஓடினாள். அகல்யாவுக்குக் கண்ணை இருட்டிக்கொண்டு வந்தது.

ரகு குழந்தையை அப்படியே வாரி அணைத்துக்கொண்டு வெளியே ஓடினான்.

தீண்டும் இன்பம் 201

# 27

ரகு குழந்தையை வாரி அணைத்துக்கொண்டு வெளியே ஓட, அகல்யாவுக்கு அவன் குழந்தையை என்ன செய்யப்போகிறான் என்பது தெரியாமல் மிகுந்த அச்சமாக, குழப்பமாக இருந்தும், எதும் தீங்கு விளைவிக்க மாட்டான் என்று உள்ளுணர்வு சொன்னது. அவன் குழந்தையை எடுத்துப்போவதை அவள் அதனால் எதிர்க்கவில்லை. ரகு படிகளில் ஓடினான். அகல்யாவும் பின்தொடர்ந்தாள். வாசல் பக்கம் சென்று சாலையில் ஆட்டோவை நிறுத்தி அவளையும் அதற்குள் திணித்துக்கொண்டு ஆட்டோவை விரட்டி, என்ன நடக்கிறது என்று தெரிவதற்குள் அருகாமையில் இருந்த தனியார் ஆஸ்பத்திரியில் அவசரப் பிரிவுக்குள் குழந்தையுடன் நுழைந்துவிட்டான்.

அகல்யா அழுகையை நிறுத்தவில்லை... 'என்னவோ பண்ணிட்டேன்... ஐயோ! என் குழந்தையை...'

'இங்கேயே அழுதுகிட்டு இரு' என்று அவளை பெஞ்சின் மேல் அழுந்த உட்காரவைத்து அந்த ஆஸ்பத்திரியின் ரகசியங்களுக்குள் மறைந்துவிட்டான். அகல்யா, 'என் குழந்தை...என் குழந்தை' என்று அனத்திக்கொண்டிருந்தாள்.

எத்தனை நேரம்? அதே நினைவில்லை. அரை மணியா, அரை தினமா? முகம் பூரா வியர்வையுடன் ரகு வந்து 'அகல்யா' என்றான் மெதுவாக.

'என் குழந்தை' என்று அவன்மேல் விழுந்தாள்.

'பயப்படாதே அகல்யா... குழந்தை பிழைச்சுருச்சு. உள்ளே வா...'

அத்தனை சின்னக் குழந்தைக்கு அத்தனை சிகிச்சையா... சுற்றிலும் அத்தனை மனிதர்களா என்று ஆச்சரியமாக இருந்தது.

ஒரு ஆக்ஸிஜன் டென்ட்டுக்குள் குழந்தை இருந்தது. மூக்கில் ஒரு குழாய், கையில் ஒன்று செருகி கண்மூடிப் பக்கவாட்டில் படுத்திருந்தது. வாய் திறந்திருந்தது.

'குழந்தையோட மதர் யாரும்மா?' என்றார் டாக்டர்.

அகல்யாவை தோளோடு அணைத்துச் சென்றான் ரகு.

'என்னம்மா செஞ்சே குழந்தையை?'

டாக்டருக்கு அறுபது வயதிருக்கும். கொழுக்கு மொழுக்கு என்று இருந்தார். லேசான கோபமா இல்லை முகமே அப்படியா தெரியவில்லை. கண்ணாடி விளிம்பில் கறுப்பு, காதோர ரோம அடர்த்தி.

'கைகொள்ளாம அழுதது டாக்டர்.'

'அழுதா அதை உலுக்கினியா?'

'ஆமாம்' என்றாள் தயக்கத்துடன்.

'ராட்சசி! உனக்கு அறிவிருக்கா? நீயே குழந்தையைக் கொல்ல இருந்தே தெரியுமா? நீயே குழந்தை மாதிரி இருக்கே... எங்க தாலியைக் காணோம்? இல்லெஜிடிமேட்டா?'

அவள் கண்கள் சரிந்தன.

'எதுக்காக நீங்கள்லாம் இப்படி அவசரப்படறீங்களோ... அழுவாதே, பேர் என்ன... முண்டம், முண்டம்!'

'அகல்யா...'

'ஒரு குழந்தை அழுவறதுக்குப் பல காரணம் உண்டு. அதுக்குத் தெரிஞ்ச ஒரே பாஷை அழுகைதாம்மா. இப்படிக் கைகொள்ளாம அழுவறதை 'காலிக்'னு சொல்வாங்க...டெலிவிஷன் பார்க்க விடலைன்னு உலுக்கினியா?'

'இல்ல்லை டாக்டர்' என்றாள் அலுப்புடன்.

'ஏமாற்றமா? வெறுப்பா? அடிச்சா வலிக்கும், குலுக்கலாம்னு ஒரு தைரியம் அப்படித்தானே?'

அகல்யா அழுதாள்.

'இப்ப நீ அழற! தெரிஞ்சுக்க... ஒரு குழந்தையை இந்த மாதிரி குலுக்கறது எத்தனை அபாயம்னு, ஹெட் ட்ரௌமாவை அதால தாங்க முடியாது. குழந்தைக்குத் தலை பெரிசு. உடல் சின்னது. கழுத்து தசைகள் வீக்கா இருக்கும். அதை நீ குலுக்கறபோது சவுக்கு மாதிரி உதர்ற...அதனால் மூளையில் ரத்தக் கசிவு வரும். கண்ணுக்குப் பின்னால ரத்தம் கசியும். மூளை சேதமடையலாம். கண் தெரியாம போய்டும், காது கேக்காம போய்டும், செரிப்ரல் பால்ஸி... ஃபிட்ஸ், ஏன், குழந்தை செத்துக்கூட போய்ரும்!'

'தெரியவே இல்லையே டாக்டர்.'

'அது அழுதுதுன்னா பசியா இருக்கலாம். மெள்ள ஃபீட் பண்ணி மார்மேல போட்டுகிட்டு முதுகில லேசா தட்டிக்கொடு. டயப்பர் மாத்தணுமா பாரு. குலுக்கறது பெரிய தப்பு தெரியுமா...'

'ஏதாவது விபரீதமாயிருச்சா டாக்டர்?'

'உன் குழந்தைக்கு வெளியே சிம்ப்டம்ஸ் எல்லாம் பாத்ததுல டேமேஜ் எதுவும் தெரியலை. ஒரு ஸ்கேன் பண்ணி பாத்துட்டோம். இனிமே அப்படிச் செய்யாதே. இவரு யாரு? டயத்துல கொண்டுவந்தே. இல்லை, செத்துப்போனதே உனக்குத் தெரிஞ்சிருக்காது. தூங்குதுன்னு நினைச்சுக்கிட்டு இருப்பே.'

அகல்யா வலைக்குள் பார்த்தாள். குழந்தை சீராக மூச்சு விட்டுக்கொண்டிருந்தது.

ரகு அவளை அணைத்து, 'கவலைப்படாதே அகல்யா... டாக்டர் பயப்படுத்தறாரு... குழந்தை பிழைச்சுருச்சு!'

'தாங்க்ஸ் ரகு!'

'இந்த ஒரு வார்த்தை போதும்!'

'நாளைக்குக் காலைல வீட்டுக்கு எடுத்துப் போய்ரலாம். குழந்தை வளக்கறதைப் பத்தி பெரியவங்ககிட்ட கேட்டுக்கம்மா...'

'சரி, டாக்டர்' என்று சோகையாகச் சிரித்தாள்.

'உங்கம்மாவை வரச்சொல்லு... பேசணும்.'

அம்மாவா!

ரகு அவளை ஆஸ்பத்திரி கேண்டீனுக்கு அழைத்துச் சென்றான். சூடாகக் காபி வாங்கிக் கொடுத்தான். அவளிடம் பரிவாகப் பேசினான்.

'உங்கம்மா வரமாட்டாங்களா? பர்சனலா கேக்கறதா நினைச்சுக் காதே...'

'அவளால வரமுடியாது.'

'ஏன்?'

இதற்கு அவள் பதில் சொல்ல விரும்பவில்லை.

'ரகு, உனக்கு எய்ட்ஸ்னு சொன்னியே, அது...'

'கன்ஃபர்ம் ஆயிடுத்து. இன்னம்...'

'இப்பல்லாம் அதுக்கு நல்ல மருந்து இருக்கறதா படிச்சேன் ரகு!'

'அதெல்லாம் வெட்டிப் பேச்சு. மருந்தே கண்டுபிடிக்கலை இன்னும். எச்சரிக்கையோட இருந்தா கொஞ்சம் ஒத்திப் போடலாமாம்...'

'எதை?'

'சாவை' என்றான் அலட்சியமாக. 'காபி நல்லா இருக்கு இல்லையா...'

'குழந்தையை ஒரு முறை பார்த்துட்டு வந்துர்றேன்.'

'இரு... அது எங்கயும் நடந்து போய்டாது' என்றான். 'உங்கிட்ட பேசணும் எனக்கு.'

'என்ன?'

'முக்கியமா உன்னுடைய மன்னிப்பு எனக்கு முக்கியம். என்னவோ நீக்குபோக்கு இல்லாம, பொறுப்பில்லாம அலைஞ்சு பேட்டை ரௌடியா இருக்கறதில பேர் வாங்கிட்டு அவனை அடிச்சு, இவனை உதைச்சு, எல்லா செக்ஸ் அனுபவங்களையும்

தீண்டும் இன்பம்

தேடி, மனசிலயும் உடல்லயும் பல பேரைத் துன்பப்படுத்தி வாழ்ந்த பின்னால எனக்கு இப்பத்தான் புத்தி வந்திருக்கு அகல்யா. எப்படி இருக்கும், இன்னும் மூணு மாசம்தான் எனக்குக் கொடுத்திருக்காங்கன்னா?'

'அதெல்லாம் சொல்ல முடியாது.'

'எய்ட்ஸ்ல சொல்ல முடியும். அதான் சோகம். நான் தீர்மானிச் சுட்டேன்.'

அகல்யா நிமிர்ந்து பார்த்தாள்.

'பயப்படாதே... தற்கொலை செய்துக்கறது கோழைத்தனம். முதல்ல நான் சாகப்போறேன்ங்கற எண்ணத்தையே மனசி லிருந்து அழிச்சுட்டேன். தினம் காலைல எழுந்திருக்கறப்ப இது எனக்குக் கிடைச்ச அதிர்ஷ்டம், இந்த நாள் லாட்டரி பரிசுப் பொருள், இந்த நாளை மட்டும் வாழ்வோம், இப்படித்தான் தேதி கிழிச்சுக்கிட்டு வரேன். அதுல பிலாசபி எதும் இல்லை. யதார்த்தம்... காஸ்டனேடா சொன்னானாம், சாவுங்கறது நம்ம இடது கைக்கு மிக அருகில் இருக்குன்னு. இப்ப கேண்டீனை விட்டு வெளியே போறப்ப எத்தனை பஸ் போவுது... ஒண்ணு ப்ரேக் ஃபெயில் ஆயி நம்மைத் தேச்சுட்டுப் போயிரலாம். அடுத்த நிமிஷம் செத்துருவோம். அத்தனை பக்கத்துல இருக்குது சாவு. இதுக்கு எதுக்குப் பயப்படணும்னு பயப்படறதை விட்டுட் டேன். நல்லா திங்கறேன். இன்ஃபெக்ஷன் வராம பார்த் துக்கன்னிருக்கார் டாக்டர். பாரு, ரெண்டு சட்டை போட்டிருக் கேன். போலாமா?'

அவர்கள் மீண்டும் குழந்தையைப் பார்க்க முதல் மாடிக்குச் சென்றபோது அது தூக்கத்திலிருந்து விழித்துக் கையைக் காலை உதறிக்கொண்டிருந்தது.

'தப்பிச்சுது' என்றான் ரகு.

'ரகு, எனக்கு ஒரு உதவி செய்வியா?'

'இதென்ன கேள்வி...'

'குழந்தையை ஆஸ்பத்திரில வெச்சுப்பாங்களா, காலை வரைக்கும்?'

'கவலைப்படாத... காலைல டாக்டர் பாத்தப்பறம்தான் டிஸ் சார்ஜ் பண்ணுவாங்க.'

'என் கூட தாஜ் ஓட்டலுக்கு வரியா?'

'வரேன், என்ன அங்கே?'

'அங்க சுவிஸ் நாட்டிலருந்து ஷெல்ஸ்னு தம்பதி வந்திருக் காங்க... இன்னும் இருக்காங்களான்னு விசாரிக்கணும்...'

அவர்கள் ஓட்டலை அடைந்து ரிசப்ஷனில் கேட்டபோது 'ஷெல்ஸ் அவங்க செக் அவுட் பண்ணிட்டாங்களே' என்று செய்தி வந்தது.

'எப்ப?'

'காலையிலேதான்...'

'எங்க போயிருக்காங்க தெரியுமா?'

'தெரியாதும்மா. ஏர்போர்ட் போயிருக்கலாம். டிராவல் டெஸ்க்ல கேளுங்க. ஒருவேளை அவங்களுக்குத் தெரிஞ்சிருக்கலாம்...'

அங்க கேட்டபோது, 'ஆமாம்... அவங்க இன்னிக்கு சாயங்காலம் பாம்பே ஃப்ளைட்ல போய்ட்டு, ஃப்ராங்ஃபர்ட் போய்ட்டு, அங்கிருந்து பெர்லின் போறாங்க...'

'இப்ப அவங்க எங்க இருக்காங்கன்னு சொல்ல முடியுமா?'

'தெரியாது.'

அகல்யா யோசித்தாள். 'ரகு என்கூட ப்ரோ லைஃப் வருவியா?'

'உன்கூடத்தானே இன்னி முழுக்க.'

ரகுவின் மோட்டார் சைக்கிளில் செல்லும்போது, 'அகல்யா ஒரு கான்ஸர்ட்ல நீ பாடணும்.'

'சரி!'

'ப்ரோ லைஃப்ல என்ன?'

'அங்கதான் பிள்ளை பெத்தேன். சண்டை போட்டுக்கிட்டு வந்துட்டேன். இப்ப உள்ள விடக்கூட மாட்டாங்க. தயக்கமா இருக்குது.'

'ஏன்?'

'அவங்களுக்கு ரொம்ப மனவருத்தம், ஏமாற்றம் எல்லாம் கொடுத்துட்டேன். சுவிட்ஸர்லாந்திலிருந்து அடாப்ஷனுக்கு வரவழைச்சு அவங்களைக் காக்கவெச்சு கடைசில குழந்தையைக் கொடுக்கமாட்டேன்னு சொல்லி ரொம்பக் கலவரம் பண்ணிட்டேன்... செலவு வெச்சுட்டேன்...'

'இவ்வளவுதானே?'

'நான் போனா கல்லெடுத்து அடிப்பாங்க...'

'நான் பாத்துக்கறேன். கவலைப்படாதே...'

ப்ரோ லைஃப் கட்டடத்தின் இரும்பு கேட்டின் அருகில் இருந்த சென்ட்ரி அவர்களை அனுமதிக்க மறுத்தான். 'பேர் சொல்லு' என்றான்.

'ரகுநந்தன்.'

'என்ன காரணத்துக்கு வந்திருக்கீங்க?'

'ஒரு குழந்தையை தத்து எடுக்கணும். அதுபத்திப் பேசணும்...'

அவன் கதவைத் திறந்து 'நேரா ரிசப்ஷன் போங்க. அங்க கையெழுத்து போட்டு விசிட்டர் பாஸ் வாங்கிக்கங்க.'

அவர்கள் உள்ளே சென்றதும் கதவை மீண்டும் சாத்திவிட்டான்.

# 28

'இது என்ன இடம் அகல்யா? ஜெயில் மாதிரி இருக்குது' என்றான் ரகு.

'எல்லா வசதியும் உள்ள ஜெயில். உள்ள வந்தா வெளியே விடமாட்டாங்க...'

'கவலைப்படாதே அகல்யா.'

'என் கவலையெல்லாம் பாப்பா பிழைச்சதுமே போயிருச்சு ரகு. உனக்குத்தான் தாங்க்ஸ் சொல்லணும்.'

'இல்லை அகல்யா... நீ இப்படிச் சொல்றது எனக்குத் தண்டனை மாதிரி...'

ராஜேஸ்வரி ராபர்ட் அவளைப் பார்த்ததும், 'நீயா? உன்னைச் சேவிக்கறேன்மா. போய்ட்டு வாம்மா. உன்னால ஏற்பட்ட தலைகுனிவு போதும் எங்களுக்கு... சுவிஸ்காரங்க கம்ப்ளெயின்ட் பண்ணா இந்த சென்டரையே க்ளோஸ் பண்ணவேண்டி ஆர்டர் கொடுத்துருவாங்க.'

இதற்குள் ராபர்ட் வந்து அகல்யாவைப் பார்த்த வுடன் முகம் சிவந்து, 'அவுட்! கெட் அவுட்! கெட் அவுட்!'என்று வாசலைக் காட்டினார்.

'ஏய், டேக் இட் ஈஸி' என்றான் ரகு. அவர் சட்டையைப் பிடித்து உதறி விட்டான்.

'ராஜி... ட்ரபிள் வரும்போல இருக்கு... செக்யூ ரிட்டியைக் கூப்பிடட்டுமா?' என்றவர், 'இப்ப நீ போறியா இல்லையா...?'

‘ஏய், அடக்கிப்பேசு’என்றான் ரகு.

‘ரகு, சும்மாருக்கியா...’

செக்யூரிட்டிலிருந்து நான்கு காவலர்கள் விரோதமாக வந்து ரகுவைப் பிடித்து இழுத்துச் செல்ல முற்பட, ரகு சிரித்துக் கொண்டே ‘ஏன்யா எய்ட்ஸ் பேஷண்டைத் தொடறீங்க?’ என்றான்.

அவர்கள் வெலவெலத்துப்போய் அவனை விட்டுவிட்டார்கள். அவர்களை நோக்கி கைவிரல்களைச் சுருக்கி காற்றில் குஸ்தி செய்தான்.

‘இருங்க ராபர்ட்... இப்ப எதுக்கு அகல்யா இங்க வந்திருக்கே? பணம் கொடுக்கறதுன்னா உன் பணம் எங்களுக்கு வேண்டாம். வெளிநாடுகளிலிருந்து பணம் வந்து கொட்டுது எங்களுக்கு.’

‘குழந்தையைக் கொடுக்கத்தான் வந்தேன்.’

‘என்னது? மனசு மாறிட்டியா?’

‘ஆமாம்.’

‘குழந்தை எங்கே?’

‘ஆஸ்பிட்டல்ல இருக்கு’

‘என்ன ஆச்சு?’ என்றாள் பதட்டத்துடன்.

‘குழந்தையை எனக்குச் சரியா வெச்சுக்கத் தெரியலை. ராத்திரி முழுக்க அழுதது. அதனால் ஒரு முறை வலுவா குலுக்கினபோது ஃபிட்ஸ் வந்துருச்சு.’

‘அடிப்பாவி! அதுக்குத்தான் படிச்சுப் படிச்சுச் சொன்னோம். குழந்தையை வளர்க்கத் தெரியாது, உன்னால வளர்க்க முடியாது, நீயே குழந்தைன்னு. அதனாலதான்அடாப்ஷன் கொடுன்னு சொன்னோம். இப்ப எந்த ஆஸ்பத்திரில இருக்குது?’

‘யசோதா நர்ஸிங் ஹோம்லங்க’ என்றான் ரகு.

‘ராபர்ட்... உடனே போன் போட்டுருங்க ஏர்போர்ட்டுக்கு. வண்டி அனுப்பிச்சு அவங்களைப் புறப்பட வேண்டாம்னு கூட்டிவந்துருங்க’ என்றாள் ராஜேஸ்வரி.

'உக்காரு' என்றாள் அகல்யாவிடம்.

'அவங்க... அவங்க?'

'சுவிஸ் தம்பதிதானே? அவங்க காத்து காத்துப் பார்த்து ஏர்போர்ட் கிளம்பிட்டாங்க. அவங்களை ராபர்ட் முதல்ல அழைச்சுக்கிட்டு வரட்டும்.'

ராபர்ட் செல்போனில் ஏர்போர்ட்டைப் பிடித்தார்.

'குழந்தை எங்க இருக்குது?' என்றாள் ராஜேஸ்வரி.

'இன்டென்சிவ் கேர்ல'

'குழந்தையோட கண்டிஷனைப் பத்தி ஏதாவது சொன்னாங் களா?'

'ஆபத்திலிருந்து குழந்தை தப்பிச்சுதுன்னு சொன்னாங்க.'

'பாவிப் பெண்ணே!'

'இவளைத் திட்டாதிங்க. எனக்குக் கெட்ட கோபம் வரும்' என்றான் ரகு.

'அதான் படிச்சுப் படிச்சு சொன்னேன். முறுக்கிக்கிட்டுப் போனே. பாருப்பா, இவதான் எங்களையெல்லாம் கண்ட மேனிக்குத் திட்டினா...' என்ற ராஜேஸ்வரி, டெலிபோன் பட்டனை அழுத்தி, 'ஹலோ டாக்டர் அனுபமா, நான் ப்ரோ லைஃபிலருந்து ராஜேஸ்வரி பேசறேன். எப்படி இருக்கீங்க? அகல்யான்னு ஒரு பொண்ணு... பேபி கர்ள்... ஆமாம் அதான் ஷேக்கிங் சிண்ட்ரோம்...'

கொஞ்சநேரம் கேட்டாள். போனை மூடி வைத்துவிட்டு, 'நல்ல வேளை தப்பிச்சுது குழந்தை, ஸ்கேன் எடுத்துப் பார்த்துட் டாங்களாம். ப்ளட் க்ளாட் எதுவும் இல்லைங்கறாங்க. குழந்தை நார்மலாத்தான் இருக்குதாம். காலைல டிஸ்சார்ஜ் பண்றாங் களாம்' என்ற ராஜேஸ்வரி ஒரு டேப் ரிக்காடரை எடுத்துவந்து அதை இயக்கினாள்.

'அகல்யா, இனிமே குழந்தையைப் பார்க்கணும்னு பிடிவாதம் பிடிப்பியா?'

‘மாட்டேன்.’

‘குழந்தையைக் குடுக்க உனக்கு முழுவதும் சம்மதம்தானே?’

‘ஆமாம்.’

‘எதுக்காகச் சம்மதம் கொடுக்கறே? சொல்லு பார்க்கலாம்...’

‘எனக்கு வளர்க்கத் தெரியலை. தகுதி இல்லை. வயசும் பத்தாது.’ இவ்வாறான சில கேள்விகள் கேட்கப்பட்டன.

‘இது யாரு. பாய் ஃப்ரெண்டா?’

‘க்ளாஸ்மேட். ரகு’

‘ஏம்பா... பாத்தா வெளிறிப்போய் இருக்கே? விளையாட்டுக்குச் சொன்னியா உனக்கு எய்ட்ஸ்னு.’

‘இல்லை மேடம்... நிசம்மாவே... என்னை இதனால காலேஜ்லருந்து நீக்கிட்டாங்க.’

‘அது கொடுமை... ப்ரோ லைஃப்ல எய்ட்ஸ் அவேர்னஸ்க்குன்னு ஒரு பிரிவு இருக்கு. அதுல ராகவேந்தர்னு ஒருத்தரைப் பார்க்க விருப்பமா உனக்கு?’

‘எனக்கு யாரையும் பார்க்க வேண்டாம். எனக்குத் தேவை அனுதாபம் இல்லை. ஒரு அர்த்தம்தான்.’

ராபர்ட் ஏர்போர்ட்டுக்குச் சென்று ஷுல்ஸ் தம்பதியை அழைத்து வந்துவிட்டார். கிட்டே பார்க்கும்போது அவர்களுக்கு வயது நாற்பதுகளில் இருக்கும் என்று தோன்றியது. இருவருக்கும் தோற்றத்தில் பொருத்தம் இருந்தது. நிறைய பாலேடு, வெண்ணை சாப்பிட்ட ஊட்டமும், ஐரோப்பிய குளிர்தேச கன்னத்தின் சிவப்பும், மிளகாய் மூக்கும், கண்ணாடி வழியாகத் தெரிந்த பச்சைக் கண்களும், பூப்போட்ட சட்டையும்... ‘வேர் இஸ் தி பேபி?’

‘நாளை காலை அதைக் கொண்டு வருவாள்.’

‘அதை இப்போதே பார்க்க வேண்டும்’ என்றார்கள். ‘மீண்டும் ஏமாற்றமடைய விரும்பவில்லை.’

‘இனி ஏமாற்றமில்லை. பாத்தியாம்மா நம்ப மாட்டேங்கறாங்க!’

'நம்பாட்டிப் போகட்டும்' என்றான் ரகு.

'மிஸஸ் ஷுல்ஸ்... கொஞ்சம் வருகிறீர்களா... சில பாடங்கள் தரவேண்டும்!' அந்த மாது உற்சாகமாகச் செல்ல, மிஸ்டர் ஷுல்ஸ், 'நானும் வருகிறேன், எனக்கும் பாடங்கள் தேவை' என்று உடன் சென்றார்.

'மூணு மாதமாப் பொறுமையா காத்திருக்காங்க... தினம் வந்து விசாரிச்சுட்டு போவாங்க...' என்றாள் ராஜேஸ்வரி.

'எய்ட்ஸ் உள்ளவங்களை யாராவது வெள்ளைக்காரங்க தத்து எடுத்துக்கறாங்களான்னு விசாரிங்க' என்றான் ரகு.

'டாக்டர்ங்க என்ன சொன்னாங்க' என்றாள் ராஜேஸ்வரி.

''என்னத்தைச் சொல்வாங்க... எனக்கு எயிட்ஸ்ன்னாங்க. மூணு டெஸ்ட் எடுத்து கன்ஃபர்ம் பண்ணிட்டாங்க.'

'இல்லை... எதாவது நாள்... இத்தனை நாள்... இத்தனை மாசம்னு கெடு சொன்னாங்களா?'

'மிஞ்சிப்போனா ஆறுமாசம்னாங்க.'

'அதைத்தான் நம்பாதே.'

'என்ன பண்ணணும்? ப்ரேயரும் மழைத்தண்ணியுமா... இல்லை சித்தவைத்தியமா?'

'அதெல்லாம் இல்லே. நீ ராகவேந்தர்கிட்ட பேசியே ஆகணும். சீரியஸாச் சொல்றேன். உன் லைஃப்ல அர்த்தம் கேட்டியே. அதை அவர் கொடுப்பார். வரச்சொல்லட்டுமா?'

'இது ராகவேந்திர சுவாமிகளையே மீறின சமாசாரம் டாக்டர்.'

'அப்படி இல்லை. பேசித்தான் பாரேன். காசா பணமா?'

'ஆமாம் ரகு' என்றாள் அகல்யா.

'நீ சொல்றியேன்னு கேக்கறேன். பத்து நிமிஷம்தான் உபதேசம் தாங்கும்.'

ரகுவை ஒரு சிப்பந்தி அழைத்துச் சென்றார்.

‘ராத்திரி ரொம்ப நேரமாயிடுச்சு. நீ இப்ப படுத்துட்டு நாளைக்கு வேன்ல போயிரலாம் ஆஸ்பத்திரிக்கு... என்ன?’ என்றாள் ராஜேஸ்வரி.

காலை பத்து மணிக்கு கையெழுத்து வாங்கிக்கொண்டு குழந்தையை டிஸ்சார்ஜ் செய்தார்கள்.

அதை ஒரு சின்னத் தலையணை போல வெள்ளைத்துணி சுருட்டி ராஜேஸ்வரி உடன் வந்த தாதியிடம் கொடுக்க, திருமதி ஷுல்ஸ் அதை வாங்கிக்கொண்டாள். ஆஸ்பத்திரியின் வரவேற்பறையில் இது நடந்தது. ராஜேஸ்வரி, ‘கடைசியா குழந்தையைப் பாத்துக்கம்மா ஒருமுறை’ என்றாள் அகல்யாவிடம். அதை அருகில் கொண்டு வந்தாள்.

அம்முக்குட்டி, அங்கச்சி, ஸேரா என்று விதவிதமாகப் பெயர் வைக்கப்பட்ட அந்தப் பெண்குட்டி அவளைப் பார்த்து தாயின் உஷ்ணமும் வாசனையும் முகமும் தெரிந்து கண்களை விரித்துச் சிரித்தது. கைகாலை உலுக்கித் தொட்டுப் பார்க்க முயன்றது.

அகல்யாவுக்கு குழந்தை முகம் தெரியாமல் கண்ணீர் நிரம்பி பிம்பத்தை மழுப்பியது. கிருத்திகா சாரிதான் ஆறுதல் சொன்னாள்.

‘அழக்கூடாது அகல்யா. யோசித்துப் பார்த்தா எல்லோருக்கும் ரொம்ப நல்லதுதான் நடக்கறது. இந்தக் குழந்தை அதிர்ஷ்டம் பண்ணின குழந்தை. சுவிஸ் தேசத்துல பெரிய பணக்காரக் குடும்பத்துல வளரப்போவுது. அவங்க கண்ணை இமை காக்கறாப்பல வெச்சுப்பாங்க. தத்து கொடுக்க எத்தனையோ குழந்தைங்க காத்திருக்காங்க சைனா, ஆப்ரிக்கான்னு... ஒரு இந்தியக் குழந்தைதான் வேணும்னு பிடிவாதமாக் காத்திருந்து... அவங்க மாதிரி பொறுமை உள்ளவங்களைப் பார்க்கமாட்டே...’

‘வா அகல்யா.’

‘கொஞ்சம் இருங்க... அதும்கூடப் பேசணும்.’

குழந்தையைத் தன் கழுத்தருகில் வைத்துக்கொண்டு தீவிரமாகப் பேசினாள்.

‘பாரு கண்ணு... ஸாரிம்மா என்னை மன்னிச்சுரு... தப்பித்தவறிப் பொறந்துட்டே. உன்னை நான் சரியா வளர்க்கமாட்டேன். எங்கம்மா என்னை வளர்த்தாப்ல வளத்துருவனோன்னு பயமா

இருக்கு. உனக்கு நல்லதுதான் செய்யறேன். கோவிச்சுக்காதே கண்ணு. எப்பவாவது பெரியவளானப்பறம் என்னை வந்து பாக்கறியா?'

'ங்' என்றாள் ஸேரா.

குழந்தையை ஏராளமாக மூடி மறைத்து எடுத்துச் சென்று ஆஸ் பத்திரி எதிர் வாசலில் இருந்த கப்பல் காரில் ஏறிக் கொள்ளுமுன் திருமதி ஷூல்ஸ் குழந்தைக்கு ஒரு எட்டு தடவையாவது முத்தம் கொடுத்திருப்பாள். ஜெர்மன் பாஷையில் ஏதேதோ சொல்லிப் பேசினாள். ஷூல்ஸின் ஒரு கைக்குள் அது அடங்கிவிட்டது.

குழந்தை மிஸ்டர் ஷூல்ஸின் மிளகாய் மூக்கைப் பிடித்துக் கொள்ள, அவர் கண்ணீர் வரச் சிரித்தார்.

நெஞ்சு முழுவதும் அழுத்திக்கொண்டிருந்த அந்தச் சோகத்தின் இடையில் அகல்யா திரும்பத் திரும்பச் சொல்லிக்கொண்டாள்.

'போதும்! அழுதது போதும்... எனக்கினி வருத்தமில்லை...'

# 29

குழந்தையை அவர்கள் பத்திரமாக எடுத்துச் செல்வதைப் பார்த்தாள். அந்த கார் மூலை திரும்பும்வரை காத்திருந்தாள். 'அகல்யா... இப்ப உனக்கு எங்க போகணும்? குழந்தைதான் இல்லையே... எங்க வீட்டுக்கு வர்றியா? படிக்கறதுக்கு சௌரியமா இருக்கும்' என்றாள் கிருத்திகா சாரி.

'இல்லை மேடம்... நான் ஃப்ளாட்டுக்கே போயிடறேன். அங்க என் சொற்ப சாமான்கள் இருக்குது.'

'பரீட்சை எழுதப்போறேதானே...?'

'தெரியலை மேடம்... எத்தனையோ விஷயம் மனசுல ஓடிக்கிட்டிருக்கு. ஒரு கம்ப்யூட்டர் கிளாஸ்ல சேர்ந்து வெச்சேன். அரைகுறையா நிக்குது... அங்க போய் விசாரிக்கணும். அதுக்கு முன்னாடி ஒண்ணு, ரெண்டு போன் பண்ணிக் கணும்...'

'நீ எப்ப வேணா என்னை வந்து சந்திக்கலாம்... என்ன உதவி வேணா கேக்கலாம்...' என்றாள் சாரி.

'மேடம், இனிமே நான் உங்ககிட்ட உதவிக்கு வரமாட்டேன்னு தோணுது...'

'ஏன்?'

'தப்பா நினைச்சுக்காதீங்க ... நீங்களும் அந்த ப்ரோ லைஃப்புக்கு என்னை மாதிரி பெண்களை

அனுப்பறதுல உடந்தையோன்னு எனக்குச் சந்தேகம் வந்திருச்சு...'

'வாட் நான்சென்ஸ்!' என்று நெற்றியைச் சுருக்கினாள் சாரி.

'இந்தச் சந்தேகம் ஆதாரமற்றதா இருக்கலாம். இருந்தும் மனசுல கன்வின்ஸ் ஆகாதவரையில் உங்ககூடப் பழகறதுல பாசாங்கு தேவைப்படும்... அதனால...'

'அதனால? என்னம்மா நன்றியில்லாமப் பேசறியே... உனக்கு எத்தனை உதவி செய்திருக்கேன்? நீ முன்னுக்கு வந்து, பெரிய ஐ.ஏ.எஸ். ஆபீஸரா வரணும்னு பிளான் போட்டு, அதுக்காக அபார்ஷனுக்கு சுபாஷிணி மேத்தாகிட்ட ஏற்பாடு பண்ணி... பாரு. அவ சொல்லித்தான் கவுன்சிலிங்குக்கு அனுப்பினது... என்னையே சந்தேகப்படறியே...'

'சந்தேகம் ஆதாரமற்றதா இருக்கலாம். எனக்கு இன்னும் தெளிவாகலை. தெளிவு வந்தப்புறம் நான் மறுபடி உங்ககிட்ட வந்து, தேவைப்பட்டா மன்னிப்பு கேட்டுக்கறேன்!'

'ரொம்பப் பெரிய மனுஷி மாதிரி பேசறியோ?'

'அதுக்கான அனுபவம் இந்தச் சின்ன வயசுல கிடைச்சுடுச்சு மேடம்...'

'காலேஜ் வரப்போறியா, இல்லையா?'

'இல்லை! இனிமே சரஸ்வதி ஆர்ட்ஸ் அன்ட் சயின்ஸ் பக்கம் தலைவெச்சுப் படுக்கமாட்டேன். மோசமான ஞாபகங்கள்...'

'படிப்பு?'

'யோசிக்கிறேன்...' என்றாள்.

'அகல்யா உன் மனநிலையைப் புரிஞ்சுக்க முடியறது. ஆனா, எனக்குக் கவலையா இருக்கு. ரொம்ப சினிக்கலா போயி, உன் நிஜமான நண்பர்களைக் கண்டுபிடிக்கிற தகுதியை இழந்துடாதே...'

'என் நண்பர்கள் யார்னு இப்ப தெளிவாவே இருக்கேன் மேடம்.'

அகல்யா தன் தந்தைக்கு போன் செய்தாள்.

'ராஜ் கிரானைட்ஸ்!'

தீண்டும் இன்பம்

'மிஸ்டர் ராமசாமி, ஸாரி ஆபீஸில் அவர் பேரு ராஜசேகர் இல்லையா? அவர்கூடப் பேசணும்... அவர் டாட்டர் குட்டி பேசறேன்னு சொல்லுங்க... எந்த மீட்டிங்கா இருந்தாலும் வருவாரு!'

சற்று நேர சங்கீததுக்கு அப்புறம் 'என்ன குட்டி?'

'எனக்குப் பணம் வேணும்...'

'எவ்வளவு...'

'கொஞ்சம் அதிகமான தொகை... ஒரு லட்ச ரூபாய்!'

'தரேன்... ஆனா, ஒரு கண்டிஷன்.'

'நான் உங்களை வந்து பார்க்கணும். அவ்வளவுதானே...'

'ஆமாம்!

'பார்க்கறேன்... எல்லாரையும் ஒருமுறை பார்த்துட்டுப் போறேன்...'

'எங்க போறே...?

'உங்களையெல்லாம் விட்டுட்டு.'

'உங்கம்மா என்னவோ உளறினா, நீ ப்ரெக்னண்டா இருக்கறதா... ஷி வாஸ் நாட் ஸோபர்!'

'ப்ரெக்னண்ட்டா இருந்து பிள்ளை பெத்தாச்சு.'

'நீ இப்ப குழந்தையோடவா இருக்கே...?'

'இல்லை... குடுத்துட்டேன். அடாப்ஷனுக்கு...'

'குட்டி, நீ எனக்குக் குடுக்கறது ரொம்பப் பெரிய ஷாக்!'

'நீங்க என்னையும் அம்மாவையும் புறக்கணிச்சுட்டு ஓடினதை விடவா பெரிய ஷாக்? என் கண் முன்னாலேயே ரெண்டு பேரும் என் குழந்தை மனசுக்கு எந்த விதத்துலயும் புரியாம உச்சக் குரல்ல நாலு வருஷம் சண்டை போட்டதை விடவா? என்னை அத்தனை சின்ன வயசுல கோர்ட்டுக்கு இழுத்ததைவிடவா பெரிய ஷாக் மிஸ்டர் ராமசாமி... இந்த ஷாக்... அந்த ஷாக்கினுடைய பேபி ஷாக்!'

'ஓகே! உங்கம்மா மாதிரி நீயும் பேசறே... பாரு குட்டி... இப்பக் கூட லேட் இல்லை... உன் சந்தோஷத்துக்காக, உங்கம்மாவை அந்தக் குடிகாரனைவிட்டு வரச்சொல்லு... நான் புகல் தரேன். அவளைத் திரும்ப ஏத்துக்கறேன் ...நீ சொல்லு...'

'எனக்கு அதுல எந்தவித ஈடுபாடும் இல்லைப்பா... அது உங்க வாழ்க்கை, உங்க நைட்மேர்! நான் என் வாழ்க்கையை என் தீர்மானப்படி வாழறேன். மேலும் நீங்க சொல்றது ரொம்ப ரொம்ப லேட். பன்னிரண்டு வருஷத்துக்கு முன்னாடி செய்திருக்க வேண்டிய காரியம்.'

'செக்ரெட்டரிகிட்ட சொல்லு... பணமா கொஞ்சமும் ட்ராஃப்ட்டா கொஞ்சமும் கொடுக்கச் சொல்றேன். ஒரு கிரெடிட் கார்டு கொடுக்கச் சொல்றேன். செல்போன் வேணுமா? எனக்கு இன்வெஸ்டர்ஸ் மீட்டிங் இருக்கு... மும்பைக்கு ஒரு கேஸ் டூல் ப்ரசன்டேஷன் இருக்கு...'

'சரி, போய் இன்னும் பணம் பண்ணுங்க.'

'குட்டி, ஐ ஸ்டில் லவ் யூ! உன்னை நான் பார்த்தே ஆகணும்...'

'சரி'

'இப்பவே, இந்தக் கணமே பார்க்கணும்...'

அம்மாவுக்கு போன் செய்தாள்.

'என்னடி...என்ன பண்ணே குழந்தையை...?'

'குடுத்துட்டேன்மா...'

'நல்லவேளை... யாருக்கு?'

'பெரிய வெள்ளக்காரத் தம்பதிக்கு. அது இந்நேரம் ஸ்விட்சர்லாந்து பறந்துகொண்டிருக்கும். சந்தோஷமா வாங்கிண்டு போனா... உன்னைவிடச் சந்தோஷப்பட்டா...'

'நான்தான் சொன்னேனே, என் சங்கடத்தை!'

'சொன்னேம்மா, உன்கிட்டருந்து நான் எதும் எதிர்பார்க்கலை. எனக்கு ஒரே ஒரு ஒத்தாசை செய்யணும்...'

'என்ன...?'

தீண்டும் இன்பம்

'நாமெல்லாம் ஏதோ ஒரு யுகத்துல சேர்ந்திருந்தப்போ, ஒரு பச்சை புத்தகத்தில் என் சின்ன வயசு போட்டோ எல்லாம் ஒட்டியிருக்குமே... அது உன்கிட்டதானே இருக்கு...?'

'ஆமா, தேடிப் பார்த்தா கிடைக்கும்.'

'கிடைச்சுதுன்னா சொல்லு... அதுல ஒரு போட்டோ எனக்கு வேணும். நானு நீ அப்பா ஒரே ஒரு போட்டோதான் இருக்கு. சரித்திரப் பிரசித்தி பெற்றது.'

'அதிருக்கட்டும். செலவுக்கு உனக்குப் பணம் வேணுமா?'

'அப்பா நிறையவே கொடுக்கிறார்...'

'என்னை வந்து பாப்பியா...'

'போட்டோ தேடி வை... வந்து பார்க்கறேன்...'

போனை வைத்துவிட்டு, ரகு அவளுக்கு வாங்கி வந்திருந்த பொட்டலத்தைப் பிரித்தாள். ரகு, அவள் சாப்பிடுவதையே பார்த்துக்கொண்டிருந்தான்.

'உன்ன ஒண்ணு கேக்கணும்' என்றான் ரகு.

'கேளு...'

'பிரியறப்ப அந்தக் குழந்தை கூட என்ன பேசினே?'

'பெரியவளானப்புறம் என்னை வந்து பாருன்னு! எனக்கென்னவோ அது கண்ணு மூலம் அப்படிச் சொன்ன மாதிரி இருந்துச்சு.'

ரகு அவள் கையைத் தொட்டான்.

'தொட்டா பயமில்லை... பரவாது...' என்றான்.

'தெரியும்...'

'எபனேஸர் எங்கூட பேசினாரு. அவர் ஏட்ரியன்னு ஒருத்தரைக் கூட்டி வந்தாரு. நான் ஐ.ஏ.ஏஸ்.ல சேரப்போறேன்.'

''பரவாயில்லையே'

'ஐ.ஏ.எஸ்-னா இண்டியன் எய்ட்ஸ் அவேர்னஸ் சொஸைட்டி. அவங்க எய்ட்ஸ் விழிப்பு உணர்வுக்காக ஒரு பெரிய ஷோ, சார்க்

ஸ்டேடியத்தில் அமைக்கிறாங்களாம். ஷாரூக் கான், அமிதாப், கமல் எல்லாரும் வராங்க... அதுல நீ பாடுவியான்னு கேட்கச் சொன்னாங்க...'

'பாடறேனே... நீ என்ன செய்யப்போறே?'

'பேசப்போறேன்...'

'ரகு... என்னை ஒரு பியூட்டி பார்லருக்கு அழைச்சுட்டுப் போறியா...'

'எதுக்கு?'

பியூட்டி பார்லரில் நுழைந்ததும் அந்த சப்பை மூஞ்சிப் பெண் 'என்னம்மா... ஃபேஷியல் பண்ணிக்கணுமா?'

'இல்லைங்க... இதை க்ராப் மாதிரி வெட்டிருங்க.'

அவள் நீண்ட கூந்தலைக் கண்ணாடி முன்னால் மார்பில் துவள வைத்து, 'அத்தனையுமா?'

'ஆமாம்.'

'ஏம்மா நல்லாருக்கே. வளர்றதுக்கு நாளாவுமே.'

'பாருங்க, நான் சொல்றபடி செய்யுங்க. என் தலை இது!'

அவள் அதன்பின் பேசவில்லை. கத்தரிக்கோல் அநியாயமாக அவள் நீண்ட கூந்தலைத் துண்டிக்கப்பட்ட பாம்புபோல வெட்டியது. பார்லரிலிருந்து வெளியே வரும்போது 'ரகு... எனக்கு ஸ்கர்ட் ப்ளவுஸ் வாங்கணும்' என்றாள்.

ரகு முதலில் அவளை அடையாளம் கண்டுகொள்ளாமல் தடுமாறினான்.

'யாரு, அகல்யாவா?'

'இந்தப் பேருகூட புடிக்கலை. பேரை மாத்தறதுக்கு விளம்பரம் போடறதுக்கு ஏற்பாடு பண்ணணும்' என்றாள்.

'என்ன பேரு?'

'அசிந்தியான்னு மாத்திக்கப்போறேன்.'

'என்ன அர்த்தம்?'

'கவலையில்லாதவள், வருத்தமில்லாதவள்னு.'

'ஒரு லெட்டர் எழுதணும். பருவான்னு ஒரு அசாமிஸ் ஃப்ரெண்ட் டெல்லி போறப்ப சந்திச்சேன். அவன் எப்ப வேணா எழுதுன்னு சொல்லியிருக்கான். அவனுக்கு எழுதிப் போட்டுட்டு...'

'என்ன...?'

'கௌஹாத்தி யுனிவர்சிட்டியில போய் மாஸ் கம்யூனிகேஷன் பண்ணப் போறேன். வேற பேரு, வேற தலை மயிரு, வேற அடையாளம், வேற ஊரு' என்று கண்சிமிட்டிச் சிரித்தாள்.

அவள் ஃப்ளாட்டை அடைந்தபோது சுந்தரேச மாமா காத்திருந்தார். 'இங்க அகல்யான்னு ஒரு பொண்ணு வந்ததா, நதிரான்னு ஒரு பொண்ணு சொன்னா.'

'நான்தான் மாமா.'

'அகல்யாவா இது? என்ன கஷ்ட காலம். தலைமயிரை... திருப்பதிக்கு போயிருந்தியா?'

'இல்லை மாமா... வேணும்னுட்டுதான்...'

'உங்கப்பா கேட்கச் சொன்னார், கம்ப்யூட்டர் க்ளாஸ் போறதே இல்லை நீ. பணம் கட்டி வேஸ்ட். இத்தனை நாளா எங்க அலைஞ்சிண்டிருந்தே? உங்கப்பாவும் எங்கிட்ட ஸ்பெஷலா சொல்லி பொறுப்பேத்துக்கச் சொல்லியிருக்காரில்ல?'

'மாமா அந்த பாவ்லாவெல்லாம் வேண்டாம். எனக்கு ஒரு பேங்க் அக்கவுண்ட் ஓப்பன் பண்ணணும்... பேர் மாத்த ஒரு அப்ளிகேஷன் போடணும்...'

'அதுக்கெல்லாம் பணம் வேணுமேம்மா...'

'அப்பா ஒரு லட்ச ரூபாய் கொடுப்பார். அவர் ஆபீஸ்ல போய் கலெக்ட் பண்ணிக்கணும்.'

'இதோ உடனே போறேன்.'

ஸ்டேடியத்தில் இளைஞர்களின் கூட்டம் அப்பியிருந்தது. வண்ண விளக்குகள், ஸ்பாட் லைட்டுகள் கன்னாபின்னாவென்று அவர்களூடே உலவின... ஒரு குளிர்பான கம்பெனியின் ஏற்

பாட்டில் பெரிய பெரிய பாப் குழுக்கள் தத்தம் ஹைடெக் சப்த ஜனனிகளுடன் வந்திறங்கின.

ஆரம்ப நிகழ்ச்சியிலேயே மிகப் பெரிய மேடையில் ரகு வந்து தனியாக நின்றான்.

'ஹாய்! ஐம் ரகு... நான் ஒரு ஹெச்.ஐ.வி பாசிட்டிவ்... அதாவது எய்ட்ஸ் பேஷண்ட். விலை மாந்தர்களிடமிருந்து எனக்கு இது வந்தது... டாக்டர்கள் எனக்கு அதிகம் நாள்கள் தரவில்லை. எனக்கு அதில் கவலையில்லை. சாவு என்பது எப்போதும் நம் எல்லோர் அருகிலும் இருக்கிறது. காத்திருக்கிறது. வாழ்வின் மறுபிரதிதான் அல்லது மறுபக்கம். பாதையில் நடக்கும்போது, ஏன் நிற்கும்போது, ஏன் ஒரு ஸ்விட்சைத் தொடும்போதுகூட சாவு வரலாம். அதனால் சாவைப் பற்றிக் கவலைப்படுவதில் அர்த்தமில்லை என்று தெரிந்துகொண்டேன். அதனால் ஒவ்வொரு தினமும் காலை விழித்தெழும்போது, 'இந்த தினம் எனக்குக் கிடைத்த பரிசுப்பொருள், அதற்காக கடவுளுக்கு வந்தனம் சொல்லி இந்த தினத்தை மட்டும் முழுவதும் வாழ்கிறேன்' என்று சொல்லிக்கொள்கிறேன். எய்ட்ஸைப் பற்றி எத்தனையோ தப்பான வதந்திகள், மூடநம்பிக்கைகள் உள்ளன. அது எப்படிப் பரவும், எப்படிப் பரவாது என்பது பலருக்கு சரியாகத் தெரியவில்லை. என்னைப் பார்த்தால் யாராவது எய்ட்ஸ் நோயாளி என்று சொல்வார்களா?'

அகல்யா விளிம்பில் காத்திருக்கும்போது 'ஹாய் அகல்யா' என்று ஒரு குரல்.

திரும்பிப் பார்த்தாள். ப்ரமோத்.

'என்னை ஞாபகம் இருக்கா?' என்றான் ப்ரமோத்.

'நீ யாரு... உன்னை எனக்குத் தெரியாதே' என்றாள். அவன் முகம் சிறிதாக, ரகு மேடையில் 'என்னைத் தொடுவதால் எய்ட்ஸ் வருமா? ஒரு நிமிஷம்... அசிந்த்யா. வரீங்களா?' அவள் மேடைக்குப் போனாள்.

'திஸ் இஸ் அசிந்த்யா. அசிந்த்யா எனக்கு எய்ட்ஸ். உனக்கு?

'எனக்கு இல்லை.'

'என்னைத் தொடுவியா அசிந்த்யா? இந்த ராட்சசனை மனிதன் வெல்லத்தான் போகிறான். அந்தத் தினம் வரும்வரை என்

போன்றவர்கள் எல்லைக் காவலர்களாக, எச்சரிக்கை பலகை களாக இருக்கிறோம்.'

ரகு அசிந்த்யாவை அணைத்துக்கொள்ள, சற்றே தயங்கிக் கூட்டம் கைதட்டியது.

அவள் கருநீலத்தில் ஸ்கர்ட்டும் வெளிர் மஞ்சளில் ப்ளவுஸூம் அணிந்து தேவதைபோல இருந்தாள். காதணியில் ஸ்பாட் லைட் படப்பட, அவ்வப்போது இலவச வைரங்கள் வாரி வீசின... கன்னத்தில் பவுடருடன் கொஞ்சம் சரிகை மின்னியது. கழுத்தில் முதல் பட்டன் அலட்சியமாகத் திறக்கப்பட்டிருந்தது.

ஆரவாரம் அடங்கியதும் மெள்ள கித்தார் தொடர, அவள் பாடினாள்.

ஒரு இதயம் உடையாமல் நிறுத்த முடிந்தால்
நான் வாழ்வது வீணல்ல
ஒரு உயிரின் தவிப்பையோ
ஒரு வலியையோ குறைக்க முடிந்தால்
நான் வாழ்வது வீணல்ல...
ஒரு வலியைக் குறைக்க முடிந்தால்
ஏன், சோர்ந்து விழும் ராபின் பறவையைக்
கூட்டுக்கு மீட்க உதவினாலே
நான் வாழ்வது வீணல்ல!

விளக்குகள் அவள் மேல் விளையாடித் தடவிக் கொடுக்க, அசிந்த்யா மற்றொரு எமிலி டிக்கின்ஸன் கவிதையைப் பாடினாள்.

Because I could not stop for Death
He kindly stopped for me;
The Carriage held but ourselves
And Immortality.

அசிந்த்யாவை ஆரவாரம் போர்வையிட்டு அணைத்துக் கொண்டது.